Mục lục

CÁC CHỮ VIẾT TẮT TÊN TÁC PHẨM TRÍCH DẪN

(Các chú thích cuối trang sẽ sử dụng những dạng viết tắt dưới đây để chỉ đến các tác phẩm tương ứng đã được trích dẫn hoặc dùng làm cơ sở cho bài viết.)

BG Bla Ma'i dGongs rGyan, Lushul Khenpo Konchog Dronme (1859 - 1936).

BM Phật Tâm: Một Hợp Tuyển Các Bài Viết Về Dzogpa Chenpo của Ngài Longchen Rabjam, Tulku Thondup Rinpoche (Ithaca: Nhà xuất bản Snow Lion 1989).

BN Zab Ch'os Zhi Khro dGongs Pa Rang Grol Las, Bar Do'i sMon Lam rNam gSum, được phát hiện như Ter bởi Ngài Karma Lingpa (thế kỷ thứ mười bốn).

BP Byang Ch'ub Sems dPa'i sPyod Pa La 'Jug Pa, Shantideva (thế kỷ thứ bảy). Tu viện Dodrup Chen, Tây Tạng, bản sao bản khắc gỗ.

CD 'Phags Pa Ch'os Thams Chad Yang Dag Par sDud Pa, Kanjur, Dege xuất bản, mDo sDe, quyển Zha, f. 1a-99b.

DC sDzogs Ch'en (Thor Bu), Jigme Tenpe Nyima.

DD dPal gSang Ba'i sNying Po'i rGyud Kyi Don Rin Ch'en mDzod Kyi lDe'u Mig, Jigme Tenpe Nyima (1865 - 1926). Dodrupchen Sungbum, quyển 1. Được xuất bản bởi Dodrupchen, Ấn Độ.

DM Bar Do sPyi'I Don Dran Pa'i Me Long, Natsog Rangtrol (1608 - ?) Bản dịch tiếng Anh: Tấm Gương của sự Tỉnh Thức, Tsele Natsog Rangdrol, Erik Pema Kunsang phiên dịch (Boston & Shaftesbury: Nhà xuất bản Shambala, 1989).

DN Rang bZhin rDzogs Pa Ch'en Po Lam Gyi Ch'a Lag sDom gSum rNam Par nges Pa, Pema Wangi Gyalpo (1487 - 1542) Ngài Khamtrul Rinpoche xuất bản, Ấn Độ.

DPM Gangs Chan Bod Ch'en Po'i rGyal Rabs 'Dus gSal Du bKod Pa sNgon Med Dvang Shel 'Phrul Gyi Me Long, từ các tác phẩm sưu tập và phát hiện của H.H. Bdud-'Joms Rin-Po-Che 'Jigs-Bral-Ye-Se-Rdo-Rje. Quyển 3. Ngài Dupjung Lama xuất bản, Dheli, 1978.

EL Cuộc Sống Giác Ngộ, Tulku Thondup phiên dịch (Boston & London: Nhà xuất bản Shambala, 1990).

GG Bar Do'i sMon Lma dGongs gChig rGya mTsho, Khyentse'i Ozer (Jigme Lingpa, 1729 - 1798). Nyingthig Tsa Pod, quyển 2, Ngài Dilgo Khyentse Rinpoche xuất bản, Ấn Độ.

GN Grub Thob brGya Chu rTsa bZhi'i rNam Thar, Mijigpa Jinpapal Tenjur, Narthang xuất bản, rGyud 'Grel, f. 1 - 64.

GR 'Phags Pa rGya Ch'er Rol Ba, Kanjur, Dege xuất bản, mDo sDe, quyển Kha.

HTT Các Giáo Lý Ẩn Giấu của Tây Tạng, Tulku Thondup Rinpoche (London: Nhà xuất bản Trí tuệ, 1986).

KD Kyai rDo rJe Zhes Bya Ba rGyud Kyi rGyal Po [brTags Pa gNyis Pa]. rGyud Kyi rGyal Po [brTags Pa gNyis Pa]. Kanjur, Dege xuất bản, rGyud, quyển Nga, f. 1a - 29a.

KDD Dri Ba Lan Du Phul Ba sKal bZang dGa' Byed bDud rTsi'i 'Dod 'jo, Tsele Natshog Rangtrol, bản khắc gỗ Tây Tạng.

KDN Klong Ch'en sNying Thig Gi sNgon 'Gro'i Khrid Yig Dran Pa Nyer bZhag, Jigme Lingpa, Nyingthig Tsa Pod, quyển 3, Ngài Dilgo Khyentse Rinpoche xuất bản, Ấn Độ.

KNR sNga' 'Gyur Ch'os Kyi Byung Ba mKhas Pa dGa' Byed Ngo mTshar gTam Gyi Rol mTsho, Ngawang Lodro (Guru Trashi; hoàn tất năm 1873). Xuất bản bởi Mirig Petrunkhang.

KT sNgon 'Gro Kun Las bTus Pa, Yukhog Chatralwa Choying Rangtrol (d. 1952/ 3). Xuất bản bởi Sonam Nyima, Serta, Kham, Tây Tạng.

KZ rDzogs Pa Ch'en Po Klong Ch'en sNying Thig Gi sNgon 'Gro'i Khrid Yig Kun bZang Bla Ma'i Zhal Lung, Orgyen Jigme Chokyi Wangpo (Paltul, 1808 - 1887). Xuất bản bởi Sithron Mirig Petrunkhang.

KZM sKu gSum Zhing Khams sByong Ba'i gSol 'Debs sMon Lam, Khyentse'i Ozer (Jigme Lingpa). Nyingthig Tsa Pod, quyển 2. xuất bản bởi Dilgo Khyentse Rinpoche, Ấn Độ.

KZZ Klong Ch'en sNying Thig Gi sNgon 'Gro'i Khrid Yig Kun bZang Bla Ma'i Zhal Lung Gi Zin Bris, Ngawang Palzang (Khenpo Ngagchug, 1879 - 1941). Bản sao khắc gỗ Tây Tạng.

LST Yon Tan Rin Po Che' e'i mDzod Kyi dKa' gNad rDo rJe'i rGya mDud 'Grol Byed Legs bShad gSer Gyi Thur Ma, (Sogpo) Tentar Lharampa (1759—?). xuất bản bởi Jamyang (Dilgo) Khyentse, Ấn Độ.

NCC gZhi Khregs Ch;od Kyi Zin Bris sNyan brGyud Ch'u Bo'i bChud 'Dus, Padma Ledrel Tsal (Khenpo Ngagchug). Bản viết tay.

NG Las 'Phro gTer brGyud Kyi rNam bShad Ngo mTshar rGya mTsho, Jigme Tenpe Nyima.

NL Klong Ch'en sNying Thig Gi sNgon 'Gro rNam mKhyen Lam bZang, Jigme Lingpa, soạn thảo bởi Jigme Thrinle Ozer (1745 -

1821). Doncha sưu tập. Xuấb bản bởi Dodrupchen Rinpoche, Ấn Độ.

NLS Klong Ch'en sNying Thig Gi sNgon 'Gro rNam mKhyen Lam bZang gSal Byed, Khyentse Wangpo (1820 - 1892). Từ sưu tập của Doncha Nyingthig. Xuất bản bởi Dodrupchen Rinpoche, Ấn Độ.

NS Yon Tan Rin Po Ch'e'i mDzod Las 'Bras Bu'i Theg Pa'i rGya Ch'er 'Grel rNam-mKhyen Shing rTa, Jigme Lingpa, Adzom xuất bản, in lại bởi Dodrupchen Rinpoche, Ấn Độ.

PM 'Pho Ba Ma bsGom Sangs rGyas, Jigme Lingpa. Nyingthig Tsa Pod, quyển 3. Xuất bản bởi Dilgo Khyentse Rinpoche, Ấn Độ.

RD 'Dul Ba'i Gleng gZhi Rin Po Che'e'i mDzod, Gedrundrub, Dalai Lama đệ nhất. (Dehli, Ấn Độ: 1970) Neychung & Lhakar.

SC Sems Nyid Ngal gSo'i 'Grel Ba Shing rTa Ch'en Po, Longchen Rabjam (1308 - 1363). Adzom xuất bản, Ngài Dodrupchen Rinpoche in lại, Ấn Độ.

SG Shes Bya Kun Khyab 'Grel Ba Legs bShad Yongs 'Dud Shes Bya mTha' Yas Pa'i rGya mTsho, Yonten Gyatso (Kongtrul, 1813 - 1899). 3 quyển. Xuất bản bởi Mirig Petrunkhang.

SGG gSangs rNgags Lam Rim 'Grel Ba Sangs rGyas gNyis Pa'i dGong Pa'i rGyan, Rigdzin Gyurme Tsewang Chogdrub. Dar-rtse-mdo, bản sao bản khắc gỗ, in lại bởi Padma-chos-ldan, Leh, 1972.

TRA Nghệ Thuật của Tôn Giáo Tây Tạng, Loden Sherab Dagyab. (Wiesbaden: Otto Harrassowitz, 1977).

TRD Theg mCh'og Rin Po Ch'e'i mDzod, Longchen Rabjam. Adzom xuất bản, Ngài Dodrupchen in lại, Ấn Độ.

TS Klong Ch'en sNyng Thig Gi sNgon 'Gro'i Khrid Yig Thar Lam gSal Byed sGron Me, Drodul Pawo Dorje (Adzom Drugpa, 1842 - 1924). Bản sao bản khắc gỗ từ Kham, Tây Tạng.

TY gTum Mo'i 'Bar 'Dzag Yig Ch'ung, Jigme Lingpa. Nyingthig Tsa Pod, quyển 3. xuất bản bởi Dilgo Khyentse Rinpoche, Ấn Độ.

YD Yon Tan Rin Po Ch'e'i mDzod dGa' Ba'i Ch'ar, Jigme Lingpa. Adzom xuất bản, được in lại bởi Dodrupchen Rinpoche, Ấn Độ.

YG Lam Rim Ye Shes sNying Po'i 'Grel Ba Ye Shes sNang Ba Rab Tu rGyas Pa, Lodro Thaye (Kongtrul, 1813 - 1899). Terdzo sưu tập.

LỜI NÓI ĐẦU

S ự rèn luyện cốt lõi nhất trong Phật giáo - và vì thế cũng là quan trọng trong bất kỳ con đường tâm linh nào - chính là những *"phương tiện thiện xảo"* giúp hành giả có khả năng chuyển hóa mọi khía cạnh trong cuộc sống hằng ngày của mình thành sự tu tập tâm linh. Tu tập tâm linh là những sự luyện tập làm giải thoát tâm thức khỏi sự căng thẳng do bám chấp về tinh thần và sức mạnh thúc đẩy sai sử của tham dục. Sự tu tập tâm linh xoa dịu những đau khổ tạo ra bởi quan điểm chật hẹp, cứng rắn và những cảm xúc hỗn loạn, thiêu đốt của ta.

Sự tu tập tâm linh quyết định sự nhận biết và kinh nghiệm của rộng mở, an bình, hoan hỷ, tình thương và trí tuệ. Nếu tâm tràn đầy tình thương, an bình và trí tuệ thì năng lượng tinh thần và tâm linh chúng ta sẽ mạnh mẽ. Nếu năng lượng tinh thần và tâm linh của ta mạnh mẽ, các nguyên tố vật chất trong thân thể sẽ trở nên mạnh khỏe và các sự kiện trong cuộc sống ta trở nên tích cực. Vì lẽ đó, nếu năng lượng tinh thần mạnh mẽ, cơ thể sẽ khỏe mạnh và cuộc sống tích cực hơn, tâm chúng ta sẽ tự nhiên an bình và hoan hỷ hơn. Những ngày tháng trong suốt cuộc đời ta sẽ trôi chảy trong một chu trình thực sự hạnh phúc. Như Ngài *Dodrupchen Rinpoche đệ tam* đã viết:[1]

Có hai cách quan trọng để chuyển hóa cuộc sống hằng ngày thành sự tu tập. Thứ nhất, nếu bạn đã nhận biết trí tuệ siêu vượt tâm thức ý niệm, hoặc thậm chí nếu chưa siêu vượt được tâm thức ý niệm nhưng có kinh nghiệm tâm linh mạnh mẽ như lòng từ bi, sùng kính, hay thiền định, thì bạn có thể hợp nhất hay chuyển hóa mọi hình tướng và kinh nghiệm thành một hỗ trợ cho năng lượng của trí tuệ nhận biết và kinh nghiệm tâm linh.

Với những bậc đại tinh thông, mọi hình tướng của hiện tượng đều trở thành sự diễn tả của tự thân trí tuệ nội tại. Tất cả hình tướng trở thành năng lực của giác ngộ, giống như ánh sáng mặt trời vỗ về những bông hoa hạnh phúc nở rộ trong lòng của tất cả những người xung quanh.

Thứ hai, với người bình thường như chúng ta, tâm thức là khái niệm, cảm xúc và chưa nhận biết thì điều cốt yếu là dựa vào bất cứ phương tiện thiện xảo nào - các hình ảnh tâm linh, dấu hiệu, âm thanh, hay nguồn năng lượng tích cực - như phương tiện phát triển năng lượng tâm linh. Nếu có thể thấy các đối tượng chung quanh như một nguồn cảm hứng và an bình, chúng sẽ phát sinh an bình và hạnh phúc trong ta vì năng lực của nhận thức chính mình.

Tương tự như vậy, chúng ta không thể chuyển hóa hoàn cảnh tiêu cực thành tích cực nếu ta thấy chúng là tiêu cực và phản ứng với chúng bằng những cảm xúc tiêu cực. Chừng nào ta còn giữ nhận thức tiêu cực, nhìn hoàn cảnh của ta qua bóng tối, thì toàn bộ thế giới sẽ có vẻ như tiêu cực, và mọi nỗ lực của ta sẽ là một cuộc đấu tranh không bao giờ chấm dứt. Do vậy, chúng ta nên đặt nền tảng của an bình và hoan hỷ thật sự trong tâm bằng việc phát triển phương tiện thiện xảo của rèn luyện tâm linh, không cố gắng né tránh nghịch cảnh. Như Ngài *Shāntideva* (Tịch Thiên) giảng giải:[2]

Kẻ thù thì vô hạn như không gian (trải rộng)
Không thể chiến thắng tất cả chúng.
Tuy nhiên, nếu bạn chỉ chiến thắng tư tưởng thù hận,
Sẽ ngang bằng với việc chiến thắng mọi kẻ thù
Ở đâu có tấm da

Có thể che phủ cả trái đất?
Nhưng mang một đôi dép da
Thì tương đương với việc bao phủ cả trái đất bằng da.

Quyển sách này bao gồm 15 bài viết đã xuất bản hoặc được ghi lại từ các buổi giảng của tôi. Sách được chia thành hai phần: một phần dẫn nhập vào con đường của đạo Phật và một phần thảo luận về thực hành thiền định.

Cốt tủy của sách này là bài viết về thực hành pháp thiền định *Ngöndro*, là pháp tu cốt yếu của truyền thống *Longchen Nyingthig*[3] thuộc Phật giáo Tây Tạng. *Ngöndro* tiêu biểu cho một tiến trình rèn luyện đầy đủ, khởi đầu với việc gợi cảm hứng hướng tâm hành giả đến với Giáo Pháp và kết thúc bằng việc hợp nhất tâm hành giả với tâm giác ngộ của đức Phật, sự giác ngộ phổ quát.

Những bài viết khác đề cập đến các hướng dẫn hoặc tài liệu trợ giúp, tất cả hợp thành một cẩm nang về phương thức để đưa những kinh nghiệm khác nhau mà chúng ta gặp, dù là hiện tượng bên ngoài hay bên trong, đi vào trong những quan điểm tâm linh, giới hạnh và kinh nghiệm tu tập.

Phần thứ nhất gồm sáu bài viết. Tất cả xoay quanh việc giới thiệu về quan điểm tâm linh, văn hóa và cuộc sống. Những yếu tố này là phương tiện quan trọng để chuyển hóa đời sống tinh thần và thể chất của ta thành sự tu tập Giáo Pháp.

1. *"Vận dụng cuộc sống hằng ngày như sự thực hành Giáo pháp"*: Chủ đề này tổng kết một số nguyên lý nền tảng của Phật giáo - chúng ta là ai; tại sao có thể chuyển cuộc sống hằng ngày của ta thành sự tu tập tâm linh và nhận ra Phật tánh, trạng thái của an bình và trí tuệ vô thượng.

Nếu đi theo con đường chân chánh của sự tu tập tâm linh, chúng ta có thể chiến thắng mọi đau khổ của cuộc sống, vốn chỉ là những ảo tưởng của tâm thức lừa dối, và giống như người nằm mơ thức dậy từ một cơn ác mộng. Bản tánh toàn giác là tự phát trong chúng ta, vì tất cả chúng ta đều là Phật trong tự tánh chân thật. Đau khổ là phó phẩm của tâm thức khái niệm chấp bám vào *"bản ngã"*, được khích động bởi những cảm xúc gây ra từ tham lam, sân hận và si mê. Sự tu tập theo các pháp thiền định khác nhau, chẳng hạn như nhẫn nhục và thái độ làm lợi ích người khác, sẽ làm bình ổn những khái niệm và cảm xúc tiêu cực của ta, và cùng lúc phát sinh trong ta sự an bình, hoan hỷ và trí tuệ.

2. *"Mở rộng tâm với lòng bi mẫn"*: Lòng từ bi là thái độ quan tâm, một sự rộng mở của tâm thức. Nó cũng là năng lực toàn giác của Phật tánh. Bài viết này giảng giải và định nghĩa lòng từ bi theo cách đơn giản dễ hiểu và phương thức để ta có thể phát triển nó. Sự thiền định với lòng bi mẫn không chỉ phát triển sự an bình và hòa hợp, mà còn đánh thức Phật tánh trong chúng ta. Bài giới thiệu về lòng bi mẫn này cũng minh họa thêm về những kết quả nào chúng ta có thể đạt được từ nhiều pháp tu tập tâm linh khác, như sự sùng kính, nhận thức thanh tịnh và thiền quán.

3. *"Một hành trình tâm linh trong một cuộc sống hỗn loạn"*: Giáo lý sâu sắc của Phật giáo được trình bày với sự minh họa bằng chính cuộc sống hỗn loạn của tôi. Giáo lý đạo Phật đã cho tôi sức mạnh để chịu đựng những tai ương và cảm xúc phá hoại xảy đến với tôi và nhiều người khác, và do đó đã trở thành phương tiện duy nhất cho sự sống còn của tôi trong một thế giới hỗn loạn. Nếu bạn biết cách thì đau khổ có thể trở thành một công cụ hùng mạnh hơn hạnh phúc trong việc chuyển hóa cuộc sống thành con đường giác ngộ.

4. *"Hình tượng sáng tạo của đạo Phật là sự hỗ trợ cho sự chứng ngộ tâm linh"*: Bài viết này dùng hình ảnh Đức Quán Thế Âm (*Avalokiteshvara*) như một ví dụ để giải thích ý nghĩa biểu tượng của hình tượng sáng tạo tâm linh như một nguồn của cảm hứng, giáo pháp và năng lực. Nếu chúng ta khéo léo tiếp nhận những hình tượng sáng tạo đa dạng như là các biểu tượng tâm linh và những nguồn năng lực, thì đến một lúc nào đó tất cả mọi hiện tượng, không chỉ riêng các hình tượng sáng tạo tâm linh, sẽ khởi lên trước chúng ta như hình ảnh của giáo pháp và sự chứng ngộ an bình, hoan hỷ và trí tuệ.

Đối với những người bình thường như chúng ta thì việc sử dụng các đối tượng có ý nghĩa và năng lực tâm linh trực tiếp như một phương tiện gợi cảm hứng sẽ dễ dàng hơn so với sử dụng các đối tượng khác. Các đối tượng có ý nghĩa và năng lực tâm linh trực tiếp bao gồm các bức họa tôn giáo, tượng, đền chùa, kinh sách, các vị thầy, thiền giả và những nơi thiêng liêng.

5. *"Các thangka Phật giáo Tây Tạng và ý nghĩa tôn giáo"*: Bài viết này phác thảo những nét chính về các bức họa Phật giáo Tây Tạng của nhiều truyền thống khác nhau, với sự nhấn mạnh ý nghĩa tôn giáo của chúng.

Với những người có khuynh hướng tâm linh, nghệ thuật tôn giáo trong nhiều hình thức hiền minh và phẫn nộ là một công cụ mạnh mẽ để phát triển và làm mạnh mẽ kinh nghiệm tâm linh với nhiều sự mô tả khác nhau của hiện tượng. Với người đã giác ngộ, nghệ thuật tâm linh là năng lực, ánh sáng và năng lượng, sự trải rộng của an bình, sức mạnh và trí tuệ bên trong. Nghệ thuật cũng có thể là tự thân trí tuệ xuất hiện trong dạng hình ảnh của năng lực và biểu tượng của giáo lý. Thế nên, nghệ thuật tâm linh là một phương tiện quan trọng để chuyển những nhận thức về hiện tượng thành sự chứng ngộ an bình, sức mạnh và trí tuệ.

6. *"Chuẩn bị cho Bardo: Các giai đoạn của cận tử và sau khi chết"*: Bài viết này giải thích chi tiết toàn bộ tiến trình cận tử từ lúc cái chết bắt đầu cho đến những gì xảy ra sau khi chết. Dựa trên kinh điển Mật tông (*tantra*) của Phật giáo Tây Tạng, phần này vạch ra những điểm chính trong nhiều giai đoạn khác nhau liên quan đến sự sống và giai đoạn cận tử, với giáo lý về việc chúng ta nên thấy và kinh nghiệm mỗi giai đoạn như thế nào.

Cái chết là một thời điểm trọng yếu nhất cho mỗi người chúng ta, một cơ hội then chốt ảnh hưởng đến tương lai. Khi chết, tất cả chúng ta, dù giàu hay nghèo, đều chờ đợi những kết quả như nhau. Vào lúc chết, tất cả bạn bè, quyền lực, tiền bạc, và ngay cả thân thể mà ta yêu mến này, đều không thể giúp được gì cho ta. Chỉ có những tập khí và năng lượng - nghiệp lực - đã tích lũy trong tâm thức ta sẽ tạo ra kết quả của đời sống kế tiếp, những kinh nghiệm tương lai của chúng ta. Do vậy, để chuẩn bị cho cái chết, chiến lược quan trọng nhất của ta là đạt được sự hiểu biết và kinh nghiệm tâm linh trong lúc vẫn còn sống. Khi cái chết đến, việc khóc lóc cầu cứu là quá trễ.

Phần thứ hai của sách này bao gồm 9 bài viết, điểm tập trung chủ yếu của các bài viết này là pháp thiền định *Ngöndro*, sự rèn luyện thiết yếu trong *Dzogpa Chenpo* ("Đại Viên Mãn"), theo truyền thừa của truyền thống *Longchen Nyingthig*.

Ba bài viết đầu tiên là sự giới thiệu đến về thực hành *Ngöndro*. Các bài viết này trình bày một lịch sử tóm tắt của trường phái *Nyingma* và một phác thảo các nét chính của truyền thống *Ter*, thông qua đó pháp môn *Ngöndro* được khám phá và truyền đến với chúng ta.

7. *"Trường phái Nyingma của Phật Giáo Tây Tạng"*: *Nyingma* hay *Nyingmapa* ("Cổ Mật") là trường phái cổ nhất trong bốn trường phái chính của Phật giáo Tây Tạng. Đặc điểm chính của bài viết này trình bày những nét chính độc đáo của trường phái *Nyingma* trong lịch sử văn học, tâm linh và xã hội của Tây Tạng. Pháp môn *Ngöndro* này thuộc về phái *Longchen Nyingthig*, là một trong các dòng truyền thừa lỗi lạc của trường phái *Nyingma*.

8. "*Truyền thống Terma của trường phái Nyingma*": *Ter* hay *Terma* có nghĩa là "*các kho tàng ẩn giấu.*" Đó là các đối tượng tinh thần, giáo lý, và trao truyền được chôn giấu và phát hiện qua năng lực giác ngộ huyền bí của các bậc đại tinh thông. Trường phái *Nyingma* là truyền thống đạo Phật phong phú nhất về mặt giáo pháp được khám phá như như *Ter*. Bài viết này tóm lược những phần giáo pháp *Ter* khác nhau đã được phát hiện: Đó là các giáo pháp được phát hiện từ lòng đất (*Ter Đất - Sa gTer*), được phát hiện từ tâm thức [giác ngộ] (*Ter Tâm - dGong gTer*) và được phát hiện từ thị kiến thanh tịnh (Kiến Thanh Tịnh - *Dag sNang*). Bài viết này cũng trình bày chi tiết về toàn bộ tiến trình chôn giấu giáo pháp và phát hiện sau đó. Giáo lý *Longchen Nyingthig* được Ngài *Jigmed Lingpa* (1729-1798) phát hiện là một *Ter Tâm*.

9. "*Các quán đảnh và giới luật của tu hành Mật tông*" Bài viết này có hai phần để cập: quán đảnh (Tạng: *dBang*, Sanskrit: *abhisheka*) và các giới luật (Tạng: *Dam Tshig*, Sanskrit: *samaya*). Quán đảnh là lối vào của sự tu tập *tantric* hay mật truyền. Người nhập môn nhiệt thành sẽ nhận được quán đảnh từ một vị thầy Mật tông để tự mình dấn bước vào sự tu tập. Sự quán đảnh cũng có thể được tái tiếp nhận nhiều lần như sự tu tập trong giáo pháp, và cũng có thể được tiếp nhận như thành tựu rốt ráo.

Giới luật là sự phát nguyện, cam kết, nối kết, hoặc kết quả trong Mật tông hay tu hành *tantric*. Bài viết này cung cấp một tổng quan toàn diện về giới luật (*samaya*), những nghĩa vụ của nhiều trình độ khác nhau trong giáo lý Mật tông.

Để đi vào con đường của thành tựu và năng lực Mật tông, chúng ta phải nhận được quán đảnh. Để duy trì và phát triển trong thực hành Mật truyền, chúng ta phải hoàn toàn an trụ nhờ các hỗ trợ tích cực của việc tuân thủ giới luật và kiên định kiềm chế những hành động tiêu cực.

Trong thật tánh, tất cả chúng ta là một trong an bình và trí tuệ tối thượng. Tuy nhiên, chừng nào chúng ta còn bị kẹt trong khuôn mẫu của một tâm thức nhị nguyên, trong cảm xúc tranh giành và phiền muộn bất tận, chúng ta phải chọn con đường đúng và gắn bó với nó không thay đổi. Nếu chúng ta theo con đường đúng và nghiêm trì giới luật, chúng ta có thể chắc chắn đạt được Phật quả.

Bốn bài viết kế tiếp là giáo lý về sự thực hành Chánh pháp, tập trung chủ yếu vào pháp thiền định *Ngöndro*.

10. "Pháp thiền định *Ngöndro*: Sự tu tập chủ yếu của truyền thống *Longchen Nyingthig*": Bài viết này phác thảo những điểm chính trong sự thực hành *Ngöndro*. Chữ *Ngöndro* có nghĩa là "*chuẩn bị*". Tuy nhiên, sự tu tập *Ngöndro* trong thực tế còn vượt xa hơn cả sự thực hành chuẩn bị. Đó là một con đường thiết yếu và trọn vẹn của tu tập thiền định *Dzogpa Chenpo*. Pháp tu này khởi đầu từ việc phát sinh cảm hứng hướng về sự tu tập tâm linh và kết thúc với sự hợp nhất hoặc nhận ra bản tánh nội tại của tâm, là Phật tánh mà tất cả chúng ta đều sẵn có.

Sự thiền định *Ngöndro* bao gồm các pháp tu tập sau đây:

1. Cầu nguyện đến các vị thầy của dòng truyền để thành tựu thực hành *Ngöndro*.

2. Thực hành chuẩn bị bốn bậc để gợi cảm hứng tâm chúng ta hướng đến sự thiền định Giáo pháp: suy nghĩ về sự quý báu của cuộc sống làm người, sự vô thường của cuộc đời, bản chất đau khổ của thế gian, và nghiệp, chu trình của nhân quả.

3. *Sự tu tập* thiết yếu *với* bốn *phần: (1)* Thọ quy y để *phát* tâm *hướng về* Giáo *pháp; (2)* phát triển tâm *thức* giác ngộ để đặt nền tảng Giáo *pháp* trong ta; *(3)* tịnh hóa *thông* qua *Vajrasattva* để tẩy tịnh *những* khái niệm, cảm xúc và nghiệp bất tịnh; và *(4)* cúng dường *mandala* để tích lũy lực công đức.

4. Thực hành chính trong pháp tu *Ngöndro*: để nhận ra thế gian như cõi tịnh độ của Đức *Guru Rinpoche*, hãy cầu nguyện với lòng sùng kính, thực hành rèn luyện sùng kính bảy phần, tụng niệm *mantra*, tiếp nhận bốn bậc quán đảnh, và thiền định hợp nhất tâm hành giả với tâm giác ngộ của *Guru Rinpoche*.

5. Kết thúc: hồi hướng công đức đã tích lũy như nguyên nhân hạnh phúc và giác ngộ của tất cả chúng sanh với mọi mong ước tốt đẹp nhất.

Mục đích chính của thiền định *Ngöndro* là nhận ra bản tánh nội tại của tâm bằng việc hợp nhất tâm ta với tâm giác ngộ của *Guru Rinpoche* qua năng lực sùng kính. Tâm của *Guru Rinpoche* là sự hợp nhất tâm giác ngộ của tất cả chư Phật và các vị thầy tâm linh, chân lý phổ quát. Bản tánh nội tại của tâm là hoàn toàn rộng mở không giới hạn, hoàn toàn nhất như không phân biệt, tánh giác tỉnh thức hoàn toàn không vô minh và trí tuệ toàn giác không hỗn loạn.

11. "*Ý nghĩa của bài nguyện Vajra bảy dòng đến Guru Rinpoche*": Trong truyền thống *Nyingma* bài nguyện này được xem là cầu nguyện linh thiêng, tối cao đến *Guru Rinpoche*. Bảy dòng của nó là trái tim bài nguyện của thực hành *Ngöndro*. Bài viết này là phần tóm tắt của tác phẩm *Guru'i Tshig bDun gSol 'Debs Kyi rNam bShad Padma dKar Po*, một luận giảng nổi tiếng về *Bài nguyện Vajra bảy dòng* của Ngài *Mipham Rinpoche* (1846-1912), một học giả uyên bác trứ danh thuộc trường phái *Nyingma*. Bài viết này diễn giải ý nghĩa bài nguyện trong bảy trình độ khác nhau về ý nghĩa bên ngoài và bên trong. Bài nguyện này có thể được thực hành như một cầu thỉnh, một chỉ dẫn về thiền định, hoặc một kinh nghiệm thành tựu qua các giai đoạn khác nhau của sự tu tập và chứng ngộ mật tông.

12. "*Tiếp nhận Bốn Quán đảnh của thiền định Ngöndro*": Tiếp nhận bốn quán đảnh là giai đoạn chót của thực hành thiền định *Ngöndro*. Bài viết này tóm lược rất nhiều pháp tu tập của Mật tông và thành tựu kết hợp với việc tiếp nhận bốn quán đảnh, sự ban phước năng lực giác ngộ của thân, khẩu, ý, và trí tuệ của *Guru Rinpoche*. Qua năng lực ban phước này thiền giả nhận biết và hoàn thiện nhiều thành tựu mật truyền khác nhau. Thành tựu chót là nhận biết của sự hợp nhất tâm ta và tâm trí tuệ của *Guru Rinpoche*, đó là bản tánh nội tại của tâm, chân lý phổ quát.

13. "*Một thiền định ngắn về Guru Rinpoche, Đức Padmasambhava*": Bài viết này là một hướng dẫn đơn giản và ngắn gọn cho người ít thời gian hoặc không đủ sức để thực hành trọn vẹn pháp thiền *Ngöndro*. Đây là một thiền định sùng kính về *Guru Rinpoche*, quán tưởng Ngài với những biểu tượng giác ngộ, nhìn thấy Ngài như suối nguồn ban phước, và tiếp nhận ban phước trong dạng ánh sáng. Năng lượng tâm linh phát triển qua năng lực của tâm sùng kính, nhận thức tích cực, tấm lòng rộng mở và tánh giác tỉnh thức chuyển hóa mọi diễn giải thành cầu nguyện và năng lực trí tuệ giác ngộ của Ngài.

Hai bài viết cuối liên hệ đến sự kết thúc của thực hành thiền định. Đây là các hướng dẫn về sự tu tập sau các buổi thiền định, liên quan đến việc làm thế nào duy trì một đời sống tâm linh, trau giồi kinh nghiệm thiền quán đạt được trong thiền định và tiếp tục phát triển.

14. *"Đánh giá sự phát triển của thực hành Pháp"*: Bài viết này bàn về việc làm thế nào ước định sức mạnh tâm linh, nguyện lực và những thành tựu trong tu tập của chúng ta một cách trung thực cũng như đo lường mức độ tiến bộ thực sự trong cuộc sống hằng ngày và trong thiền định. Cũng giống như trước khi có thể tìm đường ra khỏi một thành phố, chúng ta cần biết mình đang ở vị trí nào.

15. *"Khúc nguyện ca dâng lên vị Lama Tuyệt đối"* Đây là bản dịch của bài nguyện ca dâng lên vị *Lama* tuyệt đối (vị thầy tối thượng), bản tánh nội tại của chính tâm chúng ta, chân lý phổ quát. Bản tánh nội tại của tâm ở đây được nhân cách hóa bằng vị thầy tâm linh của chính hành giả. Đây là một bài nguyện diễn tả sự sùng kính để mở rộng tâm ta đến trí tuệ Phật, hiện thân Phật, và hành động Phật. Nó là một bài nguyện thiền quán thúc đẩy giải thoát sự căng thẳng của tình cảm và khái niệm, mở rộng đôi mắt và tấm lòng đến bản tánh phổ quát, và hợp nhất toàn bộ hình ảnh chủ thể - đối tượng trong trí tuệ của Phật tánh và tánh quang minh tự nhiên của nó.

LỜI CẢM TẠ

T ôi muốn gửi lòng biết ơn của tôi đến các học viện và bạn bè sau đây, những người đã tử tế góp phần để quyển sách này được ra đời: *Harold Talbott* vì sự khéo léo và tận tụy trong việc biên tập toàn bộ quyển sách; *Michael Baldwin* và những người bảo trợ của *Buddhayana*, U.S.A, về sự tài trợ hào phóng của họ cho dự án của tôi trong mười ba năm gần đây; *Lydia Segal* vì sự giúp đỡ biên tập nhiều bài viết trong sách; *Jonathan Miller, Tenzin, Christina Parsons, Paul Levil, Philip Richman* và *Martha Hamilton* đã giúp ghi lại và biên tập một số các bài thuyết giảng; *David Dvore* vì sự kiên định giúp đỡ về vi tính; *Victor* và *Ruby Lam* đã dành căn phòng dễ chịu để tôi sinh hoạt và viết; Bản Tin của Trung tâm Nghiên cứu Tôn giáo Thế giới của Đại Học *Harvard* và nhật báo Tây Tạng của Thư viện các Tác phẩm và Văn khố Tây Tạng, đã cho phép sử dụng lại các bài viết được đưa vào chương 1 và chương 8; và Viện Bảo tàng Nghệ thuật Nguyên bản *Boston*, Học viện *Tabor* ở *Marion, Mass.*, và Trung tâm *Mahasiddha Nyingmapa* ở *Hawley, Mass.*, đã cho phép xuất bản nội dung những buổi thuyết giảng được thực hiện dưới sự bảo trợ của họ.

Cuối cùng, tôi cám ơn *Samuel Bercholz* và các nhân viên của Nhà xuất bản Shambhala đã hết sức quan tâm đến việc xuất bản sách này; và *Larry Mermelstein* đã trau chuốt sách này một cách tuyệt vời với trí tuệ biên tập vô giá của ông, cũng như *Kendra Crossen* đã dành cho sách này kỹ năng biên tập chuyên nghiệp của bà.

PHẦN 1
DẪN NHẬP VÀO ĐẠO PHẬT

1.
VẬN DỤNG CUỘC SỐNG HẰNG NGÀY NHƯ SỰ THỰC HÀNH GIÁO PHÁP[4]

Tôi muốn giới thiệu với các bạn một số điểm về việc vận dụng những hoạt động hằng ngày của chúng ta như sự thực hành Giáo pháp[5] và làm cho sự thực hành Giáo pháp được hiệu quả.

Theo kinh điển mật truyền của Phật giáo, bản tâm, hay tâm không bị lừa dối, chính là Phật tánh. Nhưng khuôn mặt thật tánh của tâm bị che ám bởi vô minh và cảm xúc nhiễm ô, giống như mặt trời bị mây đen che phủ. Vì chúng ta không biết trạng thái tối thượng của tâm và bám chấp vào những hình tướng nhị nguyên, huyễn ảo như là có thật, chúng ta lang thang trong bóng tối của luân hồi (saṃsāra)[6] và kinh nghiệm phiền muộn, không hài lòng như thể chúng ta đang nằm mơ. Trong lúc đang mơ, chúng ta không hiểu được đó là không có thật. Chỉ khi thức dậy ta nhận ra rằng những sự kiện xảy ra trong giấc mơ là không thật. Tương tự, khi nhận ra thực tại tối thượng, chúng ta hiểu được rằng những gì xảy ra trong vòng luân hồi (saṃsāra) là không thật và nhiều trạng thái của kinh nghiệm tâm thức khác nhau đều là hư dối, và chỉ là một phản chiếu trong tâm thức bị lừa dối. Nếu những nhiễm ô của tâm được tẩy sạch, thì bản tánh của tâm được nhận thức như giải thoát khỏi sự khái niệm hóa và giác ngộ. Đức Phật dạy:[7]

Chúng sanh đều là Phật trong tự tánh,
Nhưng tự tánh đó bị che ám bởi nhiễm ô từ bên ngoài.
Khi các nhiễm ô được tẩy sạch, bản thân chúng sanh chính là Phật.

Theo Giáo pháp, trong cõi luân hồi (saṃsāra) chỉ toàn là sự khổ đau và không toại nguyện. Đôi khi người ta khổ đau vì trải qua những sự việc không mong muốn. Người khác lại khổ đau vì lo sợ mất đi những gì họ có. Ngay cả trạng thái hạnh phúc cao nhất mà chúng sanh có thể kinh nghiệm cũng là đau khổ bất hạnh khi so với trạng thái của bản tánh tối thượng. Hạnh phúc trong luân hồi cũng giống như sự thích thú của một tâm thức bị nhiễm độc.

Để nhận ra bản tánh tối thượng của Phật tánh, thoát khỏi mọi sự tạo tác, điều cần thiết trước tiên là phải tẩy sạch những cảm xúc nhiễm ô và viên mãn sự tích lũy công đức.

Trong tuyệt đối, không có phân biệt giữa tốt và xấu hay hành động thiện và bất thiện; cũng không phân biệt giữa kết quả tích cực và tiêu cực. Nhưng với mục tiêu đạt giải thoát khỏi trạng thái như huyễn của vòng luân hồi và nhận ra bản tánh tối thượng, điều cần thiết là phải thực hành nhiều sự tu tập công đức như một phương tiện thiện xảo để tẩy sạch những ảo tưởng trong tâm.

Tôi sẽ không đi vào cách tiếp cận triết lý thâm sâu hướng đến chân lý tuyệt đối như đã dạy trong Phật giáo; nhưng tôi muốn nhắc đến một số khía cạnh thiết thực được sử dụng trong các hoạt động và kinh nghiệm hằng ngày của chúng ta, để bất cứ điều gì chúng ta làm đều có thể được chuyển hóa thành sự thực hành tu tập.

Trước tiên, điều cần thiết là nhận ra các cảm xúc nhiễm ô chính, các thế lực tiêu cực làm che ám diện mạo của bản tánh tối hậu. Nói chung, chúng được phân loại thành ba phạm trù, được biết như ba độc: *tham, sân*, và *si*. Gốc rễ của cảm xúc ô nhiễm là vô minh (*si*). Si là một khía cạnh của tâm bị dối gạt - sự không biết khuôn mặt thật bản tánh tối thượng của tâm mà bám chấp vào những hình tướng như huyễn của *bản ngã* và đối tượng cho là có sự chia tách, có thật và bền vững.

Vì người ta chấp nhận rằng chủ thể và đối tượng là có thật và bám chấp vào chúng nên làm khởi sinh sự bám luyến vào các đối tượng được khao khát và ghét bỏ các đối tượng không mong muốn. Do bám chấp vào đối tượng, nhận thức chúng như là có thật và phát triển những niệm tưởng nhiễm ô *thích* hoặc *không thích*, tiến trình của nghiệp[8] lực được dựng nên, và vòng xoay luân hồi chuyển động.

Những gì chúng ta cần để khởi dầu con đường giải thoát khỏi vòng luân hồi hư huyễn này chính là tâm tỉnh giác - theo dõi tâm để bảo vệ nó không rơi vào những cảm xúc nhiễm ô và hiến thân mình để tu tập công đức.

Khi một tư tưởng thù hận hay ghét bỏ khởi lên trong ta hướng tới con người hay đồ vật, kể cả kẻ thù, chúng ta nên tự suy xét lại rằng những kẻ thù này đã từng là bạn bè và họ hàng thân yêu nhất trong vô số kiếp trước của mình, và chúng ta nên phát triển lòng bi mẫn với họ như những người bất hạnh, vô minh và bị lừa dối.

Sân hận hướng tới người khác sẽ sinh ra nghiệp ác xấu nhất, và nghiệp ác là nguyên nhân của đau khổ. Nếu giận dữ với người nào đó, chúng ta tự làm đau khổ và hủy hoại chính mình với một kết quả tiêu cực, buồn thảm trong những kiếp tương lai. Thay vào đó, nếu thực hành nhẫn nhục khi gặp những yếu tố không mong muốn, chúng ta sẽ bước vào một trong những thực hành Giáo pháp hiệu quả nhất. Vị Đại Bồ Tát[9] và học giả Shantideva đã nói:[10]

Không có kẻ thù nào tai hại hơn sân hận;
Không có sự khổ hạnh sâu xa nào hơn nhẫn nhục.

Khi tư tưởng thèm muốn khởi lên, chúng ta cũng nên suy niệm về bản chất không đáng tin cậy, vô thường và không có giá trị của đối tượng được thèm muốn.

Khi niệm tưởng si mê khởi lên, đó là khi chúng ta không thấu suốt được bản tánh tối hậu, chúng ta nên quán sát ý nghĩa của hai chân lý: chân lý tương đối, và tuyệt đối - đặc biệt là chân lý tuyệt đối - bằng phương tiện của học hỏi, suy niệm và thiền định.

Trong chân lý tương đối, tất cả những hiện tượng xuất hiện đều chỉ có thật về mặt quy ước, có nghĩa là chúng có thật theo cách giống như một giấc mộng, một ảo ảnh, hay một phản chiếu được xem là thật. Chúng xuất hiện và hoạt động qua tiến trình tạo tác nhân quả phụ thuộc lẫn nhau (lý duyên sanh) của một tâm bị lừa dối. Trong chân lý tuyệt đối thì mọi hiện tượng đều rỗng không, vượt khỏi sự khái niệm hóa và tạo tác.

Có nhiều pháp tu tập trực tiếp hay gián tiếp dẫn đến cùng một mục tiêu là chứng ngộ và thể nhập trạng thái tuyệt đối của Phật tánh. Các thực hành này được phân loại theo hai phương diện chính: phương tiện thiện xảo và trí tuệ. Hai phương diện này giống như đôi cánh để con chim bay đến mục tiêu. Phương tiện thiện xảo là một thực hành hỗ trợ quan trọng, dẫn đến sự thể nhập bản tánh tuyệt đối. Phương diện trí tuệ là sự thực hành để trực tiếp chứng ngộ rằng mọi hiện tượng xuất hiện trong trạng thái tương đối như một giấc mộng, và trong thật tánh tuyệt đối của chúng là rỗng không.

Vào lúc khởi đầu, người ta cần tu tập phương tiện thiện xảo, như là thực hành nghi thức sùng kính, hoặc bố thí cho người nghèo, nghiêm trì giới luật, thực hành nhẫn nhục, tùy hỷ và cúng dường. Nhưng điều quan trọng nhất là phát triển một thái độ dịu dàng, bi mẫn và đúng đắn đối với người khác, không có sự cứng nhắc hay ích kỷ. Đây là tinh hoa thực hành của truyền thống Đại thừa (*Mahāyāna*).

Ba phạm trù chính của Phật giáo được mô tả như sau:

- Đặc trưng của Thanh văn thừa (*Hinayana*) là phát triển sự khao khát từ bỏ vòng luân hồi vì lợi ích chính mình.

- Đặc trưng của Đại thừa (*Mahayana*) là phát triển những niệm tưởng lợi ích hướng đến tất cả chúng sanh.

- Đặc trưng của Mật thừa (*Vajrayāna*) là tịnh hóa nhận thức, nhận thức về thế gian và chúng sanh trong đó như là cõi tịnh độ và các bổn tôn cõi tịnh độ, để đạt được bản tánh tuyệt đối.

Theo giáo lý đạo Phật, tâm là nhân tố chính trong mọi sự kiện hay tiến trình. Nguyên nhân của tất cả những kinh nghiệm cảm thụ, có nghĩa là những tính chất của kinh nghiệm trong luân hồi, chính là một tâm thức bị lừa dối. Nhận ra thật tánh của tâm là sự thành tựu của bản tánh tuyệt đối, Phật tánh. Sự tích lũy công đức và phát triển chánh kiến là khía cạnh chủ yếu của thực hành. Các thực hành thân thể, đó là những thực hành sử dụng thân và khẩu, là một hỗ trợ cho việc duy trì chánh kiến của tâm. Ngài *Kunkhyen Jigme Lingpa* đã nói:[11]

Nếu rễ cây là thuốc thì quả của nó sẽ là thuốc.

Nếu rễ cây độc thì không nghi ngờ gì về quả của nó [là có độc].

Những phẩm tánh công đức và không công đức theo sau tương ứng với thái độ của con người;

Chứ không bắt nguồn từ tự thân những hành vi được nhìn thấy từ bên ngoài [có vẻ như tốt hoặc xấu].

Vì thế, bất cứ chúng ta làm gì, miễn là với tư duy ý hướng làm ích lợi cho người khác và không có bất kỳ thái độ ích kỷ nào, thì những điều đó đều sẽ trở thành thực hành hoàn thiện. Các cảm xúc nhiễm ô sẽ tự nhiên giảm xuống. Thậm chí nếu một hành động thô bạo xuất hiện là phi công đức, nó sẽ chuyển hóa thành một thực hành công đức, tùy thuộc vào ý định của chúng ta, giống như một vài giọt sữa sẽ làm một tách trà có màu trắng. Thế nên, một người không thể thực hiện những hành động không công đức khi họ còn có lòng bi và chánh kiến. Vì thế, điều quan trọng đối với bất cứ ai muốn tu tập Giáo pháp là phải phát triển lòng bi và tư tưởng làm lợi ích người khác để chuyển hóa những hoạt động hằng ngày thành sự thực hành Giáo pháp.

Chẳng hạn, khi chúng ta dùng bữa, nếu thưởng thức bữa ăn chỉ với tư tưởng thỏa mãn chính mình, đó sẽ là một hành động không công đức. Tuy nhiên, nếu chúng ta quán tưởng chính mình như những bậc thánh và dùng thực phẩm như một sự cúng dường, hoặc ít nhất thì chúng ta cũng hưởng thụ thực phẩm với ý định dùng nó để giữ gìn sự sống của ta nhằm phục vụ người khác và thực hành Giáo pháp, thì đó sẽ là một thực hành công đức.

Tương tự, chúng ta có thể làm bất cứ công việc nào theo cách kết hợp với sự thực hành Pháp. Nếu không, cho dù chúng ta có nhập thất tu hành nhiều năm trong cô tịch, tụng niệm *mantra* và quán tưởng Bổn tôn, nhưng nếu làm những việc này vì hướng đến danh tiếng hay hạnh phúc cho bản thân mình, đó sẽ không trở thành một thực hành Pháp thanh tịnh.

Tư tưởng lợi lạc cho tất cả chúng sanh, không có sự thiên vị, mong cầu, được gọi là thái độ Giác ngộ. Những hoạt động phát sinh từ tư duy giác ngộ đều là hành động Giác ngộ. Đó là hai phương diện thực hành của chư Bồ Tát. Ngài *Shantideva* đã nói:[12]

Nếu quan điểm Giác ngộ đã phát triển, thì chính lúc đó

Những chúng sanh đang đau khổ trong ngục tù luân hồi sẽ được biết như Con của chư Phật (Bồ Tát).

Một yếu tố quan trọng khác trong thực hành Pháp là lòng tin. Sự thành tựu kết quả qua thực hành Pháp tùy thuộc vào niềm tin - tin tưởng vào vị thầy, vào giáo lý và tin vào chính mình. Nếu thiếu niềm tin, thì dù có thực hành cả ngày lẫn đêm, sự thực hành của ta có thể phát sinh công đức nhưng khó có thể đạt được bất cứ kết quả to lớn nào. Khi chúng ta chưa đạt tới giai đoạn chứng ngộ cao siêu, trong đó không còn ảnh hưởng của mọi sự kiện thế tục đối với ta và không có khác biệt giữa hạnh phúc và đau khổ, thì chúng ta phải duy trì tự tin - đó là lòng tin - là nền tảng của thực hành. Không có niềm tin, không thể đạt được thành tựu tâm linh. Đức Phật dạy:[13]

Đối với những ai không có niềm tin
Giáo pháp sẽ không phát sinh kết quả,
Giống như một hạt giống bị thiêu đốt
Sẽ chẳng bao giờ sinh được mầm xanh.

Điểm cốt yếu ở đây là, bất kể làm việc gì, chúng ta nên làm với một tư duy vì lợi ích cho mọi người. Nhờ đó mọi hoạt động hằng ngày của chúng ta đều sẽ trở thành thực hành Chánh pháp. Và chúng ta nên phát triển một sự tin tưởng mạnh mẽ vào sự thực hành, đối với vị thầy và đối với chính mình để việc thực hành Giáo pháp được hiệu quả.

2.

MỞ RỘNG TÂM VỚI LÒNG BI[14]

Trong chương này tôi sẽ nói về lòng bi và sự thiền định về lòng bi. Nhưng trước khi đi vào lòng bi, tôi muốn nhắc đến đôi điều quan trọng, sẽ giúp chúng ta dễ dàng hiểu được lòng bi là gì, làm sao để phát triển lòng bi và lòng bi có thể lợi ích như thế nào.

Trong Phật giáo, tâm là trọng điểm chính - cội nguồn của mọi hạnh phúc và bất hạnh, và là chìa khóa dẫn đến giác ngộ. Lẽ dĩ nhiên sự nhấn mạnh về tâm này làm một số người nói: "Những Phật tử là vị kỷ; họ sống trong cô tịch và thiền định một mình chỉ để giữ gìn cẩn thận tâm họ và đạt được sự mãn nguyện cá nhân. Họ không ra ngoài và làm việc trong đường phố với người cần họ phục vụ," v.v...

Tuy nhiên, như bạn biết, trong Phật giáo nói chung, và nhất là trong Phật giáo Đại Thừa, phần quan trọng nhất của thực hành là để phát triển điều chúng ta gọi là Bồ-đề tâm, tâm của sự giác ngộ. Đây là thái độ nhận lấy trách nhiệm giúp đỡ người khác, phục vụ người khác và áp dụng vào hành động không có bất cứ động cơ ích kỷ nào. Đó là điểm quan trọng nhất trong Phật giáo. Lẽ đương nhiên, việc một Phật tử thực sự theo đuổi một cuộc sống như thế hay không là vấn đề của riêng cá nhân họ. Nhưng những gì Phật giáo hay giáo lý đạo Phật dạy chúng ta là nên cống hiến toàn bộ cuộc sống, toàn bộ quan điểm, và mọi hành động của chúng ta chỉ để phục vụ người khác, để mở rộng thân, tâm mình đến người khác, đến toàn thể pháp giới. Khi mở rộng tâm mình đến người khác, chúng ta cũng mở rộng chính mình và phục vụ chính ta. Do vậy quan điểm nhận trách nhiệm phục vụ người khác đáp ứng hai mục đích.

Chúng ta phục vụ người khác như thế nào? Mục tiêu là để phục vụ người khác, nhưng chúng ta bắt đầu ra sao? Chúng ta phải bắt đầu với chính mình. Nếu tôi có ý định phục vụ bạn, tôi phải bắt đầu với chính tôi, bằng cách cải thiện quan điểm và hành vi để tôi trở thành một người phục vụ tốt cho bạn. Nếu không, thậm chí ngay cả khi tôi cố phục vụ bạn, tôi sẽ không thể làm

22

được như vậy một cách thích hợp. Trước tiên chúng ta phải cải thiện chính mình.

Chúng ta có thể cải thiện tâm mình chỉ khi chúng ta có thể rèn luyện tự chủ tâm. Nếu tâm tôi tàn độc, bất cứ những gì tôi nói đều là lời lẽ của thô bạo và bất kỳ những gì tôi làm một cách trực tiếp hay gián tiếp đều sẽ làm hại người khác và cả chính tôi. Nhưng nếu có lòng bi, hiền lành và trí tuệ trong tâm trí và tấm lòng thì bất cứ những gì tôi nói sẽ là lời lẽ của tình thương, an bình, hoan hỷ, và bất kỳ những gì tôi làm đều sẽ phục vụ và lợi ích người khác.

Do vậy, để phục vụ người khác, chúng ta phải bắt đầu với chính mình, và để cải thiện chính mình, chúng ta nên bắt đầu với tâm thức, bằng cách rèn luyện nó và phát triển tâm Bồ-đề. Và đó là tinh hoa trong phương thức của đạo Phật.

Câu hỏi kế tiếp là: *"Tâm là gì?"* Đối với tâm, có hai phương diện: tâm giác ngộ và tâm khái niệm.

TÂM GIÁC NGỘ

TÂM GIÁC NGỘ, HAY PHẬT tánh, là thật tánh của mỗi người. Đạo Phật tin rằng tất cả chúng sanh, không chỉ nhân loại mà còn cả loài vật, bao gồm côn trùng nhỏ nhất, đều có tâm giác ngộ. Thật tánh của tâm là sự giác ngộ, và nó là an bình và trong sáng. Bản tánh an bình và trong sáng của tâm có thể hiểu được qua cuộc sống hằng ngày của chính chúng ta và qua trí tuệ đạo Phật.

Có lẽ tất cả chúng ta đều có thể đồng ý rằng nếu tâm không bị quấy động bởi các sự kiện bên ngoài, các cảm xúc tranh giành, hoặc những khái niệm chấp cứng, thì nó trở nên an bình. Tâm chúng ta càng trở nên an bình thì nó càng trong sáng. Giống như nước sẽ trong trẻo và yên tĩnh nếu không bị ô nhiễm hay khuấy động; như bầu trời sẽ thanh khiết và trong sáng nếu không bị ô nhiễm và che phủ bởi mây; cũng vậy, khi tâm thức không bị khích động bởi cuộc sống lôi cuốn và cảm xúc náo loạn thì nó an bình. Càng trở nên an bình, tâm càng có trí tuệ và trong sáng.

Những cảm xúc không chỉ làm nhiễu loạn sự an tĩnh của chúng ta, mà còn cả đến sự trong sáng của tâm. Đó chính là lý do vì sao chúng ta thường nghe những lời phàn nàn như: "Tôi giận quá không còn phân biệt được gì," hoặc "Tôi bối rối quá chẳng thể hiểu được gì cả; không còn thấy được gì cả!" Khi cảm xúc hoặc tốc độ bận rộn của cuộc sống làm chúng ta choáng ngợp, đầu óc ta trở nên hoàn toàn mù quáng hay trống rỗng, không có nhiều trí tuệ hoặc khả năng.

Trạng thái tự nhiên của tâm là yên tĩnh và trong sáng. Việc đem tâm trở về trạng thái này không chỉ là điều có thể làm được mà còn là quan trọng là để cải thiện cuộc sống chúng ta. Phật giáo thậm chí còn đi xa hơn thế nữa. Người Phật tử tin rằng bản tánh thật sự của tâm, tự tâm chân thực, là giác ngộ. Tâm giác ngộ là rộng mở, nhất như và toàn giác.

Đối với tâm giác ngộ được rộng mở, khi tâm giác ngộ thấy sự vật, nó không khái niệm hóa trong khuynh hướng nhị nguyên. Nó thấy mọi sự như một trong tánh giác trí tuệ tự nhiên chính nó, giống như hình tướng phản chiếu trong một tấm gương.[15] Nếu không sử dụng khái niệm nhị nguyên thì bạn hoàn toàn rộng mở đến toàn bộ pháp giới, giống như không gian hoàn toàn rộng mở, không có biên giới hay hạn chế. Tuy nhiên, chúng ta thường sử dụng khái niệm nhị nguyên. Khi thấy cái bàn, chúng ta nghĩ: "Đó là một cái bàn," và chúng ta thấy nó ở đó như một đối tượng. Khi chúng ta nghĩ về cái bàn như một đối tượng, chúng ta định vị tâm mình là chủ thể, và do vậy tính nhị nguyên được thiết lập. Tính nhị nguyên được đi theo bởi tư duy phân biệt - "Đây là một cái bàn tốt, một cái bàn xấu, v.v..." - và từ đó chúng ta dựng nên một thế giới cứng ngắc của những bức tường và rào cản. Trái lại, tâm giác ngộ thấy sự vật trong một sự rộng mở hoàn toàn, không có bất cứ điều kiện nào.

Nếu có sự rộng mở hoàn toàn thì không thể có bất cứ biên giới nào, vì không có sự phân chia chủ thể và đối tượng. Do vậy, dĩ nhiên mọi sự là một, không phân biệt. Nếu mọi sự là một, thì không thể có bất kỳ xung đột hay mâu thuẫn, vì xung đột và mâu thuẫn hiện hữu với điều kiện phải có hai hay nhiều quan điểm.

Bây giờ bạn có thể suy nghĩ: "Điều đó có nghĩa tâm giác ngộ là một loại trạng thái ngủ say hay trống không, vì ngay cả nó không thể thấy các đối tượng." Không. Trái lại, tâm giác ngộ là toàn giác. Tâm giác ngộ thấy mọi thứ. Không chỉ là mọi sự, mà mọi sự một cách tự nhiên. Đó là phẩm tánh của tâm Phật.

Xét theo một nghĩa, tâm giác ngộ thật quá xa lạ với chúng ta đến nỗi khó có thể hình dung về nó. Tuy nhiên, ta có thể có một ý niệm sơ sài về nó qua những câu chuyện *"các kinh nghiệm cận tử"* mà tôi thường thích trích dẫn. Dĩ nhiên một số kinh nghiệm này có thể chỉ là những ảo giác hoặc do thuốc gây ra. Nhưng nhìn chung thì có một số điều kỳ lạ bộc lộ trong những kinh nghiệm đó.

Ngay cả người không cần nhận ra tâm giác ngộ cũng có một số kinh nghiệm bên trong hay tâm linh trong suốt tiến trình chết, trước khi bước sang đời sống mới. Theo những gì tôi đã đọc trong sách và nghe kể lại, nhiều người kinh nghiệm việc đi qua một đường hầm và gặp ánh sáng tại cuối đường. Ngay khi tiếp xúc với ánh sáng họ cảm thấy an bình và hỷ lạc kỳ lạ. Nhưng điều kỳ lạ nhất mà họ nói là sự an bình và hỷ lạc đó chính là ánh sáng, và ánh sáng chính là hỷ lạc và an bình. Những gì họ cảm thấy là ánh sáng, và họ hòa nhập không chia cách với ánh sáng ấy. Do vậy, những người này có một kinh nghiệm không thông qua cách của tâm nhị nguyên thông thường. Ánh sáng không chỉ là một công cụ đem đến cho họ sự an bình. Ánh sáng là an bình và họ cũng chính là ánh sáng, và như vậy, chủ thể, đối tượng, kinh nghiệm tất cả đều là một.

Một người đàn ông khác kể chuyện sau khi chết một vài phút, ông ta thấy mọi sự đã xảy ra trong cuộc đời ông, từ khi sinh đến lúc chết. Ông không chỉ thấy từng sự kiện tiếp nối - mà thấy lập tức toàn bộ cuộc đời ông. Ông không thực sự thấy bằng mắt hoặc biết bằng tâm, mà chỉ nhận biết mọi thứ một cách sống động.

Do vậy, tâm giác ngộ thật sự không quá xa lạ. Tất cả chúng ta đều có thể kinh nghiệm nó khi nhận ra chân lý, hoặc vào một số thời điểm chuyển đổi quan trọng trong đời sống. Nhưng nếu không phải là một thiền giả, bạn có thể bạn không nhận ra tâm giác ngộ trong khi kinh nghiệm nó và sẽ lại xao lãng bởi toàn bộ những cảm xúc và khái niệm của thế gian.

TÂM KHÁI NIỆM

TÂM KHÁI NIỆM LÀ NHỮNG gì xảy ra khi tâm giác ngộ bị chướng ngại bởi những cảm xúc và khái niệm che phủ. Nó là diện mạo của tâm kinh nghiệm sự vật qua khái niệm nhị nguyên, bám chấp vào bản ngã, tư duy phân biệt, và kinh nghiệm đau khổ.

Khi một đối tượng xuất hiện trước chúng ta, ví dụ như cái bàn, chúng ta lập tức ghi nhận: "Đây là một cái bàn." Làm như vậy, chúng ta quan niệm cái bàn là một đối tượng, và tâm ta tự động trở thành chủ thể, và do vậy tính nhị nguyên *(gNyis 'Dzin)* được thiết lập.

Chính vào lúc suy nghĩ nhị nguyên bắt đầu, chúng ta *"bám chấp vào bản ngã"* *(bDag 'Dzin)*, có nghĩa là chúng ta chấp vào đối tượng như một thực thể có thật. Trong Phật giáo, sự bám chấp tinh thần không chỉ là sự chấp ngã hoặc "cá nhân" *(Gang Zag)*, cái tôi, là tôi, và của tôi, mà còn bám chấp vào *"hiện tượng hiện hữu"* (Tạng, *Ch'os*, Sanskrit: *dharma* - pháp), như cây cối, cái bàn, bạn bè, hoặc người nào đó.

SỰ PHÂN BIỆT

SỰ BÁM CHẤP TINH THẦN này kéo theo sau đó những tư duy phân biệt - những ý nghĩ rằng cái bàn này là tệ, xấu, v.v...

Một khi chúng ta đã gán nhãn lên đối tượng theo cách này, tất cả mọi loại cảm xúc (Tạng: *Nyon Mongs,* Sanskrit: *klesha* - phiền não), như khao khát hay thù ghét... nảy sinh. Chúng ta nghĩ: "Tôi phải có cái bàn tuyệt đẹp này," hoặc "Tôi ghét có cái bàn này, nó thật xấu xí." Cảm xúc chính là những tư tưởng và cảm nhận bám luyến hay thèm khát sự vật mà ta đã ấn định như là đẹp và ghét bỏ những sự vật mà ta đã ấn định như là xấu. Cảm xúc làm phát triển và mạnh mẽ khái niệm nhị nguyên, chấp ngã, và suy nghĩ phân biệt của chúng ta.

Chúng ta càng quay tròn trong chu trình của tâm khái niệm, sự trở thành những khuôn mẫu suy nghĩ nhị nguyên càng mạnh hơn, trói chặt hơn sự chấp ngã, càng suy nghĩ phân biệt rộng khắp hơn, và càng choáng ngợp những cảm xúc. Kết quả là đau khổ và kích động, làm cuộc sống thế gian thăng trầm. Bánh xe của cuộc sống trần tục này sau đó tự nó chuyển động, xoay chuyển không gián đoạn. Và đây chính là vị trí mà chúng ta đang hiện hữu ngày nay. Tất cả người phàm tục chúng ta đều nằm trong vòng xoay của tâm khái niệm này với những suy nghĩ nhị nguyên, tâm phân biệt, cảm xúc tranh đua, đau khổ và kích động. Cuộc sống chúng ta là như vậy.

Trong quyển *Năng lực chữa lành của tâm* sắp xuất bản của tôi có một câu chuyện minh họa điều này. Khi tôi còn bé, khoảng sáu hay bảy tuổi, chúng tôi đi chơi và ăn ngoài trời. Vì chúng tôi hầu như không ra khỏi tu viện bao giờ, nên lần ra ngoài này là một cơ hội rất hiếm có. Chúng tôi đi trong vài ngày đến những cánh đồng xanh tươi rộng rãi rất đẹp ở Tây Tạng. Ở giữa các ngọn núi cao, có một cánh đồng xanh trải rộng. Toàn bộ cánh đồng được che phủ bằng những bông hoa nhiều màu sắc. Tôi chạy quanh đây đó với đôi chân trần, tận hưởng sự tiếp xúc với cỏ xanh, cái thấy và không khí tốt lành.

Đột nhiên một cơn đau nhói xuyên qua chân. Tôi ngã xuống đất và toàn thân co lại vì đau. Dường như toàn bộ thế gian đều trở thành sự đau đớn. Tôi không biết điều gì xảy ra. Cuối cùng một người lớn đến kiểm tra và mở rộng các ngón chân tôi, bắt được một con ong. Khi con ong bắt đầu chích, các ngón chân tôi co chặt lại. Chân tôi càng co chặt, con ong càng chích, và càng bị chích ngón chân tôi càng co chặt, cứ tiếp diễn mãi như thế. Nhưng ngay khi ngón chân tôi mở ra, con ong được tự do, sự đau đớn, ít nhất là cơn đau đang hành hạ tôi được giảm xuống.

Tương tự như vậy, theo Phật giáo, chính sự bám chấp vào *bản ngã*, nghĩa là tâm thức bám chấp vào cái tôi, là tôi, của tôi, cái bàn, người khác, kẻ thù của tôi, v.v... như những thực thể có thật, là gốc rễ của đau khổ. Khi tâm ta càng bị chật hẹp hơn, ta càng cảm thấy đau khổ hay kích động gia tăng. Nhưng khi tâm ta được buông lỏng và dịu đi, thì ta càng trở nên an bình, yên tĩnh và trong sáng. Và vì thế, như đã nói trước đây, tâm là chìa khóa, là điều quan trọng nhất để cải thiện, chữa lành và giải thoát.

Mọi hình tướng luôn xuất hiện trước chúng ta, dù ta là Phật hay phàm phu. Tuy nhiên, một vị Phật có thể thấy mọi sự cùng lúc không giới hạn, trong khi cái thấy của một người phàm phu bị giới hạn, méo mó và tập trung vào một việc trong một lúc. Một vị Phật nhìn thấy với cái gọi là hai trí tuệ: trí tuệ nhìn thấy hình tướng đúng như thật tánh của chúng và trí tuệ nhìn thấy hình tướng như vẻ ngoài của chúng. Trái lại, nhận thức của người thường là giới hạn, cứng nhắc và lừa dối.

Gốc rễ sự khác biệt giữa một vị Phật và chúng ta nằm trong cách chúng ta nhận thức sự vật - dù hình tướng, âm thanh, cảm nhận, hay ý niệm. Khi thấy bất cứ thứ gì chúng ta đều chấp vào nó như thể nó có một *bản ngã*, một thực thể thực sự hiện hữu. Do làm như vậy, chúng ta bắt đầu phân chia *"cái tôi"* như chủ thể và hình tướng *"sự vật"* như đối tượng. Điều này dẫn đến khái niệm tri thức phân biệt sự vật là tốt hay xấu. Điều này lần lượt làm phát triển cảm xúc phiền não nung nấu, ngọn lửa của cái được gọi là kinh nghiệm của đau khổ và kích động.

Một vị Phật thấy mọi sự cùng lúc, hoàn toàn nhất như và rộng mở, không bám chấp vào tự thân của hiện tượng xuất hiện. Do vậy, không có sự phân biệt thành chủ thể và đối tượng, không có tâm phân biệt, không cảm xúc phiền não, và không kinh nghiệm đau khổ hay kích động.

Điểm mà chúng ta rơi vào luân hồi hoặc được giải thoát vào trạng thái giác ngộ là khi chúng ta bám chấp hoặc không chấp vào hiện tượng xuất hiện như thể chúng có một bản ngã. Điểm này giống như công tắc điện mở hay đóng. Nó là nguồn gốc và nguyên nhân của mọi đau khổ. Như Đức *Shantideva* đã nói:[16]

> *Mọi sự quá khích, sợ hãi, và đau khổ*
> *Hiện hữu trong thế gian*
> *Đều xuất phát từ chấp ngã.*
> *Do vậy chúng ta sử dụng con quỷ đáng kinh sợ này làm gì?*
> *Nếu không buông bỏ bản ngã,*
> *Chúng ta sẽ không thể chấm dứt đau khổ.*
> *Giống như nếu không buông lửa khỏi tay,*
> *Thì không thể tránh khỏi việc bị phỏng.*

Thế nên, mục tiêu chính của tu tập thiền định là nhận ra và hoàn thiện sự nhận biết Phật tánh, thoát khỏi những che chướng tri thức bắt nguồn từ việc *chấp ngã* và những che ám cảm xúc của *tham, sân*, và *si*. Sự nhận biết này sẽ chỉ đến qua các phương pháp làm giảm và tẩy sạch cảm xúc phiền não và khái niệm tri thức nhị nguyên qua tu hành thiền định và những công đức tu tập, chẳng hạn như của lòng bi.

Mục tiêu tối hậu của thiền định là giải thoát khỏi chấp bám vào hình tướng, nhưng không phải ngăn chận chính bản thân hình tướng. Như vị tổ vĩ đại *Tilopa* của Ấn Độ thời xưa đã nói:

> *Này con trai, hình tướng không phải là vấn đề, mà sự bám chấp vào*
> *nó mới là vấn đề.*

> *Này N?āropa hãy cắt đứt sự chấp bám.*

Mục đích của thiền định không chỉ là giữ cho không có cảm xúc và niệm tưởng, mà là nhận ra thật tánh, Phật tâm; là hoàn toàn giải thoát khỏi chấp ngã và thành tựu hoàn toàn của an bình tối hậu, rộng mở, nhất như và toàn giác.

Có lần, *Saraha*,[17] một vị tổ vĩ đại nhất của Phật giáo Ấn Độ thời xưa đang theo đuổi rèn luyện mật tông với phối ngẫu của Ngài trong nơi cô tịch. Một ngày nọ, Ngài yêu cầu vị phối ngẫu làm món củ cải. Tuy nhiên khi vị phối ngẫu đến để dâng lên ngài, Ngài đã nhập định và trụ trong đó mười hai năm. Cuối cùng, khi xuất định Ngài lập tức hỏi vị phối ngẫu: "Món củ cải của ta đâu?". Một lúc sau, *Saraha* nói với vị phối ngẫu rằng Ngài muốn đi vào núi để thiền định. Vị phối ngẫu từ chối dứt khoát: "Cô lập thân thể không phải là sự cô đơn thực sự. Sự cô đơn tối thượng là giải thoát khỏi (bám chấp) vào các đặc tính (hay những đối tượng hình ảnh) và các khái niệm tinh thần." Bà nhận xét: "Mặc dù Ngài nhập định mười hai năm, Ngài vẫn không thể cắt đứt đặc tính vi tế của món củ cải khỏi tâm Ngài. Vậy đi vào núi có ích gì?" Nghe theo nhận xét minh bạch này, *Saraha* thiền định không chỉ về sự vắng bặt khái niệm, mà còn về sự nhận biết của chân lý tuyệt đối (*gNyug Ma'i Don*), và cả hai đều trở thành những vị tổ vĩ đại.

CÁC GIAI ĐOẠN TIẾN BỘ

CHÚNG TA CẢI THIỆN và chữa lành tâm khái niệm và cảm xúc của mình như thế nào? Nói chung, điều quan trọng là biết rằng có ba giai đoạn để qua đó ta thực hiện theo trí tuệ Phật giáo. Đó là những giai đoạn tiêu cực, tích cực và hoàn thiện.

Với giai đoạn trước tiên, nếu chúng ta có nhiều khái niệm cứng rắn, nhị nguyên, kinh nghiệm các cảm xúc mãnh liệt, thường bị phiền muộn và đau khổ hành hạ, thì cuộc sống của chúng ta đang ở trong chu trình tiêu cực của cuộc sống trần tục. Vậy, giờ đây chúng ta nên làm gì? Chúng ta nên chuyển đổi từ giai đoạn tiêu cực của cuộc sống phàm tục đến một cuộc sống tâm linh tích cực, và sau đó từ giai đoạn tích cực đến giai đoạn hoàn thiện, sự nhận biết của tâm giác ngộ.

Giai đoạn của chúng ta ở đây bây giờ, dù có chấp nhận hay không, chủ yếu là tiêu cực. Ngoài ra, điều này có thể thúc đẩy một số người nói: "*Đạo Phật là bi quan yếm thế.*" Nhưng quan điểm này không bi quan. Nó là hiện thực. Nhiều người trong chúng ta thực sự cảm thấy đau khổ và buồn phiền. Và ngay cả khi chúng ta sống trong cuộc sống rất tốt và hạnh phúc, thì điều đó cũng không kéo dài. Cảm giác này thường biến mất sau vài ngày, và chúng ta không biết những gì sẽ xảy ra sau đó. Hôm nay có thể chúng ta khỏe mạnh, nhưng lại không biết về ngày mai. Ngày nay chúng ta còn sống, nhưng không thể kiểm soát được những gì xảy ra cho ta trong ngày mai. Ngày hôm nay có thể chúng ta giàu có, nhưng ngày mai có thể mất hết mọi thứ.

Vì thế, không có gì là chắc chắn; mọi sự đều thay đổi, đang được treo bằng một sợi dây mong manh. Tất cả mọi thứ đều thay đổi, đó là đặc tính vô thường; là tiêu cực, không đáng tin cậy, và không tích cực hay hoàn thiện. Do vậy chúng ta cần tiến đến một cuộc sống tích cực. Để rồi vào một lúc nào đó trong tương lai chúng ta có thể đi đến hoàn thiện.

Bất cứ lúc nào chúng ta phát triển một khái niệm, quan điểm, nhận thức, hoặc cảm nhận - nếu khái niệm hay cảm xúc làm giảm đi sức mạnh và sự trói buộc của tính *nhị nguyên*, trói buộc của *chấp ngã*, cảm xúc và kinh nghiệm, thì đó là cái thấy tích cực và một kinh nghiệm tích cực. Các thực hành về bố thí, trì giới, thiền định về lòng bi, sùng kính, suy niệm, v.v... sẽ nâng cao trạng thái tích cực của tâm. Chúng ta cần sử dụng suy nghĩ, và cảm xúc tích cực để cải thiện cuộc sống mình và dần dần tiến đến sự hoàn thiện.

Sự nhận biết của tâm giác ngộ, Phật tánh, là hoàn toàn rộng mở, nhất như, và toàn giác, đó là sự viên mãn. Giai đoạn viên mãn (hoàn thiện) là vượt lên suy nghĩ và cảm nhận tích cực. Tuy nhiên, điều này không cần thiết là mục tiêu của hôm nay, mà là mục tiêu của tương lai. Bây giờ, chúng ta nên cố gắng đi từ giai đoạn tiêu cực đến giai đoạn tích cực.

LÒNG BI

ĐẠO PHẬT ĐƯA RA NHỮNG pháp tu nào để giúp ta đi từ tiêu cực đến tích cực và sau đó đến hoàn thiện? Tất nhiên, vô số những thực hành thiền định của đạo Phật đều dành cho mục đích này. Nhưng hôm nay, chúng ta đang nói về lòng bi, do vậy lòng bi sẽ được chọn như phương tiện để xóa bỏ chu trình của tâm khái niệm.

Lòng bi có ba khía cạnh. Điều này không cần thiết giải thích đúng nguyên văn, nhưng tôi sẽ cố gắng sắp xếp để chúng ta dễ hiểu.

Trước tiên là lòng bi tích cực, nó giới hạn, có cảm xúc và dựa trên khái niệm, nhưng là một tiếp cận tích cực.

Thứ hai là lòng bi phổ quát, mặc dù vẫn còn dựa trên khái niệm nhưng rộng hơn lòng bi tích cực vì nó phổ quát. Đây là cách tiếp cận với lòng bi mạnh mẽ nhất có thể đưa ra bởi một tâm khái niệm.

Cuối cùng là lòng bi của đức Phật, sự toàn khắp hay năng lực tỏa khắp (*Thugs rJe Kun Khyab*) của đức Phật. Đây là sự viên mãn của lòng bi.

Để bắt đầu, chúng ta thiền định về lòng bi tích cực. Để phát triển lòng bi này, chúng ta suy nghĩ chú tâm hoàn toàn về người nào đó đang đau khổ, và liên tục nghĩ về cảm giác đau khổ. Chúng ta cảm nhận sự đau khổ của người đó bằng cách đặt chính mình vào vị trí của họ. Kết quả là một lòng bi vô điều kiện phát sinh tận đáy lòng ta, cùng với một cảm giác quyết tâm nhận trách nhiệm làm nhẹ bớt nỗi đau của người ấy, đem đến hạnh phúc và giác ngộ cho họ. Thái độ quan tâm và quyết định nên được áp dụng vào thực hành qua sáu pháp *ba-la-mật* (Tạng: *Phar Phyin*, Phạn: *paramita*) như sự rộng lượng và khoan dung.

Lòng bi này là *nhị nguyên*, dựa trên khái niệm và được thúc đẩy bằng cảm xúc, nhưng nó là một thái độ tích cực và dẫn đến hành động tích cực, cố gắng làm những điều tốt nhất cho người khác trong khả năng của ta.

Sau đó điều gì xảy ra? Dĩ nhiên, tất cả các bạn đều đồng ý rằng quan tâm đến người khác là điều tuyệt vời. Nhưng còn hơn như vậy nữa, nó tạo ra nghiệp tốt, công đức, lợi ích cho người khác và cho chính chúng ta. Ngoài ra, khi đưa tay giúp người khác một cách tình cảm, chúng ta phá bỏ và tiêu diệt những rào cản tâm thức, những phòng ngự tình cảm, và sự phân biệt giữa tôi với bạn, giữa bạn bè tôi và kẻ thù tôi, điều này làm chia cắt giữa tôi với bạn, chúng ta với người khác, chủ thể với đối tượng.

Ở đây, chúng ta không bám chấp vào sự định danh như tôi, bạn bè tôi, v.v... Tâm thương yêu, quan tâm, hoàn toàn rộng mở của chúng ta với đầy đủ sức mạnh của cảm xúc tích cực, bùng phát mạnh mẽ và vươn tới những người đau khổ. Chúng ta tiếp cận những người đang đau khổ từ tận đáy lòng mình, và sau đó đến với tất cả không giới hạn. Ngoài việc phá bỏ lớp vỏ tâm thức và giúp đỡ không phân biệt, sức mạnh tình cảm dạt dào của lòng bi này cũng khuấy động và giải phóng mọi cảm xúc, khái niệm không thích hợp và nhiễm độc mà chúng ta đã tích lũy.

Mặc dù loại lòng bi này là cảm xúc và dựa trên khái niệm, nhưng nó là tích cực. Và khi ta vẫn còn đầy những khái niệm và cảm xúc, ta nên dùng chúng với sự thuận lợi nhất của mình để đẩy chúng ta trên con đường tích cực. Nếu có thể phát triển lòng bi như vậy trong tâm thức, thì bất cứ việc gì chúng ta làm cũng đều sẽ trở thành một hoạt động của lòng bi và là một suối nguồn của hạnh phúc cho người khác và cho chính chúng ta.

Lòng bi phổ quát là hoàn toàn mở rộng tâm ta với lòng bi đến toàn bộ pháp giới. Trong đó, chúng ta không cần thiết tập trung vào một người hay một vài người đang đau khổ, mà là đến tất cả - toàn bộ pháp giới. Trong thực tế, tất cả chúng sanh đều đau khổ trong chu trình luân chuyển chìm nổi của vô thường. Ngay cả khi chúng ta cảm thấy hạnh phúc và cuộc sống hoàn hảo, nhưng rồi điều đó sẽ thay đổi. Vì thế, chừng nào chúng ta còn ở trong chu trình thay đổi này, chúng ta vẫn còn trong vòng đau khổ.

Tuy nhiên, chúng ta không phải thất vọng về điều này, vì ta có thể cải thiện tương lai mình bằng việc cải thiện tâm qua sự phát triển lòng bi. Như đã để cập đến trong lòng bi tích cực, chúng ta nên liên tục suy nghĩ và cảm nhận nỗi đau khổ của toàn bộ pháp giới để phát triển một lòng bi mạnh mẽ giúp vươn tới tất cả và nhận trách nhiệm dẫn dắt tất cả đến hạnh phúc và giác ngộ, không giới hạn hay phân biệt.

Về mặt tâm lý, tình cảm và sinh lý, sự tu tập này làm mở ra và trải rộng tâm và năng lượng của ta đến người khác và chính chúng ta, đến toàn thể pháp giới. Nó giúp chúng ta vượt lên lòng bi chật hẹp về gắn chặt với chính mình, gia đình, con cháu, hoặc một người cụ thể nào đó đang chịu sự đau buồn. Nếu chúng ta có thể mở rộng tâm hoàn toàn không có bất cứ biên giới, giới hạn, hay phân biệt nào đến pháp giới vô tận, thì đó là lòng bi và sự tu tập tâm linh tốt nhất trong phạm vi của tâm cảm xúc và khái niệm. Tâm thức, năng lượng và hành động chúng ta sẽ biểu thị lợi ích cho tất cả, bất chấp ai, dù là bạn bè hay kẻ thù, hoặc bề ngoài của họ đau khổ hay hạnh phúc.

Sự viên mãn hoàn toàn của lòng bi là lòng bi của đức Phật. Lòng bi của Phật là khía cạnh phổ quát hoặc năng lực tỏa khắp của Phật tánh. Nếu nhận ra và hoàn thiện tâm giác ngộ, chúng ta sẽ thành Phật, và năng lực tỏa khắp sẽ là lòng bi Phật của chính chúng ta. Vì thế, năng lực tỏa khắp của tâm thức giác ngộ và của đức Phật chính là đức từ bi.

Nhưng, xin nhắc lại, đây là mục đích cuối cùng, không phải mục tiêu trước mắt. Mục tiêu trước mắt của chúng ta là phát triển lòng bi tích cực, một lòng bi cảm xúc và dựa trên khái niệm, hướng đến những người đang đau khổ. Chúng ta cần bắt đầu với một người đang đau khổ, sau đó trải rộng ra đến nhiều người hơn và phát triển một thệ nguyện, một quyết tâm, từ tận đáy lòng: "Tôi nhận trách nhiệm giúp đỡ người này." Sau đó chúng ta không chỉ dừng lại với những tư duy tích cực, mà còn áp dụng chúng với việc làm tích cực.

THIỀN ĐỊNH VỀ LÒNG BI

CHÚNG TA CÓ THỂ THIỀN định về lòng bi bằng việc nghĩ về chuyện của một người đang đau khổ - quán tưởng hình ảnh và cảm nhận nỗi đau. Điều này có thể theo sau bằng một thiền định về chính lòng bi và về ánh sáng chữa lành của Đức Phật Đại Bi, Đức Quán Thế Âm (*Avalokiteshvara*) để chữa lành đau khổ. Trước khi bắt đầu thiền định, có ba điểm quan trọng để giải thích.

Trước tiên là phát triển một lòng bi mạnh mẽ xuất phát từ tận đáy lòng mình hướng đến người đang đau khổ, khiến nước mắt chảy ra khỏi mắt ta, các chân lông trên thân dựng đứng, và nếu đang ngồi ta thấy cần phải đứng dậy, nếu đang đứng, ta cảm thấy cần phải ngồi. Suy nghĩ và cảm nhận nỗi đau khổ là chìa khóa quan trọng nhất để gợi lên lòng bi trong chúng ta.

Ở đây, một số người có thể nghĩ: "Điều này quá nhạy cảm và đau khổ với tôi. Thậm chí tôi không thể hình dung một cảm giác như vậy." Ngay lúc đầu tiên của thiền định, chúng ta có thể phát sinh cảm giác buồn nản. Nhưng lợi ích vĩ đại sẽ theo sau. Thiền định này thúc đẩy chúng ta nhận ra bản chất thực sự cấu thành cuộc sống này - sự đau khổ. Nó gợi cảm hứng để tự chúng ta thoát ra khỏi chu trình đau khổ và cứu người khác khỏi đau khổ. Như chúng ta đã đề cập trước đây, loại lòng bi cảm xúc và dựa trên khái niệm tích cực này mở rộng tâm thức đông cứng, chật hẹp của chúng ta bằng việc phá bỏ những giới hạn và hạn chế của tinh thần và cảm xúc ta. Nó phơi bày và giải phóng những thứ vô nghĩa mà chúng ta đã và đang bảo vệ trong chính mình.

Thứ hai là quán tưởng rõ ràng một người nào đó đang đau khổ và có những tư duy, cảm nhận mạnh mẽ về kinh nghiệm mà người đang đau khổ phải trải qua. Chúng ta đặt chính mình trong vị trí của người đó, cảm nhận nỗi đau đớn và sợ hãi. Sự quán tưởng một hình ảnh cụ thể và suy nghĩ về một thảm kịch thật sự với từng chi tiết sẽ đánh thức những cảm giác mạnh mê, chắc chắn, sống động và như thật của đau khổ và bản tánh đau khổ trong chúng ta. Và đó là chìa khóa để phát triển lòng bi.

Ở đây, một số người có thể cảm thấy: "Tại sao không để mặc người đang đau khổ này một mình?" Theo trí tuệ đạo Phật, nếu có người làm cho người khác phát sinh tư duy công đức hoặc thực hiện hành động đạo đức, thì người đó sẽ tạo được công đức. Ngoài ra, trong thiền định, không chỉ suy nghĩ về nỗi đau khổ của người này, mà chúng ta còn đem ân phước chữa lành từ Đức Phật Đại Bi và chia sẻ với người đó để chữa lành. Thế nên, chúng ta không chỉ sử dụng một người đang đau khổ như một phương tiện đạt được hạnh phúc và giác ngộ cho chính mình mà còn làm lợi ích cho người đó và người khác.

Thứ ba là quán tưởng Đức Phật Đại Bi để phát triển lòng tin và sùng kính Ngài, để cầu nguyện Ngài, và để đem ánh sáng ban phước của Ngài xoa dịu đau khổ của chính chúng ta, cũng như của những người khác và toàn thể pháp giới.

Một số người có thể nghĩ rằng cầu nguyện đến Đức Phật Đại Bi là sự thờ phụng thần quyền hoặc dựa vào tha lực. Tuy nhiên, Phật giáo không tán thành sự thờ phụng thần quyền. Phật giáo tin rằng nguồn lực duy nhất của sự thành tựu tâm linh chân thật là chính tâm chúng ta. Chỉ chính tâm chúng ta là nguồn năng lực tối thượng, vì nó sở hữu tâm giác ngộ, đó là Phật. Song, những Phật tử thực sự có sử dụng các hình tượng, cùng với nhiều thứ khác, như những nguồn giáo lý tâm linh, cảm hứng và sự hỗ trợ. Điều này được gọi là phương tiện thiện xảo. Nếu chúng ta thấy điều gì đó là tích cực và sử dụng nó trong cách tích cực, thì kết quả tích cực sẽ nảy sinh. Khi một hình ảnh được sử dụng có một ý nghĩa tâm linh, nó có thể giúp ích chúng ta rất nhiều trong việc làm phát sinh những lợi ích tâm linh. Chúng ta tiếp nhận những lợi ích tối cao vì của chính tâm mình, thái độ tinh thần và cái thấy của chúng ta, không bởi hiện tượng bên ngoài.

Chính Đức Phật nói rằng Ngài chỉ phô bày cho chúng ta con đường hướng đến Phật tánh, một con đường mà Ngài đã hoàn tất. Nhưng thực tế đi trên con đường đó hoàn toàn do con người, những cá nhân, Đức Phật đã nói:

Ta đã chỉ cho các ngươi con đường giải thoát,
Giờ đây việc đạt được giải thoát là do các ngươi.

HÀNH TRÌNH TÂM LINH TRONG MỘT CUỘC SỐNG NÁO LOẠN [18]

Tôi muốn chia sẻ một số câu chuyện về cuộc đời tôi, vì với tôi nó không chỉ là một cuộc sống rèn luyện trong việc làm thế nào để sống sót trong những hoàn cảnh đen tối nhất, mà còn là nắm được ý nghĩa tốt nhất của nó.

Tôi sinh ra trong một căn lều của một gia đình du cư trên một cao nguyên đầy cỏ, hoang dã của phía Đông Tây Tạng, nơi có những rặng núi cao nhất thế giới. Mặt đất bao phủ đầy tuyết suốt tám tháng trong năm. Gia đình tôi thuộc về một nhóm bộ lạc sống trong lều và nuôi gia súc, như trâu *yak*, ngựa, và cừu. Trong một năm, thường ba hay bốn lần chúng tôi chuyển việc cắm trại đến các thung lũng khác nhau, để có đủ cỏ tươi nuôi sống gia súc.

Sau đó, vào lúc năm tuổi, một thay đổi đầu tiên lớn nhất xảy ra trong cuộc sống tôi. Tôi được nhận ra là tái sanh của một vị thầy nổi tiếng đã viên tịch của tu viện *Dodrupchen*, một tu viện quan trọng ở phía Đông Tây Tạng. Dù cha mẹ buồn khi phải rời xa tôi vì tôi là đứa con duy nhất nhưng cha mẹ tôi đã dâng hiến vì điều thiện không chút ngần ngại. Cha mẹ tôi tự hào và xem đó là một đặc ân vì con họ đã nhanh chóng trở thành một trong những người được tôn kính trong xã hội.

Sau khi đến tu viện, tôi chỉ được về thăm cha mẹ mỗi năm một lần và mỗi lần ở lại không quá hai tuần. Đột nhiên cuộc sống tôi thay đổi. Tôi không có khoảng thời gian thơ ấu chơi đùa với những đứa trẻ khác. Thay vào đó, các vị giám hộ tôn quý chăm sóc và phục vụ tôi với lòng tôn kính, vì tôi được nhận ra là vị thầy tái sanh của họ. Từ sáng sớm đến chiều tối, chu trình thời gian đầy kín với việc học tập, tụng các bài nguyện hay thiền định. Cuộc sống tràn đầy hoan hỷ và an bình nội tâm, vì các vị giám hộ của tôi là người rất sáng suốt, bi mẫn, hiểu biết, hiền hòa và thực tế. Các Ngài là những vị tu sĩ tôn trọng giới luật không cứng rắn, nghiêm khắc như bạn có thể tưởng tượng, mà các Ngài hiền từ, khiêm tốn và quan tâm, đầy những nụ cười và sức sống.

Sau một thời gian tôi không còn cảm thấy bị thúc giục ham muốn chơi đùa hay chạy nhảy mà không có chủ định, và thậm chí chẳng cần nhìn quanh quẩn; tôi có thể ngồi yên tĩnh trong an định vài giờ.

Trong tu viện, tôi đã được dạy về sự quan trọng của việc nhận ra và duy trì tánh thanh tịnh của tâm, một trung tâm tinh thần của trí tuệ, an bình, hoan hỷ, bi mẫn và năng lượng trong chính mình. Đạo Phật tin rằng sự đồng nhất của một người là tâm, và tâm đó trong thật tánh nó là thanh tịnh, an bình và viên mãn. Như chúng ta biết, khi tâm an trụ thoát khỏi áp lực của hoàn cảnh bên ngoài và cảm xúc, tâm trở nên an bình, rộng mở, sáng suốt và rộng rãi hơn.

Ngay cả ngày nay, sau ba thập niên, tôi vẫn cảm thấy những kinh nghiệm an bình của cuộc sống tu viện trong lòng tôi; và tai tôi vang vọng những lời dịu dàng, nhân từ của các vị tu sĩ sáng suốt và bi mẫn nhất của thời thơ ấu trong tu viện. Các Ngài luôn là nguồn hướng dẫn và năng lượng chính trong cuộc sống giúp tôi vượt qua những lúc nhầm lẫn và yếu đuối.

Cho đến khi được mười tám tuổi, tôi chưa từng thấy máy bay hay xe ô tô. Một đồng hồ đeo tay có thể là sản phẩm tinh vi nhất của kỹ thuật hiện đại mà tôi từng được thấy.

Sau đó, vào tuổi mười tám, vì sự thay đổi xảy ra ở Tây Tạng, chúng tôi vượt hơn một ngàn dặm băng qua đất nước để đến Ấn Độ. Khi đến Ấn Độ, tôi bắt đầu cuộc sống ở đó trong hai mươi năm. Không chỉ tự thấy mình ở một nước ngoài, mà mọi thứ đều hoàn toàn mới với tôi, bao gồm nhân dạng của chính tôi, bây giờ là một người tị nạn, một người đi tìm nơi trú ẩn để sống còn. Tôi không thể hòa nhập với mọi người vì không nói được một chữ của ngôn ngữ họ và chưa nắm bắt được nền văn hóa mới. Hầu như cả một trăm ngàn người Tây Tạng tị nạn ở Ấn Độ đều bị bệnh, và nhiều người bị chết vì sự thay đổi thức ăn, thời tiết, nước uống hay độ cao. Những kinh nghiệm, hình ảnh, nỗi sợ hãi, và các chuyện cá nhân về cuộc sống địa ngục của những người thân bị bỏ lại phía sau, còn kẹt lại Tây Tạng, vẫn theo đuổi và hành hạ tất cả chúng tôi cả ngày lẫn đêm. Với nhiều người tị nạn, cuộc sống trở nên quá khổ, thậm chí một số người bị ép phải chọn phương tiện cực đoan để chấm dứt đời sống.

Với chúng tôi, chỉ có một giải pháp và sự an ủi, và đó là cố đừng trụ trong sự lo nghĩ, mà nhớ đến lời của vị tác giả Phật giáo vĩ đại, *Shantideva*; Ngài đã nói:

Nỗ lực của tôi là cố gắng sống nơi tâm linh tôn nghiêm, trung tâm an bình trong chính tôi, cái tôi đã được dạy cách trau giồi trong suốt cuộc sống ở tu viện, và cố ổn định cuộc sống dao động của tôi bằng cách thấy và đánh giá cao bất cứ khía cạnh tích cực nào và mục đích cuộc đời bị bỏ lại trước mắt tôi. Do vậy, tìm thấy an bình tinh thần trong bản thân tôi như nơi trú ẩn, và sử dụng những thái độ tích cực như phương tiện giao thiệp là hai yếu tố làm tôi có thể dễ dàng điều khiển cuộc sống tôi vào lúc khó khăn nhất.

Sau đó, trước đây khoảng mười năm, tôi chuyển đến Hoa Kỳ, xứ sở của tự do. Và giờ đây tôi sống ở *Cambridge*.

Năm 1984, sau hai mươi bảy năm xa xứ, tôi đã có thể thăm quê hương Tây Tạng. Đó là thời khắc hạnh phúc để thấy một ít bạn già và thân nhân của tôi còn sống, và là một thời điểm buồn bã để biết rằng phần lớn những người thân thương, những khuôn mặt tôi đã từng yêu mến nhiều năm cũng như các vị thầy tôn kính của tôi, mà những lời của các Ngài là suối nguồn chữa lành của tôi, đã chết trong hai thập kỷ trước. Tu viện, học viện nghiên cứu của ký ức tôi đã biến mất hoàn toàn, không còn lại gì ngoài những bức tường đổ nát và những trái tim vỡ vụn của mọi người, phản chiếu lẫn nhau. Tuy nhiên, vào thời điểm tôi viếng thăm, nhà cầm quyền đã dần dần bắt đầu cho phép mọi người xây dựng lại truyền thống gia đình, cuộc sống tín ngưỡng và tái thiết tu viện.

Tôi đã thấy nhiều người Tây Tạng là nạn nhân của tù đày và tra tấn lại thân thiện với những viên chức đã làm hại họ. Và một nạn nhân đã nói với tôi: "Những gì xảy ra với chúng tôi không phải lỗi của cá nhân các viên chức này. Tất cả chúng tôi đều là nạn nhân của hệ thống như nhau, của nghiệp tiêu cực. Việc trách cứ một số người bọn họ về những gì đã làm là không công bằng." Điều này nhắc tôi nhớ lại những dòng kệ của Ngài *Shantideva*:

Nói chung, thật khó thấy trung tâm an bình nào trong chúng ta, nhưng nếu có thể nhận ra và đánh giá hoàn cảnh tích cực của cuộc sống mình, thì một tâm linh yên bình và sức mạnh sẽ khởi lên trong chúng ta.

Với tôi, càng hưởng thụ cuộc sống hiện đại của phương Tây, tôi càng đánh giá cao sự phàm tục, khiêm tốn của cuộc sống tâm linh tôi thời thơ ấu, và điều đó thật sự giúp tôi đứng vững trên đôi chân của chính mình trong suốt cuộc đời tôi. Càng cảm thấy nhiều hạnh phúc của cuộc sống tinh thần, tôi càng tán thưởng sự tự do, trí tuệ, lòng bi, và sự rộng lượng dựa căn bản trên giá trị đạo Cơ Đốc-Do Thái của cuộc sống phương Tây, đã làm phong phú và bảo đảm các giá trị tinh thần của tôi.

Tôi không phải là một người sáng suốt để có thể đưa ra cho bạn bất kỳ những lời khôn ngoan nào, nhưng tôi là một người đã trải qua nhiều kinh nghiệm trong một thời gian ngắn, và tôi thật sự hy vọng rằng câu chuyện của tôi có thể có thể nảy sinh trong các bạn trong một lúc, một tiếng thở dài nhẹ nhõm trên chính cuộc sống may mắn của các bạn trong xứ sở tự do và sung túc này, đó là một kinh nghiệm của an bình và đánh giá đúng, và đó là bước đầu tiên của một chuyến hành trình tâm linh. Hãy giữ cho kinh nghiệm ấy luôn sống động.

4. NHỮNG PHÁP KHÍ CỦA ĐẠO PHẬT - SỰ HỖ TRỢ CỦA NHẬN BIẾT TÂM LINH[21]

Tôi muốn nói một vài lời về ý nghĩa của nghệ thuật Phật giáo ở Tây Tạng. Như bạn đã biết, trong nghệ thuật Tây Tạng phần lớn những đồ tạo tác đều tượng trưng cho giáo lý Phật giáo. Người Tây Tạng xem chúng như những đối tượng của sự tôn kính, suối nguồn gợi cảm hứng và để tạo công đức, chứ không như những vật liệu để trang trí trong nhà. Với người Tây Tạng, sự linh thiêng của pháp khí tôn giáo là thật thâm sâu, khi tôi còn thiếu niên, thầy tôi thường nói với chúng tôi: "Khi con quan sát hoặc nhìn vào một hình ảnh, không nên nghĩ hay nói rằng: 'Đây là một hình ảnh đẹp hay xấu,' mà phải nghĩ hay nói, 'nghệ sĩ tạo hình ảnh này thật khéo léo hay không khéo léo,' nếu không, con sẽ rơi vào chỗ xem một đối tượng thiêng liêng như là một đồ vật bình thường." Sự tôn kính và sùng mộ của người Tây Tạng đối với các biểu tượng tôn giáo không chỉ là một phản ứng văn hóa hay tri thức, mà là một cảm nhận sâu sắc và một diễn tả tự nhiên từ tấm lòng.

Khi Phật giáo là trái tim của cuộc sống người Tây Tạng, phần lớn các pháp khí của dân Tây Tạng đều tượng trưng cho giáo lý đạo Phật. Đó là lý do tại sao các đồ vật tôn giáo có một vai trò và vị trí không gì thay thế được trong xã hội Tây Tạng. Do vậy, tôi muốn nói về cách Phật tử sùng đạo ở Tây Tạng sử dụng các đồ vật tôn giáo như những công cụ rèn luyện tâm linh và quan điểm triết học phía sau chúng là gì.

Trước hết, về mặt triết học, điểm quan trọng nhất phải hiểu là những Phật tử Tây Tạng không phải những người thờ phụng thần quyền. Chúng tôi không thờ cúng những pháp khí tôn giáo với mong đợi sẽ nhận được thành tựu từ một hình tượng bằng đồng, v.v... Mà chúng tôi sử dụng chúng như một công cụ hay sự hỗ trợ để tạo ra một cảm hứng hướng đến Giáo pháp và phát sinh kinh nghiệm đạo đức, như sự sùng kính, an bình, lòng bi, thiền định và trí tuệ. Nếu đối tượng tôn giáo trở thành một công cụ để phát triển tư duy đạo đức trong tâm chúng ta, thì pháp khí đó chuyển thành một hỗ trợ tâm linh rất mạnh mẽ và có lợi cho cuộc sống ta. Tuy nhiên điều đó không do đồ vật mà vì nhận thức tích cực và cảm nhận sùng kính của chúng ta, gợi cảm hứng bằng cái thấy và sống với pháp khí tôn giáo. Do vậy chúng ta sử dụng pháp khí như một chìa khóa, mà suối nguồn ban phước chính yếu nằm trong tâm thức chúng ta.

Thứ hai, trong phạm vi của việc làm thế nào sử dụng những đồ vật như sự hỗ trợ tâm linh, chúng ta không thấy một pháp khí tôn giáo, như một tượng Phật, chỉ giống như một tác phẩm nghệ thuật. Chúng ta thấy hay thực hành cái thấy nó như một vị Phật sống để phát sinh cảm hứng, sùng kính và nhận thức thanh tịnh trong chính ta. Chúng ta tỏ lòng tôn kính đến nó để phát sinh khiêm tốn, cúng dường đến nó để phát sinh rộng lượng, thiền định về nó để đem lại thanh bình và yên tĩnh, và chúng ta tiếp nhận ban phước từ nó như thể từ một vị Phật sống, để phát triển kinh nghiệm tâm linh chúng ta. Nhờ đó qua sự hỗ trợ của đồ vật ban phước, chúng ta hoàn thiện hai tích lũy: tích lũy công đức và tích lũy trí tuệ.

Chúng ta thấy hình tượng của đức Phật như đức Phật thật sự có tất cả các phẩm tánh Phật, như lòng bi cho tất cả chúng sanh, giống như người mẹ cho đứa con duy nhất trí tuệ biết tất cả những gì xảy ra và nhu cầu của chúng sanh xảy ra cùng lúc, cũng như chân lý tối hậu, và năng lực an định đau khổ của thế gian và đáp ứng mọi mong ước của chúng ta.

Ngoài ra, mỗi chi tiết của pháp khí đều có ý nghĩa độc đáo của riêng nó. Mỗi chi tiết biểu tượng nhiều khía cạnh khác nhau của phẩm tánh Phật và giảng dạy ý nghĩa của Giáo pháp. Ví dụ, hãy xem xét một *thangka* của *Avalokiteshvara*, đức Phật Đại Bi, và tôi sẽ giải thích ý nghĩa của các chi tiết.

Nước da trắng như pha lê của Ngài biểu thị Ngài thanh tịnh, không bị nhiễm ô bởi cảm xúc và tri thức bất tịnh.

Ngài ngồi vững chãi trong tư thế hoa sen biểu thị Ngài an trụ trong bản tánh tối hậu bất biến.

Vẻ ngoài tươi trẻ biểu thị Ngài vượt lên đau khổ của tuổi tác và suy hoại.

Đôi mắt yêu thương giống như hươu không chớp của Ngài biểu thị Ngài luôn quan sát tất cả chúng sanh chưa từng ngưng nghỉ để đáp ứng nhu cầu của họ.

Khuôn mặt thanh bình luôn mỉm cười biểu thị Ngài hưởng sự thanh thản và hoan hỷ tối thượng trong đó hoàn toàn không có sự đau khổ.

Năm lễ phục bằng lụa và tám trang sức châu ngọc của *Sambhogakaya* (*Báo thân*) biểu thị Ngài trong thân tướng *Sambhogakaya*, thân vi tế của hai sắc thân Phật.

Hai bàn tay chắp lại nơi ngực biểu thị Ngài đã hợp nhất hay viên mãn luân hồi và *Niết-bàn* như một trong bản tánh tối hậu.

Viên ngọc như ý trong hai tay đầu tiên của Ngài biểu thị phương tiện thiện xảo của Ngài, đáp ứng mong ước của tất cả chúng sanh.

Hoa sen trắng trong tay trái Ngài biểu thị trí tuệ của Ngài, vô nhiễm với bất cứ tri thức và cảm xúc nhiễm ô nào, ngay cả nếu hiện thân của Ngài xuất hiện trong nhiều cõi khác nhau, giống như một hoa sen thì thanh tịnh ngay cả dù nó tăng trưởng trong bùn. Cũng biểu tượng rằng Ngài thuộc về gia đình hoa sen (Liên Hoa Bộ) thuộc ngũ bộ Phật.

Chuỗi pha lê trong tay phải Ngài biểu thị hoạt động Phật liên tục phục vụ chúng sanh như lần chuỗi không kết thúc.

Nếu được rèn luyện trong cái thấy và tập trung trên biểu thị công đức của đồ vật tâm linh, bạn sẽ đi suốt các giai đoạn khác nhau của sự hiểu rõ giá trị tâm linh. Trước tiên, các kinh nghiệm tâm linh bất cứ những gì bạn đã có hay đang có, sẽ được kích thích chỉ bằng việc thấy hay sống trong sự hiện diện của đồ vật tâm linh. Sau đó, sẽ đến lúc không cần dựa vào biểu tượng tôn giáo, và mọi hình tướng của pháp giới sẽ trở thành suối nguồn của giáo lý, cảm hứng, sức mạnh, và kinh nghiệm tâm linh.

Ở Tây Tạng, những pháp khí tôn giáo phong phú nhất được bảo tồn trong các điện thờ của tu viện, với sự cúng dường công phu và lễ hội, cầu nguyện liên tục. Ngoài ra, hầu như trong mỗi một ngôi làng bạn đều sẽ thấy một đền thờ đầy những hình ảnh và kinh điển, phục vụ như những đối tượng sùng kính và cầu nguyện cho dân địa phương. Kế đó, trong mỗi nhà, nếu có phương tiện, người ta dành riêng một phòng để làm điện thờ, đầy dẫy những biểu tượng tôn giáo. Và thậm chí trong những gia đình nghèo nhất, người ta cũng nỗ lực tối đa và mơ ước sẽ có một bàn thờ nhỏ với một số biểu tượng tôn giáo, và ít nhất cũng bày biện được một số chén nước và đèn bơ như một sự cúng dường trước bàn thờ, cũng như sự tu tập tâm linh trong sự rộng lượng, sùng kính và thiền định của họ.

Qua sự hỗ trợ của các đồ vật tinh thần, nếu kinh nghiệm tâm linh về an bình và giác ngộ sinh khởi trong chúng ta, thì bất cứ sống ở đâu, chung quanh chúng ta sẽ trở thành một đền thờ tâm linh đẹp đẽ và hạnh phúc.

5.

THANGKA CỦA ĐẠO PHẬT TÂY TẠNG VÀ NHỮNG Ý NGHĨA TÔN GIÁO [22]

Trong Phật giáo phổ thông và nhất là trong mật tông, sự tu tập cốt lõi là thấy và kinh nghiệm mọi hiện tượng như cõi tịnh độ, thân Phật, giáo lý và những tư duy giác ngộ. Nếu chúng ta hoàn thiện các thực hành như vậy, sẽ đến lúc toàn thể vũ trụ xuất hiện như những phẩm tánh của đức Phật.

Trong sự tu tập như thế, mọi sắc tướng, diễn cảm, và tư duy đều là một phần của việc tu tập trong sự chứng ngộ. Nhưng ở đây tôi đặc biệt nói về các *thangka*, những tranh cuộn của Phật giáo Tây Tạng, và lịch sử của nó, như một ví dụ của giáo lý đạo Phật. Các *thangka* minh họa sống động những cách chuyển hóa khác nhau toàn bộ pháp giới vào giáo lý, cảm hứng và nhận biết.

TRUYỀN THỐNG LỊCH SỬ CỦA THANGKA: CÁC TRANH CUỘN CỦA TÂY TẠNG

LỊCH SỬ NGHỆ THUẬT của người Tây Tạng có hai giai đoạn. Giai đoạn đầu tiên bắt đầu vào thế kỷ bảy và giai đoạn hai vào thế kỷ mười một. Tôi không biết loại nghệ thuật nào thuộc dạng tranh vẽ và điêu khắc ở Tây Tạng có trước thế kỷ bảy.

Vào thế kỷ bảy, Vua *Srongtsen Gampo* (617 - 698)[23] cưới Công chúa *Thritsun*, con gái vua *Amsuvarman* của *Nepal* và Công chúa Văn Thành, con gái vua Đường Thái Tông, Trung Quốc. Cả hai công chúa này đều sùng kính đạo Phật, và họ đã mang nhiều pháp khí tôn giáo vô giá cùng họ đến Tây Tạng. Một trong những hình tượng đầu tiên và nổi tiếng nhất ở Tây Tạng là *Jowo*, được Công chúa Văn Thành mang từ Trung Quốc đến Tây Tạng. Nhiều hình tượng và tranh vẽ đạo Phật quý báu khác của nhiều nghệ sĩ tài ba được đem tới Tây Tạng từ *Nepal* và Trung Quốc. Trong thế kỷ bảy, điện *Jokhang* ở *Lhasa* và 108 điện *Thadul* và *Yangdul* khác được xây dựng và trang hoàng với những hình vẽ tôn giáo quan trọng. Đáng chú ý nhất là vào cuối thế kỷ tám, Vua *Thrisong Detsen* (790 - 858)[24] xây dựng tu viện *Samye* nổi tiếng với thật nhiều mô tả hình tượng đạo Phật bằng tranh. Cho đến đầu thế kỷ mười chín, liên tiếp các vị vua của triều đại *Chogyal* đã xây dựng nhiều đài kỷ niệm tôn giáo. Phần lớn những nghệ nhân của giai đoạn đầu không phải là người Tây Tạng. Nhưng họ tuyển chọn những người nam và nữ Tây Tạng xinh đẹp làm người mẫu cho các hình tượng và tranh ảnh của những vị thầy, Bổn tôn nam và nữ của đạo Phật. Ngoài ra, theo bản văn có thật trong lịch sử, nhiều hình tượng đạo Phật đẹp để tự nhiên xuất hiện từ đất và đá, và nghệ nhân sử dụng những hình ảnh kỳ diệu này như người mẫu cho nghệ thuật diễn đạt bằng hình ảnh của đạo Phật. Dần dần một loại kiến trúc mới và nghệ thuật tranh vẽ của Tây Tạng nổi lên. Trong bất kỳ trường hợp nào, đều chịu ảnh hưởng lớn của người *Nepal*, Ấn Độ, Trung Quốc, và *Persia*. Ví dụ, trong việc xây dựng tu viện *Samye*, người ta nói rằng, mỗi một trong ba câu chuyện về chánh điện được xây dựng theo cảm hứng từ nghệ thuật và thiết kế của ba nước khác nhau, tầng trệt theo kiểu của Tây Tạng, tầng thứ hai của Trung Quốc, và tầng trên cùng là của Ấn Độ.

Nhưng trong triều đại Vua *Lang Darma* vào đầu thế kỷ chín, với sự tiêu diệt Phật giáo ở miền trung tâm Tây Tạng, cuộc sống của các nghệ nhân ở vùng đó cũng bị đau khổ và hoàn toàn gián đoạn trong nhiều thập niên.

Điều quan trọng ghi nhận ở đây là không chỉ nghệ thuật dùng cho mắt nhìn mà ngay cả ngôn ngữ viết cũng được phát triển vì mục tiêu thiết lập, thực hành, và truyền bá Phật giáo. Đạo Phật đã trở thành nền tảng và phương tiện của cuộc sống, văn hóa và sự đọc, viết của người Tây Tạng.

Từ thế kỷ mười một, với sự xuất hiện của nhiều trường phái nghệ thuật khác nhau, giai đoạn thứ hai của nghệ thuật Tây Tạng phát triển. Có nhiều trường phái hay truyền thống, nhưng dường như có sáu phái chính là quan trọng và phổ thông trong một giai đoạn này hay giai đoạn khác.

Phái đầu tiên là *Kadam* (*bKa' gDam*). Trong thế kỷ mười một những vị vua của *Guge* ở phía tây Tây Tạng bảo trợ nghệ thuật đạo Phật của Tây Tạng truyền thống. Với lý do địa lý, trường phái ban đầu này đã bị ảnh hưởng mạnh của nghệ thuật *Kashmir*, mà chính nó bị ảnh hưởng bởi nghệ thuật của vùng phía Đông Ấn Độ phát triển dưới sự cai trị của các vị vua *Gupta* (Thế kỷ thứ tư - thứ bảy) và các vị vua *Pala* (Thế kỷ thứ tám - thứ mười hai) của Ấn Độ. Phong cách nghệ thuật này được tìm thấy ở *Spiti, Guge, Purang* và *Tsaparang*.

Phái thứ hai là *Palri* (*Bal Ris*) hay trường phái của người *Nepal*, phát triển trong thế kỷ mười bốn và mười lăm. Truyền thống người *Nepal* chịu ảnh hưởng của nghệ thuật *Pala* ở phía Đông Ấn Độ. Nghệ thuật của trường phái này được thấy khắp Tây Tạng và nhất là ở tu viện *Tashi Lhungpo* và một số tu viện ở phía Đông Tây Tạng. Theo Ngài *Kongtrul Yonten Gyatso*, trường phái người *Nepal* là nguồn chính của tranh vẽ Tây Tạng cho đến thế kỷ mười lăm.

Trường phái thứ ba là *Menri* (*sMan Ris*). Trong đầu thế kỷ mười lăm, *Menlha Thondup*, một nghệ sĩ nổi tiếng từ phía Nam Tây Tạng, đặt nền tảng trên trường phái *Menri* kết hợp chặt chẽ với phong cách Trung Quốc (của *Zi'u-than*) vào triều Nguyên (*Yuan*). Đây cũng là truyền thống *Menri* thứ hai được biết là *Menri* mới. Vào thế kỷ mười bảy, *Choying Gyatso*, một người theo phái *Menri* bắt đầu trường phái của riêng ông. Ông vẽ tranh tường của điện *Chokhang Shar* và bảo tháp có chứa di thể đức *Panchen Lama* đệ nhất (Ban Thiền Lạt Ma) (1570 - 1662) ở *Tashi Lhungpo*.

Trường phái thứ tư là *Khyenri* (*mKhyen Ris*). Trong thế kỷ mười sáu, *Khyentse Chenmo* của *Gongkar Gangto* bắt đầu một truyền thống nghệ thuật mới. Nhưng sau đó, phái này hòa nhập với truyền thống *Menri* mới.

Trường phái thứ năm là *Karma Gardri* (*sGar Bris*). Trong thế kỷ mười sáu, *Namkha Trashi* đặt nền tảng trường phái riêng Ngài kết hợp với truyền thống *Menri*, Ấn Độ, và Trung Quốc (*Zi'u-than*). Truyền thống này được truyền bá bởi các nghệ sĩ *Chöje Trashi* và *Karma Trashi*.

Trường phái thứ sáu là *Döpal* (*'Dod dPal*). Trong thế kỷ mười bảy, vào triều đại của *Dalai Lama* thứ năm (1617 - 1682), các nghệ sĩ *Epa Kugpa* (hay *Hordar*), và *Tulku Pagtro* thiết lập truyền thống riêng họ. Một đại học nghệ thuật tên là *Döpal* (hay *'Dod 'Jo dPal 'Khyil*) tọa lạc tại chân của cung điện *Potala* ở *Lhasa* đi theo truyền thống này. Do vậy, truyền thống của hai nghệ sĩ và trường đại học này được biết là trường phái *Döpal*.

SỰ ĐA DẠNG CỦA THANGKA

Ở TÂY TẠNG CÓ NHIỀU truyền thống nghề thủ công khác nhau, như dệt, điêu khắc, chạm, nghề luyện kim, nghề mộc, v.v... Nhưng ở đây tôi muốn giải thích ý nghĩa của các *thangka* hay tranh cuộn Tây Tạng như một minh họa của những nghề thủ công này. *Thangka* là một bức tranh hình chữ nhật được bọc viền và khung bằng lụa hay gấm thêu kim tuyến. *Thangka* là đối tượng thiêng liêng treo trên tường của đền chùa hay trong điện thờ như những đồ vật được tôn kính và như sự hỗ trợ cho thực hành tâm linh. Nhưng ngày nay chúng ta lại thấy chúng như vật trang trí trong nhà ở và khách sạn.

Có hai loại *thangka*, một loại được gọi là *göthang*, một loại tranh cuộn bằng lụa, và loại kia là *trithang*, một loại tranh vẽ cuộn. Xét về cách làm thì có bốn loại lụa cuộn:

(1) *Tsemtrubma* là một dạng nghệ thuật hình ảnh thêu tay dùng chỉ lụa nhiều màu.

(2) *Thagtrubma* có năm hình dệt bằng tay với chỉ lụa nhiều màu.

(3) *Tretrubma* có hình ảnh câu thơ, nhiều mảnh lụa nhỏ được cắt thành những hình dạng và được dán với nhau theo những thiết kế khác nhau.

(4) *Lhenthabma* là một bức lụa cuộn dán bằng keo. Những miếng lụa màu sắc khác nhau được cắt thành nhiều kiểu và dán lại với nhau thành hình ảnh.

Sự đa dạng về kích thước của bức lụa cuộn có thể từ khoảng 30cm x 20cm đến 55m x 47m.

Có bốn loại tranh cuộn chính, phân biệt chủ yếu nhờ màu nền của bức họa:

(1) *Tsönthang* là loại tranh cuộn có nền nhiều màu khác nhau.

(2) *Serthang* là một bức họa có toàn bộ nền vàng. Những hình ảnh và phác thảo được vẽ bằng mực hay màu đỏ son (*thần sa*) trên nền vàng, và trong một số trường hợp, những hình ảnh được vẽ trên vàng thật.

(3) *Tsalthang* là một bức họa có nền màu đỏ son, trên đó bản phác thảo được vẽ bằng vàng hay mực. Đôi khi, như với *serthang*, những hình ảnh được sơn vẽ.

(4) *Nagthang* là một bức họa có nền màu đen, trên đó hình ảnh được vẽ bằng vàng hay đôi khi với thần sa, và thỉnh thoảng được vẽ với nhiều màu.

Kích thước của tranh cuộn có thể khác nhau từ 30cm x 20cm đến 3m x 2m.

Có ba loại tranh vẽ khác nhau, khác biệt về kiểu mẫu, kích thước và công dụng.

Loại đầu tiên tiếng Tây Tạng gọi là *kyilkhor*, tiếng *Sanskrit* gọi là *maṇḍala*. Nguyên nghĩa của chữ này là "*tập hội*". Đây chủ yếu là một bản đồ nền nơi an trụ của các Bổn tôn *tantric*, chư Phật và quyến thuộc. Đây là một tập hội vì là một nơi ở đó Bổn tôn và quyến thuộc cùng ở trong một tập thể. Mỗi Bổn tôn có một dạng *maṇḍala* khác nhau, trong đó những chi tiết kiến trúc và màu sắc biểu tượng trí tuệ mật truyền khác nhau. *Maṇḍala* là một hình thức đa dạng; tròn, vuông, tam giác và bán nguyệt. Phần lớn chúng được vẽ trên vải bạt vuông và được dùng như đối tượng hay sự hỗ trợ cho thiền định, hành lễ và quán đảnh, vì các mục tiêu này chúng được trải trên bàn thờ. Chúng cũng có thể đặt trên núi hay đóng khung treo trên tường.

Loại thứ hai là *tsakli*. *Tsakli* là bức họa thu nhỏ của một hình chữ nhật đứng. Chủ đề của chúng chủ yếu là những hình ảnh nhiều Bổn tôn khác nhau và cũng thêm những thuộc tính và đồ vật thiêng liêng. Chúng được sử dụng căn bản trong lễ quán đảnh trao truyền năng lực của Phật giáo Mật tông. Chúng được đặt trên bàn thờ hay trên *maṇḍala*. Nhưng cũng có thể đặt trong khung và treo trên tường.

Loại thứ ba là *kyangla*, những bức tranh tường hay vẽ trên tường, và thỉnh thoảng là trên vải bạt và dán trên tường. Phần lớn có hình vuông, một số hình vuông này bao phủ phần lớn khoảng không gian tường của chùa và phòng thờ.

Trong tất cả dạng nghệ thuật của người Tây Tạng, trật tự khuôn mẫu sáng tạo thánh tượng phải thích hợp. Mỗi một hình ảnh khác nhau trong nghệ thuật linh thiêng có một xác định rõ ràng về chiều kích, hình dáng, màu sắc, vị trí, tư thế, biểu tượng và ý nghĩa.

NHỮNG Ý NGHĨA TÔN GIÁO CỦA THANGKA

GIÁO LÝ ĐẠO PHẬT ĐÃ ảnh hưởng sâu sắc trên mười hai thế kỷ và dẫn dắt mọi phương diện của cuộc sống và văn hóa người Tây Tạng. Cuối cùng giới luật của Phật giáo được xem trọng hơn hết trong mọi cấp độ đời sống của người Tây Tạng. Do đó, bất cứ sự trình bày nào của lịch sử, văn hóa, đời sống, văn chương hay mỹ thuật Tây Tạng đều liên quan chủ yếu đến giáo lý và thực hành của Phật giáo. Điều này hoàn toàn đúng trong trường hợp nghệ thuật, hội họa, và điêu khắc của người Tây Tạng, vốn có công năng diễn tả và trình bày những chủ đề tôn giáo. Trong nghệ thuật Tây Tạng, người ta hiếm khi tìm thấy những gì không có ý nghĩa tôn giáo.

Ở Tây Tạng mỗi nhà xây dựng đẹp đều có một phòng thờ riêng biệt với những đồ vật tôn giáo phong phú, được cúng dường tôn kính hằng ngày. Thậm chí trong một nhà đơn giản nhất hay trong một căn lều đều thấy có một bàn thờ bày một số đồ vật tôn giáo. Những biểu tượng tôn giáo này là một nguồn hạnh phúc, thanh bình và năng lượng cho người có Pháp nhãn. Mỗi ngày, chủ nhà tụng các bài nguyện trước các đồ vật thiêng liêng trên bàn thờ và cúng dường hoa, hương, thực phẩm, nước uống, và nhất là các chén đầy nước sạch và đèn bơ. Đây là một phương tiện cho người ta phát triển sự rộng lượng, an bình và tâm trong sáng để họ có thể tạo công đức, mà họ tin rằng đó là suối nguồn của một tương lai hạnh phúc.

Để hiểu ý nghĩa của nghệ thuật hội họa Tây Tạng, điều quan trọng là phải có một số quan niệm về ý nghĩa của thực hành quán tưởng đạo Phật. Trong số những hình ảnh mô tả bằng tranh, có những biểu tượng cho chư Phật nam, nữ khác nhau, các nhà hiền triết và chư thiên. Trong Phật giáo, những học giả phân loại các thân của chư Phật thành ba phạm trù - *Dharmakāya* hay *"thân tuyệt đối"*, *Sambhogakāya* hay *"thân hoan hỷ"*, và *Nirmāṇakāya* hay *"thân hóa hiện"*.

Dharmakāya là trạng thái tuyệt đối, đó là Phật tánh, thoát khỏi mọi khái niệm hóa, và không có hình tướng hay đặc tính. Nhưng trong nghệ thuật hội họa, đôi khi nó được biểu tượng bằng một hình Phật không che đậy, màu xanh dương, biểu thị trạng thái toàn giác, thoát khỏi mọi tạo tác, giống như bầu trời hay không gian trống rỗng.

Sambhogakāya là thân tướng siêu phàm, thanh tịnh và vi tế nhất của đức Phật. *Sambhogakāya* chỉ có thể thấy được với những người tối thiểu đạt được

Sơ địa trong *Thập địa* của đạo Phật. Nó có rất nhiều tướng dạng, chi tiết, và ý nghĩa, nhưng chúng ta có thể phân loại thành hai phạm trù.

Phạm trù đầu tiên bao gồm thân tướng *hiền minh* với ba mươi hai tướng chính và tám mươi vẻ đẹp phụ. Chúng được trang điểm trong mười ba trang phục của *Sambhogakāya* - năm lễ phục và tám trang sức bằng vật liệu quý, biểu thị sự hoàn thiện hay viên mãn tất cả công đức hay thành tựu. Nhưng một số hình ảnh *Sambhogakāya* mặc trang phục trong y áo tu viện.

Phạm trù thứ hai là tướng *phẫn nộ*. Có chín diễn cảm phẫn nộ và trang phục trong tám trang điểm mộ địa, biểu tượng hóa sự tiêu diệt mọi thế lực tâm thức ma quỷ và chuyển hóa các cảm xúc nhiễm ô như sân hận thành trạng thái của trí tuệ.

Nirmāṇakāya là hóa thân của đức Phật trong nhiều loại thân tướng bình thường khác nhau vì lợi ích của chúng sanh. Các hóa thân trong thân tướng và trang phục của chư Phật, Bồ Tát, các vị khổ hạnh, và tu sĩ. Thân tướng của chư Phật xuất hiện trong thế gian này, như đức Phật Thích Ca Mâu Ni được gọi là Hóa Thân tối cao, và giống như thân tướng *Sambhogakāya* hiền minh, phân biệt bằng một trăm mười hai dấu hiệu tối ưu, nhưng quần áo đều trong y áo tu viện và không trang phục áo lễ hội. Phần lớn chư Bồ tát, như *Mañjushri* trang phục lộng lẫy một phần hay toàn bộ, giống như lễ phục của thân tướng *Sambhogakāya* hiền minh. Các vị khổ hạnh đi theo thực hành mật truyền trong trang phục của *yogi* - đơn giản và thảnh thơi. Sự miêu tả các tu sĩ, những người từ bỏ cuộc sống gia chủ, đều trong y áo tu viện, cạo đầu hoặc đội nón của tu viện.

Cũng có những Bồ Tát, nhà khổ hạnh, và tu sĩ không phải *Nirmāṇakāya* mà là người thường và hình ảnh trong tranh dành cho họ thì giống hoặc tương tự với *Nirmāṇakāya*.

Phạm trù khác của những hình tượng là thần thánh và ma quỷ, những sinh linh hay tinh linh đầy quyền năng này hỗ trợ đạo đức, những thế lực tích cực được gọi là chư thiên hay Hộ Pháp, và những vị xấu hay thế lực tiêu cực được gọi là ma quỷ. Tiếng Tây Tạng gọi thần thánh là *lha*, hay tiếng *Sanskrit* là *deva*. Theo Phật giáo, chư thiên phần lớn ngụ ở cõi trời và hưởng thụ hạnh phúc, người may mắn và quyền năng trong lúc sống. Nhưng họ là những chúng sanh thế gian và chưa giác ngộ. Họ không đạt Niết-bàn, chưa thoát khỏi cảm xúc nhiễm ô và hậu quả của chúng, nên là chủ thể phải lang thang trong thế gian khi công đức nghiệp trước bị cạn kiệt.

Mỗi một hình ảnh và màu sắc khác nhau của các đại diện này trong *thangka* đều có một ý nghĩa và biểu thị đặc biệt để thiền quán. Tôi sẽ đưa ý nghĩa của hai hình ảnh như một ví dụ biểu tượng hóa của nghệ thuật Phật giáo.

Đầu tiên là hình ảnh Đức *Mañjushri* (Văn Thù), Bồ Tát của Trí tuệ. Thân Ngài màu cam chiếu sáng như mặt trời mọc, biểu tượng sáng tỏ khỏi những đám mây của hai che chướng - sở tri chướng và phiền não chướng. Năm lễ phục bằng lụa và tám trang sức châu ngọc biểu tượng Ngài được trang hoàng bằng mọi công đức của *Sambhogakāya*. Ngài ngồi trong tư thế xếp bằng, biểu tượng an trụ trong trạng thái thanh thản tuyệt đối không dao động. Mắt Ngài mở rộng và trong sáng, biểu tượng không ngừng thương yêu tất cả và trí tuệ nhất như đối với tất cả hiện tượng đúng thật như chúng đang hiện hữu. Ngài đang mỉm cười, biểu tượng đã thoát khỏi đau khổ và tràn đầy an bình và hoan hỷ. Ngài trẻ trung, biểu tượng Ngài không phải là đối tượng của tuổi già và bệnh tật, cũng không sinh tử. Trong tay phải, Ngài giơ cao khỏi đầu một thanh kiếm màu xanh dương, biểu tượng *ngữ* của Ngài cắt đứt sự vô minh của chúng sanh tận gốc rễ. Trong tay trái, Ngài cầm một quyển kinh *Prajñā-pāramitā* (Bát-nhã ba-la-mật - Trí tuệ siêu phàm) biểu tượng tâm Ngài sở hữu hai trí tuệ - trí tuệ biết tất cả đúng thật như chúng đang hiện hữu (*thật tánh*) và rõ ràng như vẻ ngoài của chúng (*hiện tướng*). Thân Ngài có ba mươi hai tướng tốt và tám mươi vẻ đẹp, biểu tượng công đức viên mãn của một vị Phật.

Ví dụ thứ hai là *Chechog*, hay *Mahottaraheruka*, một Bổn tôn phẫn nộ, như đã mô tả trong *Palchen Dupa* của truyền thống *Longchen Nyingthig*. Ba đầu của Ngài biểu tượng *Ba thân Phật*. Sáu tay Ngài biểu thị *Sáu viên mãn* (*Lục ba-la-mật*), và bốn chân Ngài biểu tượng *Tứ vô lượng tâm*.

Dầu chính giữa của Ngài trong tướng phẫn nộ làm sợ sệt biểu tượng sự hủy diệt vô minh bằng việc chuyển hóa nó vào trong của *Pháp thân*. Đầu bên phải Ngài màu trắng với tiếng gầm như sấm "*ha-ha*" biểu tượng sự tiêu diệt ái luyến bằng việc chuyển hóa nó vào *thân hoan hỷ*. Đầu bên trái Ngài màu đỏ trong điệu bộ *am-tsig dam-pa* nhe nanh, biểu tượng sự tiêu diệt sân hận bằng việc chuyển hóa nó vào *Hóa thân Phật*. Chày kim cương (*vajra*) năm chấu trong tay phải đầu tiên của Ngài biểu tượng sự loại bỏ năm nhiễm ô bằng việc chuyển hóa chúng thành *ngũ trí*. Ngọn chĩa ba trong tay phải thứ hai biểu tượng sự chuyển hóa ba độc thành *Ba thân Phật*. Ngọn lửa trong tay phải thứ ba của Ngài biểu tượng sự đốt cháy bám chấp vào hiện tượng cho là có thật. Sọ người trong tay trái đầu tiên của Ngài biểu tượng sự chuyển hóa ba độc thành cam lồ trí tuệ. Cái cày trong tay trái thứ hai Ngài biểu tượng sự hàng phục tham lam bằng sự rộng lượng. Con bò cạp trong tay trái thứ ba của Ngài biểu tượng sự loại bỏ mọi thế lực xấu ác. Chim đại bàng trên đầu Ngài biểu tượng sự chiến thắng trên tất cả thế lực tiêu cực. Tám trang phục mộ địa của Ngài biểu tượng Ngài là bậc tiêu diệt bản ngã ma quỷ.

Ở đây, cần phải nói một vài lời về ý nghĩa của hình ảnh đức Phật phẫn nộ. Với chúng ta các hình ảnh hiền hòa dễ hiểu và cảm hứng dễ thấy nhưng các hình ảnh phẫn nộ và hình ảnh hợp nhất tính dục khó nhận thức thấu đáo như một phần của con đường giác ngộ và kết quả. Không có bất cứ nhận thức nào về hình ảnh như vậy trong Phật giáo phổ thông của giáo thừa; nó chỉ có trong truyền thống Mật thừa. Theo Phật giáo Mật tông, điều đó chỉ dành cho những thiền giả đã thành tựu cao hoặc người tinh thông lão luyện, không phân biệt giữa hiền minh hay phẫn nộ, tất cả đều bình đẳng trong cuộc sống như huyễn và là một trong trạng thái tối thượng của sự chứng ngộ. Trong thật tánh, tướng phẫn nộ không bị loại trừ như một sự tiêu cực, vì mọi hiện tượng hiện hữu đều bao gồm nhất như trong sự an bình, hỷ lạc và rộng mở.

Có hai mục đích chính trong việc sử dụng hình ảnh phẫn nộ để thực hành: phát triển năng lượng tích cực và thuần hóa các thế lực tiêu cực. Năng lực hay năng lượng của tướng phẫn nộ là đại phương tiện thiện xảo. Nó tạo ra và tinh luyện khả năng thành tựu của kinh nghiệm mật truyền và đánh thức trí tuệ - trí tuệ của sự hợp nhất hỷ lạc và tánh không hay sự rộng mở, sự hợp nhất của hình tướng và tánh không, và sự hợp nhất của trong sáng và tánh không.

Tướng phẫn nộ là công cụ hùng mạnh trong việc điều phục những thế lực tiêu cực mạnh mẽ. Không có gì khác nhau khi một vị Phật hóa thân trong hình tướng con người giữa chúng ta và khi là một con khỉ giữa loài khỉ. Các hình tướng phẫn nộ không do sự tạo tác hoặc phản ứng với cảm xúc phiền não hay tham lam ích kỷ. Các hình tướng ấy là sự phản chiếu của tâm an bình và giác ngộ trong hình dáng một thân tướng thích hợp.

Điểm quan trọng nhất là dù xuất hiện trong tướng phẫn nộ và âm thanh kết hợp với chúng là của một biểu lộ sợ hãi, các Ngài - hay tâm các Ngài - là sự an bình, quyền năng và lòng bi. Mọi Bổn tôn phẫn nộ đều tiêu biểu cho chín phẩm tánh sau: tự hào, anh hùng, và đáng sợ đối với thân; tươi cười, đe dọa, và hung nộ đối với ngữ; và lòng bi, quyền năng, và an bình đối với ý.

Trong Phật giáo, người ta không thờ phụng hình ảnh như biểu tượng của một đấng sáng tạo thế gian, hay như một bậc ban phát hoặc suối nguồn của hạnh phúc. Thay vào đó, Phật tử sử dụng các đồ vật bên ngoài, chẳng hạn như các pháp khí tôn giáo, như một sự hỗ trợ hoặc nguồn cảm hứng cho thực hành tâm linh. Theo quan niệm của đạo Phật, yếu tố chính trong cuộc sống là tâm, nếu tâm có ý hướng hay nhận thức đúng đắn về những đối tượng vật thể được sử dụng như một hỗ trợ cho thực hành tôn giáo, chẳng hạn như thấy chúng là chư Phật, điều đó sẽ giúp hành giả phát triển niềm tin và công đức tâm linh. Bằng cách này, người sùng đạo sẽ đạt được công đức và sức mạnh tâm linh.

Việc sử dụng các đồ vật thiêng liêng của nghệ thuật như một trợ giúp cho việc thực hành tôn giáo không nảy sinh kết quả từ năng lực của chính đồ vật đó, mà kết quả nảy sinh từ quan điểm tâm thức của hành giả. Dĩ nhiên, sử dụng các đồ vật thích hợp như các dạng nghệ thuật tôn giáo sẽ có ảnh hưởng lớn đến tâm thức hơn một đồ vật thông thường, giống như một cái bàn. Ví dụ, nếu quanh ta đầy dẫy những hình ảnh biểu trưng cho sự dễ cáu giận, do thấy chúng, thù hận hay lòng tham sẽ khởi lên trong tâm thức ta. Tương tự, nếu nơi cư trú của ta tràn đầy những minh họa tôn giáo, và nếu ta đã có một kinh nghiệm tâm linh nào đó, điều này sẽ là một sự nhắc nhở hoặc làm tươi mới kinh nghiệm tâm linh của ta.

Hầu như toàn bộ nền nghệ thuật của người Tây Tạng đều bắt nguồn từ giáo lý đạo Phật. Đó là sự hỗ trợ cho sự thực hành Chánh pháp và là công cụ của sự hoằng pháp. Nghệ thuật này tiêu biểu và bảo tồn tinh hoa của Giáo pháp.

6.

SỰ CHUẨN BỊ CHO BARDO
CÁC GIAI ĐOẠN CẬN TỬ VÀ SAU KHI CHẾT [25]

Bardo trong tiếng Tây Tạng có nghĩa *"trạng thái trung gian"* hay *"giai đoạn chuyển tiếp"*. Trong ngữ cảnh của giáo lý về *bardo*, nó biểu thị chủ yếu giai đoạn giữa cuộc sống này và cuộc sống kế tiếp. Theo Phật giáo, sau khi bạn chết sẽ trải qua một *bardo*, một giai đoạn chuyển tiếp, và sau đó bạn sẽ tái sanh trong một kiếp sống khác. Với cuộc sống hiện tại, bạn có rất nhiều quan niệm đúng hoặc sai, cũng như rất nhiều thông tin về cuộc sống bạn như thế nào và bạn đang kinh nghiệm gì. Nhưng bạn không biết gì và rất ít quan tâm đến giai đoạn cận tử và những kiếp sống tương lai của bạn. Dù vậy, bạn chỉ còn ở đây vài ngày, vài tháng, hay vài năm... và sau đó bạn sẽ ở trong *bardo* và những kiếp tương lai mãi mãi. Vào lúc này điều bạn nên làm nhất là học biết cách để trải qua giai đoạn *bardo* và đi đến các kiếp tương lai như thế nào, và nhất là có thể chuyển hóa những kiếp sống tương lai thành hạnh phúc và trí tuệ trường cửu cho chính mình và người khác.

Trước khi đi vào việc tóm lược về *bardo*, tôi muốn làm rõ một vài điểm.

Trước tiên, trong kinh điển Phật giáo Tây Tạng có nhiều định nghĩa chi tiết và phân loại *bardo*, nhưng không nhất thiết rằng mọi người sẽ kinh nghiệm tiến trình lộ ra trong *bardo* một cách giống nhau. [Lấy ví dụ,] sau khi sinh vài năm, một đứa bé ở phương Tây sẽ bắt đầu đi học, rồi vào đại học, sau đó làm việc rồi lập gia đình, và kết thúc với việc về hưu. Nhưng không phải mọi người đều đi qua tiến trình sống giống nhau như vậy. Sự mô tả trong những trang sau đây chỉ trình bày những kinh nghiệm của một số đông người bình thường, và phần lớn trong số đó đều trải qua một cái chết tự nhiên.

Thứ hai, trong rất nhiều kinh điển của đạo Phật Tây Tạng *bardo* được phân loại thành sáu *bardo* riêng biệt,[26] và trong một số các bản văn khác là bốn *bardo*. Ở đây chúng ta sẽ nói về hệ thống bốn *bardo*.

Thứ ba, mặc dù *bardo* thực tế là trạng thái giữa hai kiếp sống, giữa đời này và đời kế tiếp, kinh điển cũng xem tự thân cuộc sống hiện nay của chúng ta là một *bardo*. Vì trong lúc *bardo* hiện hữu giữa hai kiếp sống, bản chất của nó là như huyễn và lang thang không có một thân để nương tựa và nơi cố định để trụ - đây cũng là những đặc tính đúng với cuộc sống này theo nhiều nghĩa.

Bạn có thể nghĩ: "Tôi có cuộc sống thế này, thế này..., tôi sống trong nhà tôi, với gia đình tôi..." Nhưng trong thực tế bạn chỉ trải qua một thời gian nào đó trong cái thân thể như nhà trọ này của bạn, trong một thế giới mong manh huyễn ảo. Bạn tụ họp cùng với gia đình và bạn bè cũng giống như những khách du lịch theo mùa, vì nghiệp lực đã đưa các bạn đến với nhau cũng giống như những chiếc lá khô tụ lại trong một góc bởi cơn gió mùa thu. Song, chẳng mấy chốc các bạn sẽ ra đi về những hướng khác nhau và sẽ không bao giờ trở lại với nhau, ngay cả với những thân thể mà các bạn hết sức yêu quý này cũng vậy thôi. Do vậy, cuộc sống hiện tại của bạn cũng giống một *bardo*, một trạng thái như mộng, và đó là lý do tại sao kinh điển đã phân loại nó như một *bardo*.[27]

Cuối cùng, nếu nhận ra thật tánh của tâm và hình tướng vào bất kỳ giai đoạn nào trong bốn *bardo*, bạn sẽ không đi vào giai đoạn kế tiếp của *bardo*, vì bạn sẽ tức thời giải thoát và đạt được Phật tánh.

Bốn *bardo* gồm có: (1) *bardo* của cuộc sống, nghĩa là cuộc sống hiện tại của chúng ta; (2) *bardo* cận tử, (3) *bardo* của bản tánh tối hậu và (4) *bardo* của sự trở thành.

BARDO CỦA ĐỜI SỐNG

BARDO của đời sống bắt đầu từ lúc bạn thụ thai và kết thúc vào lúc khởi đầu tiến trình chết. Do vậy, toàn bộ cuộc sống bạn là *bardo* đời sống. Nếu bạn thực hành Giáo Pháp thiền định nói chung, và nhất là những tu tập mật truyền trong giai đoạn *bardo* đời sống này, bạn sẽ có thể đạt giác ngộ, Phật tánh thậm chí có khả năng là ngay trong cuộc sống này.

Theo giáo lý *Dzogpa Chenpo*, trong chân lý tuyệt đối, bản tánh tối hậu của toàn thể pháp giới là nhất như. Nó là sự hợp nhất của bản tánh tối hậu, hoàn toàn rộng mở, hoặc tánh Không, và năm trí với năng lực tự nhiên của nó, năm ánh sáng nội tại. Nhưng vì không nhận ra chân lý, bạn phân biệt chúng như chủ thể và đối tượng, bị thiêu đốt với cảm xúc bám luyến, gây hấn, và nhầm lẫn (*tham, sân, si*) mọc rễ trong sự *chấp ngã*. Như một kết quả, toàn thể pháp giới xuất hiện trước tâm nhị nguyên của bạn như năm nguyên tố trong hình ảnh chủ thể và khách thể, và trở thành nguồn gốc của đau khổ và khích động.

Nếu bạn nhận ra và hoàn thiện tánh giác nội tại, thật tánh của tâm là sự hợp nhất của hoàn toàn rộng mở, lãnh vực tối hậu, và trí tuệ với ánh sáng nội tại của nó thì sau đó thậm chí ngay trong chính đời này bạn sẽ trở thành một vị Phật và sẽ không cần đi hết lần lượt các *bardo*. Trong trường hợp đó, không chỉ tâm bạn đạt trạng thái toàn giác mà còn đạt được ánh sáng nội tại của thân trí tuệ. Kết quả là, nếu muốn, bạn có thể chuyển thân thô nặng hiện tại của bạn qua nhiều phương pháp khác nhau thành loại thân ánh sáng (loại này hay loại khác), bao gồm điều được gọi trong kinh điển là "*thân cầu vồng*", "*thân ánh sáng*", và "*đại chuyển hóa*". Hoặc bạn có thể đến cõi tịnh độ không cần để lại thân. Mà bạn cũng có thể đạt toàn giác mà không cần phô diễn các dấu hiệu vật chất hoặc siêu tự nhiên. Dĩ nhiên những loại thành tựu này cực hiếm, và chúng ta không nên nói ra một cách khinh suất.

Trong *bardo* cuộc đời của người bình thường, bạn có thể có cả năng lực và kiến thức để đem lại một tương lai an bình và hạnh phúc. Nhưng nếu không tận dụng cuộc sống, bạn có thể rơi vào kinh nghiệm của nhầm lẫn, sợ hãi, và đau khổ trong các *bardo* và các kiếp sống ở phía trước bạn. Thế nên, đừng để lãng phí bất kỳ thời gian nào, bạn phải cố gắng đạt tối thiểu một số kinh nghiệm tâm linh, kiến thức, và sức mạnh của sự rộng mở, thanh bình, hoan hỷ, lòng bi, sùng kính, nhận thức tích cực, và trí tuệ. Đó là suối nguồn duy nhất để tạo nghiệp công đức, trí tuệ bên trong, điều đó sẽ cải thiện cuộc sống này và trang bị cho bạn đối mặt với những *bardo* kế tiếp và các kiếp tương lai.

Bạn cũng phải cố gắng thấy và cảm nhận cuộc sống này như một kinh nghiệm *bardo*, thấy và cảm nhận nó không thật, giống như giấc mộng do tâm bạn tạo ra. Điều này sẽ giúp bạn nới lỏng sự bám chấp và thèm khát cuộc sống này. Bằng cách đó, khi những kinh nghiệm cận tử và các *bardo* sau khi chết xảy đến, bạn sẽ có thể thấy chúng như những giấc mộng, và thấy chúng quen thuộc, điều khiển chúng dễ dàng. Vì khi bạn nhận ra giấc mộng chỉ là giấc mộng, tác động của ác mộng sẽ bị vô hiệu.

Theo Phật giáo Đại Thừa nói chung, sau khi đạt được thân người quý báu, điều quan trọng trước tiên là tìm thấy một vị thầy đức hạnh đáng tin cậy. Sau khi tìm được, bạn phải học hỏi giáo lý, suy nghĩ thấu suốt và đạt đến kinh nghiệm qua thiền định. Về mặt vật chất, điều quan trọng là phải từ bỏ cuộc sống trần tục và mở rộng tâm bạn bằng quan điểm giác ngộ đến tất cả với tình thương, hoan hỷ, lòng bi, và bình đẳng, và tu tập sáu pháp ba-la-mật: bố thí, trì giới, tinh tấn, nhẫn nhục, thiền định và trí tuệ. Ngài *Jigme Lingpa* khấn nguyện:[28]

> *Trong bardo cuộc sống, cầu mong con có được một cuộc sống tâm linh,*
> *Kính lễ Lama,*
> *Dựa trên trí tuệ của việc nghe, suy nghĩ, và thiền định,*
> *Và rèn luyện trong sự từ bỏ, tâm giác ngộ, và sáu ba-la-mật.*

BARDO CẬN TỬ

BARDO cận tử khởi đầu từ lúc bắt đầu tiến trình chết và kết thúc vào lúc xuất hiện *bardo* của bản tánh tối thượng.

Nếu bạn đã nhận biết cao, không đi vào kinh nghiệm của *bardo* cận tử, qua năng lực thiền định bạn có thể hợp nhất giác tánh nội tại với sự hợp nhất của lãnh vực tối thượng và trí tuệ, đó là Phật tánh. Nếu thành tựu sự hợp nhất này qua thiền định chuyển di tâm thức ('*Pho Ba*) bạn có thể chuyển tâm thức mình thành một cõi tịnh độ thiên đường của chư Phật và tái sanh ở đó.

Nếu không, bạn sẽ đi qua kinh nghiệm của những *bardo*, và điều đó có thể bao gồm tiến trình sau. Khi tiến trình cận tử bắt đầu, năm năng lượng sinh lực (khí)[29] của thân bạn bị đảo lộn, và bạn đi qua hai giai đoạn tan rã. Giai đoạn thứ nhất là sự tan rã năng lượng của những yếu tố vật chất và sự suy yếu chức năng của các giác quan. Giai đoạn thứ hai là sự tan rã của nhận thức và cảm xúc tinh thần.

Về sự tan rã của các yếu tố vật chất, trước tiên yếu tố đất tan hòa vào yếu tố nước.[30] Vào lúc này, bạn cảm thấy mất năng lượng đất hay sự nối kết với yếu tố đất trong thân bạn, chính là sự vững chắc, mạnh mẽ và nâng đỡ. Bạn cảm thấy chính bạn hòa tan vào hay di chuyển đến năng lượng nước. Điều này kèm theo một cảm giác rơi xuống, mặt đất phía dưới mở ra và bạn không thể ngồi hay đứng dậy, bạn mất thăng bằng và trở nên tái nhợt. Đó là lý do tại sao người hấp hối thường van nài: "Làm ơn kéo tôi dậy, tôi cảm thấy bị chìm." Có thể bạn cảm thấy đang chìm xuống và bị che phủ, và có thể bạn chứng kiến những hình tướng giống ảo ảnh.

Thứ hai, yếu tố nước hòa tan vào yếu tố lửa. Vào lúc này bạn cảm thấy mất năng lượng hay kết nối với yếu tố nước, chính là sự ẩm ướt và duy trì. Bạn cảm thấy rất khát nước. Nước bọt nhỏ giọt. Nước mắt chảy ra rồi khô cạn. Đó là lý do tại sao người hấp hối thường yêu cầu: "Hãy cho tôi nước. Tôi khát." Bạn có thể cảm thấy ngộp, kích động và chứng kiến những hình tướng như khói.

Thứ ba, yếu tố lửa hòa tan vào yếu tố gió. Vào lúc đó bạn cảm thấy mất năng lượng hay kết nối với yếu tố lửa, là sự ấm áp, sung mãn và nồng nhiệt, và thân nhiệt bạn mất. Hơi nóng rút từ những bộ phận xa nhất của cơ thể hướng đến trái tim. Bạn không thể thấy các đồ vật, và mọi sự giống như tia lửa đỏ trên nền tối.

Thứ tư, yếu tố gió hòa tan vào ý thức. Vào lúc đó bạn cảm thấy mất năng lượng hay kết nối với yếu tố gió, là sự di chuyển và nhẹ nhàng. Bạn cố hết sức để thở và mắt trợn lên. Hơi thở thường kết thúc với ba hơi thở dài, và vào lần thở thứ ba, bạn hít vào lần chót và không thể hít lại lần nữa; điều đó chấm dứt hơi thở trong cuộc sống này. Vào lúc đó bạn có thể thấy những ảo giác trong nhiều hình dạng sợ hãi khác nhau hoặc những cái thấy hoan hỷ và có thể chứng kiến những hình tướng như lửa cháy.

Nếu nghiệp sống của bạn chưa hết và bạn đang đi qua tiến trình cận tử vì những lý do xảy ra bất ngờ (rKyen), thì ngay cả đến giai đoạn này bạn vẫn có thể sống lại qua các phương tiện y học hay tâm linh. Nhưng nếu đã vượt qua giai đoạn này, bạn không thể sống lại được. (Tuy nhiên, có những hoàn cảnh phi thường, người ta đã đi xa hơn nhiều và vẫn sống trở lại.)

Về giai đoạn thứ hai, sự tan rã của nhận thức và cảm xúc tinh thần, khi hơi thở bạn đã ngừng và tâm, ý thức đã mất sự kết nối của nó với năng lượng của các yếu tố vật chất, năng lượng tụ lại của kinh mạch giữa (Tạng: *rTsa*, Sanskrit: *nādi*), năng lượng (*rLung, prāṇa*), và tinh chất (*Thig Le, bindu*) trong thân thô nặng cũng sẽ bị phân tán. Kết quả là ba loại tan rã tinh thần hay thu rút sẽ xảy ra trong ba giai đoạn: vi tế, vi tế hơn, và vi tế nhất. Những sự tan rã này gợi ra ba kinh nghiệm tâm thức mà trong bản văn đặt tên là hình tướng, gia tăng và đạt được.

Trước tiên là ý thức tan rã vào hình tướng (*sNang Ba*).[31] 25 Vào lúc này bạn nhận thức mọi sự đều như màu trắng. Nó không giống như ánh sáng ban ngày, sáng trắng hay chiếu sáng, mà chỉ như thể mọi sự có màu trắng hoặc hơi trắng, giống như ánh sáng mặt trăng trong bầu trời không mây. Vào lúc này những tư tưởng gây hấn hay thù hận ngừng lại.

Thứ hai, hình tướng tan rã vào sự gia tăng (*mCh'ed Pa*). Vào lúc này bạn nhận thức mọi sự như màu đỏ hay hoe đỏ,[32] giống như ánh sáng của mặt trời lặn trong bầu trời không mây. Vào lúc này niệm tưởng tham lam hay bám luyến ngưng lại.

Cuối cùng sự gia tăng tan rã vào đạt được (*Thob Pa*), và mọi sự trở nên tối đen, giống như bầu trời không mây của một buổi tối mùa thu. Lúc này, niệm tưởng si mê ngưng lại.

Sau đó kinh nghiệm của trạng thái đạt được dẫn bạn vào một trạng thái vô thức,[33] nền tảng phổ quát.[34]

Nếu nhận ra, bạn sẽ không rơi vào vô thức và kinh nghiệm tối đen của giai đoạn đạt được có thể tan hòa hoặc xuất hiện như tánh quang minh nguyên sơ (*gZhi gNas Kyi'od gSal*), chúng ta sẽ bàn luận đến điều này sau.

Những người bình thường nên đối phó với những giai đoạn tan rã này như thế nào? Trước tiên, bạn phải nhận ra rằng mình đang ở trong tiến trình cận tử. Bạn nên cố gắng tiếp nhận những kinh nghiệm tan rã càng bình thản càng tốt. Bạn phải cố nhớ rằng mọi hình tướng và kinh nghiệm của *bardo* đều do tâm bạn tạo ra, giống như những giấc mộng. Bạn không nên bám luyến chúng, không bị kích động bởi chúng hoặc sợ hãi. Với an bình và tự nhiên, bạn nên theo dõi hoặc hợp nhất với thật tánh của tâm bạn, an định và trong sáng, thay vì chạy theo và bám chấp vào những niệm tưởng và kinh nghiệm.

Bạn phải nhớ lại các suối nguồn tâm linh của bạn, như chư Phật, chư tổ, giáo lý, và kinh nghiệm, và sử dụng những kinh nghiệm, ký ức đó như sự hỗ trợ tâm linh cho bạn. Hãy cố nhớ lại các thiền định tâm linh của chính bạn, mọi kinh nghiệm tâm linh và năng lượng, và hợp nhất với chúng. Hãy cảm thấy rằng chư Phật, các vị thầy, và Bổn tôn hiện diện cùng bạn mọi lúc và các Ngài đang bảo vệ và dẫn dắt bạn. Từ nơi các Ngài, hãy để ánh sáng của an bình, rộng mở, mạnh mẽ, và hoan hỷ đến với bạn, tràn đầy bạn, và chuyển hóa bạn thành thân của an bình, rộng mở, mạnh mẽ và hoan hỷ. Sau đó cố buông lỏng trong thân tâm linh đó suốt tiến trình cận tử.

Một trong những điểm quan trọng nhất để nhớ lại là không được bám luyến vào, bị kích động, hay sợ hãi bất kỳ điều gì xảy ra trong *bardo*, mà hãy thấy mọi sự như một minh họa của cái thấy tâm linh và một nguồn kinh nghiệm tâm linh. Hãy sử dụng bất cứ tiếp cận và kinh nghiệm tâm linh nào mà bạn đã quen thuộc trong cuộc sống, đó là những thứ sẽ làm dễ dàng và nhiều hiệu quả hơn cho bạn.

Guru Rinpoche khuyên chúng ta thực hành và cầu nguyện đừng bám luyến bất cứ điều gì vào lúc chết, hãy nhớ lại thiền định của chúng ta, và hòa nhập bản tánh tối thượng của tâm mình với lãnh vực tối thượng:[35]

Khi bardo cận tử hé lộ trên con,

Hãy từ bỏ bám luyến và bám chấp vào mọi thứ,

Con sẽ tập trung trên các hướng dẫn rõ ràng không dao động,

Và chuyển di giác tánh nội tại của con (thật tánh của tâm) vào không gian của lãnh vực tối thượng.

Bardo cận tử cũng là một thời điểm quan trọng để sử dụng thực hành *phowa* ("*chuyển di tâm thức*" đến cõi tịnh độ). Nếu bạn là một thiền giả *phowa*, bạn có thể tự thực hiện việc này cho chính mình. Nếu không, một người khác cũng có thể thực hiện *phowa* cho bạn. Nếu người nào khác đang thực hiện *phowa* cho người hấp hối, người đó phải cẩn thận chờ cho đến khi người sắp chết đã hoàn tất giai đoạn tan rã thứ nhất - sự tan rã các yếu tố vật chất - mới bắt đầu thực hiện, vì người sắp chết vẫn có thể chống cự lại cái chết và vẫn còn có hy vọng là người ấy sẽ sống lại. Trong trường hợp đó, sự thực hiện *phowa* có thể thúc đẩy cái chết của người ấy.

Trong thực hành *phowa*, với lòng bi, niềm tin, sùng kính, an định, và nhất tâm (chú tâm một điểm), hãy quán tưởng chính bạn như một thân thiêng liêng, như đức *Vajrayoginī* (hoặc là thân tướng bình thường của bạn) trong trung tâm của Cõi Phật Tịnh Độ Cực Lạc (*Sukhāvatī*) đẹp đẽ và hạnh phúc.

Hãy quán tưởng đức Phật *Amitābha* (Phật *A-di-đà*) - đức Phật Vô Lượng Quang - trên đỉnh đầu bạn. Ngài *Jigme Lingpa* viết:

Mọi nhận thức của con xuất hiện tự nhiên như Cõi Phật hoàn toàn thanh tịnh,

Cõi Phật Cực Lạc toàn bộ trang nghiêm.

Giữa trung tâm, con quán tưởng chính con là Vajrayoginī,

Với một đầu, hai tay, màu đỏ trong sáng cầm một dao cong (biểu tượng trí tuệ) và một sọ người (cực lạc).

Chân con trong tư thế tiến lên và ba mắt nhìn lên bầu trời.

Giữa thân con là kinh mạch trung ương,

Như thân một mũi tên tre đặc,

Rỗng không, trong sáng, trống rỗng, và sáng rực.

Phần tận cùng của kinh mạch trung ương được mở ra tại lỗ mở đỉnh đầu,

Và phần thấp nhất kết thúc tại rốn.

Trên nút thắt tại ngực

Trong trung tâm của một quả cầu khí (năng lượng) màu xanh lục

Là tánh giác của con (tâm) trong dạng một chữ HRĪHı màu đỏ

Trên đỉnh đầu con dài khoảng một cánh tay (khoảng 6 tấc)

Con quán tưởng Đức Phật Amitābha (Phật A-di-đà - Đức Phật Vô Lượng Quang)

Trang nghiêm với những biểu tượng và dấu hiệu tốt đẹp nhất.

Sau đó với năng lượng hoàn toàn sùng kính, hãy cầu nguyện đến Đức Phật *Amitābha*, chư Phật, Bồ Tát và những vị thầy giác ngộ khác. Vào lúc cuối, với sự tập trung một điểm, hét nhiều lần âm PHAṬ hay HIK, quán tưởng và cảm thấy tâm bạn trong dạng chữ HRĪḤ được bắn lên trên bằng lực của sùng kính và lực của khí (năng lượng), lặp lại nhiều lần, qua kinh mạch giữa và hòa nhập vào ngực, giữa thân của Đức Phật Amitābha (A-di-đà), giống như nước rót vào nước. Tin tưởng, cảm nhận và trụ trong kinh nghiệm là một - nhất như với Đức Phật.

Bạn có thể thực hiện *phowa* cho chính bạn, người khác có thể làm giúp bạn, hoặc cả hai cùng làm. Nhưng như tôi đã nói ở trước, chúng ta phải rèn luyện kỹ năng từ trước, nếu không khi thời điểm đại khẩn trương xảy đến mà bạn mới tìm kiếm một phương thức không quen thuộc thì khó có thể nhớ lại sự thực hành.

Ngoài ra, hãy luôn ghi nhớ rằng việc nhận ra chính mình như vị Phật, nhận ra sự nhất như với tâm đức Phật, hay nhận ra thật tánh của tâm, như đã dạy trong nhiều pháp tu khác nhau, chính là sự tu tập *phowa* tuyệt đối, là phương pháp chuyển di tâm hành giả đến cõi Phật.

BARDO CỦA BẢN TÁNH TỐI THƯỢNG

QUANG MINH CỦA NỀN tảng hay tánh sáng trí tuệ nguyên sơ của nền tảng khởi lên[37] sau khi chấm dứt hơi thở bên ngoài nhưng hơi thở bên trong vẫn còn chưa ngưng, khi một chút hơi nóng vẫn hiện diện tại ngực. Nếu nhận ra trí tuệ của nền tảng và duy trì nó, bạn sẽ được giải thoát khỏi ba trói buộc của luân hồi (*saṃsāra*), cụ thể là trói buộc của thân vật chất, trói buộc của hiện tượng hình tướng, và trói buộc của tâm khái niệm.

Vì nghiệp quả kiếp trước, chúng ta sinh ra với thân thô nặng này và do đó ta tự trói buộc mình trong thân vật chất này.

Vì thói quen quá khứ, chúng ta bị nô lệ bởi những đối tượng mà chúng ta nhận thức và do đó ta tự trói buộc mình trong phạm trù của các hiện tượng hình tướng.

Vì ý thức tinh thần, chúng ta tự mình chìm đắm trong những tư tưởng cảm xúc phân biệt, và do đó tự trói buộc mình trong phạm trù của tâm khái niệm. Tánh giác nội tại của tâm bạn thoát ra qua lỗ mở trên đỉnh đầu và hợp nhất với lãnh vực tối thượng. Đây là sự thành tựu của sự hợp nhất trí tuệ giác ngộ và lãnh vực thanh tịnh khởi nguyên tối thượng. Sau đó không còn giai đoạn tiếp theo nào của *bardo* sẽ xảy ra với bạn.

Trong *bardo* của bản tánh tối thượng, trạng thái đầu tiên của sự đạt được tan hòa vào tánh sáng (*'od gSal*),[38] đó là trong sáng và rộng mở, giống như bầu trời tinh khiết của một sáng sớm mùa thu. Nó được gọi là "*quang minh của nền tảng*" (*gZhi gNas Kyi 'od gSal*), và là quang minh của Pháp thân, sự thanh tịnh nguyên sơ. Vì mọi người đều có Phật tánh hoặc là vị Phật trong thật tánh của họ, khi mọi khái niệm và cảm xúc được tan hòa (như vào thời điểm này), sự thanh tịnh nguyên sơ và quang minh chiếu sáng cho mọi chúng sanh. Thậm chí một con côn trùng nhỏ nhất cũng sẽ kinh nghiệm sự thanh tịnh nguyên sơ và tánh sáng vào thời điểm chết. Với người đã nhận ra và kinh nghiệm, giai đoạn này mở ra cơ hội để nhận biết nó và được giác ngộ. Với người chưa nhận ra, dù vẫn kinh nghiệm nó nhưng họ có thể thậm chí không chú ý đến, và sự xuất hiện của nó cũng chẳng tạo bất cứ khác biệt nào cho họ.

Sau đó tánh sáng tan hòa vào hợp nhất (*Zung 'Jug*). Nó là sự hợp nhất của rộng mở (tánh Không) và hình tướng (ánh sáng). Trong đây, hình ảnh của các Bổn tôn phẫn nộ sẽ xuất hiện. Chúng ta nghe tiếng gầm của những âm thanh lớn như sấm sét. Mặc dù những hình tướng quang minh này là năng lực tự nhiên khởi lên từ sự rộng mở và thanh tịnh tự nhiên của chính tâm chúng ta - trong dạng nhất như và giác ngộ - và âm thanh là biểu lộ tự nhiên của tâm tự nhiên chúng ta, người không nhận ra sẽ ngất đi vì sợ hãi. Toàn bộ vũ trụ xuất hiện như một thế giới của ánh sáng chiếu ra rực rỡ, với những hình ảnh ánh sáng đẹp đẽ của Bổn tôn hiền minh trong vô số các vòng tròn ánh sáng ngũ sắc. Những chuỗi ánh sáng với vô số tia sáng xuất phát từ ngực các Bổn tôn và đến ngực chúng ta. Cuối cùng chúng ta cảm nhận tất cả các Ngài hòa nhập vào trong chúng ta.

Sau đó sự hợp nhất tan hòa vào trí tuệ (*Ye Shes*). Trong giai đoạn này, trước tiên chúng ta thấy từ ngực mình một tia ánh sáng rất mỏng trải dài vào bầu trời. Sau đó chúng ta sẽ thấy trong những chùm ánh sáng của bầu trời - xanh dương, trắng, vàng và đỏ - cái này chồng lên cái kia. Mỗi tia sáng được trang hoàng với một vòng ánh sáng màu sắc tương ứng kích thước bằng một tấm gương,[39] cũng được trang hoàng bằng năm vòng ánh sáng, kích thước bằng hạt đậu. Đó là ánh sáng trí tuệ của trí tuệ lãnh vực tối thượng, trí tuệ như gương, trí tuệ của bình đẳng, và trí tuệ biện biệt. Ở trên đó, chúng ta sẽ thấy một lọng ánh sáng ngũ sắc của ngũ trí, giống như cái lọng bằng lông công.

Sau đó trí tuệ tan hòa vào trạng thái thành tựu tự nhiên của bậc trì minh (*Lhun Grub Rig 'Dzin*). Lúc này, chúng ta sẽ thấy bốn chùm ánh sáng hòa nhập thành năm ánh sáng như cái lọng ở trên. Kế tiếp, những hình ảnh biểu tượng sau đây xuất hiện như một tánh sáng phản chiếu trong gương. Chúng ta cảm giác đang thấy các hình tướng của *Dharmakāya*, sự thanh tịnh bổn nguyên, được biểu tượng hóa bằng bầu trời trong suốt không mây trên không trung. Phía dưới đó, chúng ta thấy các cõi tịnh độ của *Sambhogakāya*, sự thành tựu tự nhiên, biểu tượng hóa bằng những hình ảnh của các Bổn tôn hiền minh và phẫn nộ. Ở phía dưới nữa, chúng ta thấy các cõi tịnh độ của *Nirmānakāya*, sự hiện diện tự nhiên, trong nhiều hóa thân khác nhau. Tại dưới đáy, chúng ta thấy thế giới của chúng sanh của sáu cõi bất tịnh. Vào lúc này chúng ta cũng có thể kinh nghiệm nhiều đức hạnh Phật hiện diện trong tâm chúng ta, như năm trí tuệ biết trước.

Phần lớn chúng sanh sẽ có tất cả kinh nghiệm này, nhưng trừ khi chúng ta nhận ra, chúng chỉ xảy ra như một tia chớp; chúng ta thậm chí không thể chú ý chúng, và chúng sẽ không lợi ích nhiều cho chúng ta. Nhưng nếu, khi chúng ta kinh nghiệm quang minh của nền tảng và hình tướng quang minh chúng ta nhận ra chúng như chúng là - rộng mở, nhất như, không phân biệt, không tạo tác hay bám chấp - thì chúng ta sẽ được giải thoát vào Phật tánh, và mọi hình tướng sẽ được giải thoát như năng lực tự nhiên của Phật tánh. Nếu không, một lần nữa chúng ta sẽ đi qua giai đoạn kế tiếp của *bardo*.

Sự thiền định quan trọng nhất xuyên suốt mọi *bardo*, và nhất là với *bardo* của bản tánh tối thượng, là nhận ra thật tánh của tánh sáng nền tảng và sự xuất hiện của nó, ánh sáng nội tại.

Khi chúng ta thấy ánh sáng hay nhiều loại hình dạng và âm thanh, nếu nhận ra chúng như năng lượng tâm giác ngộ của chính chúng ta, chúng sẽ xuất hiện như những *maṇḍala* Phật, bất khả phân từ tự thân tâm giác ngộ. Nhưng nếu thấy ánh sáng, hình tướng và âm thanh như những đối tượng tách biệt khỏi bản tâm, do bám chấp vào một bản ngã với những khái niệm nhị nguyên, chúng xuất hiện như nhiều hiện tượng khác nhau của các khái niệm thô nặng, cảm xúc phiền não và thế giới của năm yếu tố vật chất.

Thêm vào việc nhận ra bản tánh của ánh sáng, hình tướng và âm thanh, một điều cũng quan trọng là nhận ra giác tánh nội tại, bản tánh của tâm chúng ta đúng thật như nó hiện hữu, như thể chúng ta gặp lại một người bạn già thân thiết. Vì thế chúng ta sẽ nhận ra thật tánh của mọi sự. Sau đó chúng ta sẽ siêu việt các khái niệm của hiện hữu và phi hiện hữu và sẽ đạt Phật tánh, trạng thái giải thoát thường hằng. Đức *Guru Rinpoche* khuyên chúng ta thực hành và cầu nguyện như sau:

> *Khi bardo cận tử hé lộ trên con,*
>
> *Hãy buông bỏ mọi sợ hãi và kinh hoàng,*
>
> *Con sẽ nhận ra mọi sự xảy đến như tự thân giác tánh nội tại tự hiện (năng lượng của thật tánh của tâm),*
>
> *Và con sẽ nhận ra nó chỉ là các hình tướng của bardo.*[40]

Ngài *Jigme Lingpa* viết:

> *Nếu con phân tích bardo của bản tánh tối thượng,*
> *Thì có nhiều khía cạnh để phân tích.*
> *Nhưng, thay vào đó, nếu chỉ phân tích tự thân người phân tích,*
> *Nó chẳng hiện hữu ở bất cứ đâu.*
> *Nên cũng giải thoát khái niệm của không hiện hữu.*
> *Đây là trạng thái thường giải thoát.*[41]

Ngài *Longchen Rabjam* viết:

> *Một yogi đạt giải thoát trong chính kiếp sống này,*
>
> *Tan rã yếu tố đất vào nước, nước vào lửa, lửa vào gió, gió vào thức, và thức vào tánh sáng;*
>
> *Sau đó, hợp nhất với (sự hợp nhất) trí tuệ và lãnh vực tối thượng*
>
> *Họ vĩnh viễn an tâm trong trạng thái của bổn nguyện (Phật tánh).*

Bạn có thể nghe và đọc những sách về kinh nghiệm cận tử [ở phương
Tây]. Chúng đáng kinh ngạc thay! Truyền thống *bardo* của Tây Tạng tối
thiểu cũng được một ngàn năm, và những kinh nghiệm cận tử [ở phương
Tây] là một chủ đề mới, nhưng nhiều khía cạnh lại giống nhau trong cả hai
tài liệu, ngôn ngữ gần như giống hệt nhau. Tuy nhiên giáo lý *bardo* đi sâu
hơn nhiều. Chúng trình bày những nguyên nhân và kết quả của nhiều giai
đoạn *bardo* khác nhau và đi vào tận cùng của chúng thay vì chỉ đưa ra một ý
niệm khởi đầu. Nói riêng, giáo lý *bardo* dẫn dắt chúng ta trong việc làm thế
nào chuẩn bị và đối phó với những hoàn cảnh để cải thiện các kinh nghiệm
bardo và kiếp sống tương lai của chúng ta.

Trong *bardo* cận tử và *bardo* của bản tánh tối thượng chúng ta chứng kiến
nhiều loại ánh sáng và hiện tượng hình tướng khác nhau. Nhưng với nhiều
người, nhất là người đã nhận biết, họ không ở trong cách nhận thức chủ thể -
đối tượng. Người đã nhận ra (giác ngộ), thấy và cảm nhận chúng như sự hợp
nhất. Bạn có thể thấy và cảm nhận hàng trăm sự việc cùng lúc. Bạn có thể
thấy và cảm nhận mọi sự, không cần thiết phải qua đôi mắt mà là sự toàn bộ,
như thể tất cả đều ở phía trước bạn. Tất cả là sự hoan hỷ, cực lạc, nhất như và
rộng mở - không phân biệt, giới hạn, xung đột, hay đau khổ. Bạn càng nhận
biết cao thì bạn càng thấy hàng ngàn sự việc cùng lúc. Trái lại, nhiều người
trong hoàn cảnh như vậy chỉ hoàn toàn kinh nghiệm sự đau khổ, sợ hãi, và
chịu đựng.

Khi tôi nói "ánh sáng", bạn có thể nghĩ về những chùm tia sáng hoặc hiện
tượng như ánh sáng mặt trời bắt nguồn từ nơi nào đó. Nhưng trong nhận
biết thực sự, bạn không nhận biết ánh sáng này như những đối tượng - những
đối tượng của nhãn thức v.v... Bạn đang nhận biết ánh sáng như một sự trong
sáng và quang minh, đó là an bình, hoan hỷ, cực lạc, rộng mở và nhất như, và
trí tuệ tỏa khắp. Và bạn là ánh sáng và ánh sáng là bạn, hợp nhất. Đây là sự
hợp nhất của bản tánh rộng mở (tánh Không) và trí tuệ và hình tướng xuất
hiện tự nhiên (ánh sáng nội tại). Nguyên lý này là nền tảng thực sự dựa vào

đó mà Phật giáo Mật tông nói về tính bất nhị, ánh sáng tự nhiên, sự trong sáng, xuất hiện tự nhiên, hiện diện tự nhiên, nhận biết cùng lúc, tự hiện, vô sanh, và toàn giác.

Trong *bardo*, tâm bạn mất kết nối với năng lượng thân thể, và cấu trúc của thân vật chất không kiểm soát hay ảnh hưởng đến chuyển động tâm thức bạn. Nếu bạn đã chuẩn bị tinh thần tốt trong cuộc sống thì trong *bardo* năng lực và tác động của nhận biết tâm linh bạn sẽ ảnh hưởng nhiều trong việc cải thiện tiến trình cuộc sống bạn hơn bây giờ. Tâm bạn sẽ hùng mạnh và rộng mở hơn hướng đến bất cứ mục tiêu nào bạn sẽ tập trung vào, vì chúng đi cùng với nhau.

Ngay cả nếu không nhận ra thật tánh của các kinh nghiệm *bardo*, nếu bạn chỉ nghĩ với một tâm sùng kính: "Chúng là Phật tánh và các hóa thân Phật," hoặc nói đơn giản, hãy suy nghĩ về chúng như những hiện tượng tích cực, thì chúng sẽ tạo ra an bình, hoan hỷ, và thảnh thơi trong bạn. Kết quả là, bạn sẽ đạt được sức mạnh và trí tuệ tâm linh. Bạn sẽ có thể điều khiển tiến trình *bardo* và sẽ dẫn đến một tái sanh tốt hơn.

Tối thiểu bạn nên tránh việc sợ hãi, rối loạn, hay bám luyến đến bất cứ kinh nghiệm hay hình tướng nào bằng suy nghĩ: "Tất cả chúng đều không thật. Chúng chỉ là sự tạo tác của tâm tôi." Sau đó hãy cố gắng nhớ lại các hỗ trợ tâm linh của bạn, như các vị thầy, giáo lý, và trên tất cả là các kinh nghiệm thiền định của bạn với niềm tin, sùng kính, trung thực, và hoan hỷ. Ngoài ra, điều này sẽ làm bạn có thể điều khiển tiến trình *bardo* và dẫn bạn đến một tái sanh tốt hơn.

Nói chung, với người bình thường, các kinh nghiệm của cả hai *bardo* cận tử và *bardo* của bản tánh tối thượng có thể kéo dài từ một phần nhỏ của một giây đến vài phút, nhưng họ có thể cảm thấy chúng kéo dài lâu hơn. Nhận thức và kinh nghiệm của thời gian không cần thiết được đo lường thco một hệ thống khái niệm, cụ thể là những khái niệm mà chúng ta hiện có.

BARDO CỦA SỰ TRỞ THÀNH

TRONG NGHĨA PHỔ BIẾN thuộc cộng đồng người Tây Tạng, đây là "*bardo*." Đây cũng là *bardo* có thời gian dài nhất thuộc ba *bardo* sau, vì đối với nhiều người những kinh nghiệm của *bardo* thứ hai và thứ ba có thể chỉ tồn tại trong một thời gian rất ngắn.

Nếu bạn là một người nhận biết cao hoặc ngay cả nhận biết vừa phải, bạn sẽ đạt giác ngộ trong *bardo* đời sống hoặc tối thiểu trong *bardo* của bản tánh tối thượng, và sẽ không đi qua *bardo* của sự trở thành. Nếu bạn là người có chút ít nhận biết, bạn có thể đi qua *bardo* trở thành rất nhanh mà không có kinh nghiệm đau khổ; do vậy, bằng việc nhớ lại nhận biết thiền quán của bạn, bạn sẽ tái sanh trong một biểu hiện tịnh độ (*Rang bZhin sPrul sKu'i Zhing*). Ở đó bạn sẽ nhận được ân phước của Ngũ bộ Phật và đạt Phật quả. Nếu là người chưa nhận biết và tâm thức bạn chưa được chuyển di đến một cõi tịnh độ bằng bất kỳ phương tiện nào khác, như *phowa*, bạn sẽ đi đến *bardo* kế tiếp, *bardo* của sự trở thành.

Người bình thường trong *bardo* thứ hai và thứ ba có thể có kinh nghiệm rơi vào vô thức (hôn mê) [thay vì kinh nghiệm tánh quang minh của nền tảng, như nó là] và bị kinh hoàng bởi những xuất hiện của âm thanh, ánh sáng, tia sáng, và hình ảnh của những Bổn tôn. Thậm chí bạn không dám nhìn hay cảm nhận thật tánh và những hình tướng của thật tánh chính bạn, mà lại chống đối đấu tranh với chúng như những đối tượng - đối tượng trong hình thức của các thế lực xung đột.

Sau đó từ lực của không nhận biết (*Ma Rig Pa*) bản tánh tối thượng, tánh sáng của nền tảng, bạn cảm thấy sự xuất hiện của năng lượng yếu tố gió, lửa, nước và đất trong chính bạn, và chúng được đi theo bởi những tư duy của si mê, tham dục, và sân hận. Ý thức bạn, hay tâm, sẽ thoát khỏi thân thô nặng qua một trong chín cửa. (Cửa tốt nhất để thoát ra là qua lỗ mở đỉnh đầu hay thóp trên đỉnh đầu). Do kết hợp cùng với các năng lượng này và ý thức, bạn sẽ cảm thấy về mặt tâm thức bạn có một thân có đầy đủ mọi giác quan. Ngay cả một số kinh điển cũng nói về một thân vi tế (hay thân ánh sáng nhẹ), nhưng phần lớn đều đồng ý rằng nó là một thân tâm thức hay thân hình dung, không có bất cứ hình tướng thật nào. Tuy vậy, bạn sẽ cảm thấy có một thân với một số ánh sáng của chính nó, và bạn sẽ không cảm thấy ánh sáng của mặt trời hay mặt trăng.

Sau đó, bạn có thể đi qua các kinh nghiệm sau. Cuộc sống và tâm thức bạn không ổn định hay bền vững và mọi thứ sẽ thay đổi từ lúc này sang lúc khác tùy theo sự thay đổi tư duy và ảnh hưởng nghiệp lực của bạn. Bạn sẽ đến bất cứ nơi chốn và người nào bạn nghĩ trong tâm thức, chỉ trừ khi nó vượt khỏi phạm vi nghiệp của bạn. Nếu bạn nghĩ "*New York*", lập tức bạn sẽ ở ngay đó, chẳng cần tốn thời gian và nỗ lực để đi đến. Bạn khó có thể ở yên một nơi và tập trung trên bất cứ tư duy nào, vì bạn luôn di chuyển, trôi nổi và bị đẩy đi chỗ này chỗ kia. Bạn liên tục chạy, bay và di chuyển, như một sợi lông trong cơn bão, không có sự ổn định. Tâm bạn sẽ sắc bén hơn người bình thường và sẽ có một số loại tiên tri, biết được tư tưởng người khác; nhưng bạn sẽ có ít năng lực phân tích hay lập luận, vì thiếu sự ổn định của tâm thức. Tâm bạn có thể đi qua nhiều thay đổi của hạnh phúc và đau khổ, hy vọng và sợ hãi, thanh bình và khốn khổ trong mỗi một khoảnh khắc. Đôi lúc bạn hình dung sự nguy hiểm từ những nguyên tố như thể bạn bị chôn vùi dưới nhà, hang động, hay đất sụp, rơi và chìm trong nước, bị cháy trong lửa của cây hay nhà, và bị thổi bay trong gió bão.

Khi người chết thấy xác chết của họ, một số bám luyến vào nó, trong khi số khác lại ghét bỏ. Tuy nhiên, một số khác không nhận ra thi thể họ và một cách huyền bí thấy nó như một thân tướng khác, như là xác chết của một con vật.

Bạn cũng có thể thấy thực phẩm mọi lúc, nhưng không thể hưởng được trừ khi nó được hồi hướng cho bạn. Phần lớn bạn chỉ có thể hưởng được mùi của thực phẩm đó.[43] Bạn sẽ cảm thấy cô độc, không an toàn và sẽ luôn đi tìm một nơi trú ẩn và ổn định. Khi bạn mệt mỏi vì bị cơn bão cảm xúc, tâm thức, nghiệp cuốn đi, bạn luôn tha thiết kiếm được chỗ trú ẩn hay tìm một chỗ để sinh ra, mà không quan tâm đến việc bạn đang bị mắc kẹt vào loại hoàn cảnh nào. Mỗi tuần bạn phải kinh nghiệm toàn bộ tiến trình chết nhiều lần, đặc biệt nếu đó là một cái chết thê thảm.

Ngoài ra, vào lúc bắt đầu, trong một thời gian dài, bạn không thực sự nhận ra bạn đã chết vì bạn có ít năng lực lập luận. Bạn có thể đi đến bạn bè, nhưng họ sẽ phớt lờ bạn. Bạn có thể đến bàn ăn, nhưng chẳng ai cho bạn ghế hay phục vụ thức ăn cho bạn.

Thông thường thời gian trong *bardo* này khoảng từ một tuần đến bảy tuần, nhưng cũng có thể ngắn hơn hoặc trong một số rất ít trường hợp lại lâu hơn. Trong phân nửa thời gian đầu, bạn sẽ cảm thấy có thân và sự kết nối với kiếp trước, và trong phân nửa thời gian thứ hai, bạn sẽ cảm thấy mình có thân và các kinh nghiệm của lần sinh sắp đến.

Khoảng giữa thời gian trụ trong *bardo* này, nhiều người trải qua việc đi đến phiên tòa của Tử Thần,[44] vị Vua của Pháp luật (*gShin rJe Ch'os rGyal*), nơi bạn tái sinh sẽ được quyết định bằng việc kiểm tra các ghi chép nghiệp thiện và bất thiện trong quá khứ của bạn. Những người này chứng kiến người khởi tố và người bào chữa biện hộ hay chống lại những hành động công đức hay không công đức của họ, hỗ trợ sự tranh cãi của họ với nhiều bằng chứng khác nhau được đo lường bằng những viên sỏi, bàn cân và những tấm gương.

Ngoài ra, từ khoảng giữa thời gian trụ trong *bardo* này, năng lượng nghiệp và cảm xúc của bạn sẽ chỉ ra cõi tái sanh của bạn. Nếu thọ tái sanh nơi cõi trời, bạn sẽ thấy một ánh sáng trắng dịu. Tương tự bạn sẽ thấy ánh sáng đỏ nhẹ cho cõi *a-tu-la*, xanh dương nhẹ cho cõi người, xanh lục nhạt cho cõi súc sanh, vàng nhạt cho cõi ngạ quỷ, và ánh sáng màu khói xám cho cõi địa ngục.

Bạn cũng có thể thấy cõi sinh ra của bạn trong những giới hạn biểu tượng, có thể bao gồm như sau. Nếu bạn tái sanh vào cõi trời, bạn có thể cảm thấy như thể đi vào một lâu đài. Tương tự, bạn có thể thấy đi vào một bánh xe ánh sáng hay một trận chiến cho cõi *a-tu-la*, vào hang động trống rỗng hay lều bạt cho cõi súc sanh, một khu rừng, khúc cây, hay mền màu đen cho cõi ngạ quỷ, một hố đen hay một thành phố thép cho cõi địa ngục. Với cõi người bạn có thể cảm thấy như thể đi vào một hồ nước có thiên nga, ngựa, hay bò, hoặc đi vào màn sương, nhà cửa, thành phố, hoặc một đám đông người.

Khi thời khắc tái sanh xảy đến, bạn sẽ thấy cha mẹ bạn đang giao hợp, và bạn có thể cảm thấy ghen tức với người cha và thèm khát người mẹ, nếu bạn trở thành người nam, và ngược lại bạn sẽ thành người nữ. Cảm giác xúc cảm đó dẫn dắt bạn đi vào tử cung để thụ thai. Với sự nõn sinh, thấp sinh, và hóa sinh, sự sinh ra của bạn thường được dẫn dắt bởi lực cảm xúc của tham hay sân.

Làm sao chúng ta điều khiển được *bardo* trở thành? Trước tiên, điều quan trọng là phải nhận ra rằng bạn đã chết. Nếu hình ảnh bạn không phản chiếu trong gương, không có dấu chân trên cát hay tuyết, không có bóng bên cạnh thân bạn, và nếu người ta không đáp ứng bạn, thì đó là bạn đã ở trong *bardo*. Hãy cố gắng đừng buồn phiền và choáng váng, mà hãy cố tập trung vào bất kỳ một trong ba điểm quan trọng sau:

Trước tiên, hãy nhận ra bạn đang ở tại điểm chuyển tiếp quan trọng nhất của tất cả các kiếp sống tương lai và không thể để lãng phí một khoảnh khắc nào.

Thứ hai, hãy cảm thấy hoan hỷ về bất cứ con đường tâm linh nào bạn đã theo đuổi trong cuộc sống mình, vì điều đó sẽ là nguồn ánh sáng, hoan hỷ, và an bình to lớn của hôm nay.

Thứ ba, hãy nhớ lại một trong bất kỳ ba thực hành sau, tùy theo kinh nghiệm trong quá khứ bạn và sau đó an trụ với thực hành đó không xao lãng. (Nếu bạn là một người có nhận biết cao, chắc chắn bạn sẽ giác ngộ).

1. Nếu bạn là người có một số kinh nghiệm thiền định Mật tông, bạn sẽ thấy những ánh sáng này như ánh sáng trí tuệ chiếu sáng, hoặc chuyển chúng thành ánh sáng tỏa sáng của trí tuệ. Ngoài ra, bạn có thể thấy chư Phật của Ngũ bộ Phật, như đã nhắc đến trong Thötröl,[45] và đạt được giác ngộ. Nếu bạn cố gắng thấy với niềm tin, thì bạn sẽ thấy chúng như vậy, vì tất cả là sự tạo tác của tâm trong bardo.

Do vậy, hãy nhớ lại sự sùng kính của bạn đến chư Phật, chư tổ, và sự thiền định. Hãy nhận ra mọi kinh nghiệm này là nhất như, và mọi âm thanh, sắc tướng đều là năng lực biểu hiện của nhất như đó. Hãy là một với chúng, không bám chấp hay chống lại qua một quan điểm chủ thể và đối tượng. Sau đó an trụ thanh thản trong trạng thái nhận biết đó. Hòa nhập vào nó lặp đi lặp lại nhiều lần.

2. Nếu bạn không phải là một thiền giả đã kinh nghiệm hay nhận biết, mà là một người có tu tập tâm linh, trước tiên bạn nên cố gắng an định tâm, kiên định và tập trung vào những hỗ trợ tâm linh, thay vì bị thúc đẩy đi khắp nơi như những người trong bardo hay bị.

Trong Phật giáo Mật tông Tây Tạng, có nhiều nghi lễ để vị *Lama* sẽ thực hiện cho người chết. Qua năng lực của cầu nguyện, tạo công đức, sùng kính, và thiền quán, vị *Lama* đem tâm của người chết vào một hình ảnh (hay một đồ vật) và làm ổn định họ với nó. Sau đó vị *Lama* ban giáo lý và ban quán đảnh để dẫn dắt tâm thức người chết đến Phật tánh, hoặc tối thiểu đến một tái sanh tốt. Nếu nghi lễ thiền định của vị *Lama* mạnh mẽ, và nếu người chết có đủ thiện nghiệp, nghi lễ sẽ có hiệu quả nhất.

Hãy nhớ lại và trụ trong bất kỳ niềm tin, thiền định, hay tư duy tâm linh và cảm nhận nào mà bạn quen thuộc. Nếu bạn có thể nhớ, cầu khẩn lòng bi và năng lực của chư Phật, Bồ Tát, những vị thánh, nhà hiền triết, các vị thầy tâm linh, và sự thiền định, những kinh nghiệm tâm linh của bạn sẽ hùng mạnh vào lúc đi một mình này. Bất cứ những tư duy tâm linh, ký ức, hay kinh nghiệm mà bạn có, sẽ phát sinh sức lực của an bình, hoan hỷ, sùng kính, lòng bi, nhận thức thanh tịnh, và trí tuệ trong bạn (đó là sự nhận biết của bản tánh tối thượng và tướng quang minh của nó). Lực đó dẫn bạn đến giác ngộ hoặc đến một tái sanh tốt hơn (giống như cảm xúc tiêu cực gây tái sanh vào cõi thấp). Lực đó có thể làm lệch hướng con đường tái sanh vào cõi thấp của bạn, ngay cả nếu điều đó đã được chọn. Bất kỳ những kinh nghiệm tâm linh và sức mạnh bạn đã có trong đời sống, chắc chắn sẽ đem lại kết quả vào lúc cần thiết này.

3. Nếu bạn không có kinh nghiệm tâm linh, khi kinh nghiệm những điều đang xảy ra này hãy cố gắng đừng trở nên giận dữ, rối loạn và sợ hãi, mà hãy thấy chúng chỉ như sự tạo tác của tâm, giống như một giấc mộng. Không ai sắp đặt tất cả bardo này như nơi đến của bạn; chúng chỉ là những hình ảnh ảo tưởng do chính tâm và cảm xúc tinh thần bạn tạo ra. Hãy cố gắng rộng mở, tích cực, an định và bình thản, thay cho khái niệm bám chấp, nhận thức tiêu cực, chạy theo và đấu tranh với cảm xúc thù hận, tham dục hay si mê. Hãy thương cảm những người khác cũng đang bị lang thang trong bardo mà họ không hay biết này. Nếu bạn có thể tạo ra hay duy trì trạng thái tích cực của tâm và năng lượng tâm linh như vậy, điều đó sẽ đem lại sự an định trong tâm bạn, giải phóng những năng lượng tiêu cực hay nghiệp trong bạn, và sự an bình trong tâm linh cùng ánh sáng sẽ nở rộ trong bạn, đem lại kết quả tái sanh vào một cõi hạnh phúc.

Bạn cũng phải cố gắng đảo ngược tiến trình thọ tái sanh vào các cõi thấp, nếu phải đối diện với chúng. Khi thấy các dấu hiệu tái sinh vào cõi thấp, ánh sáng dịu và các dấu hiệu, hay nơi chốn (hoặc cha mẹ) của nơi sinh trong một tái sanh thấp, điều quan trọng nhất là không nhiễm vào các tư duy cảm xúc của bám chấp, tham lam, bám luyến, căm thù, ghen tức, sợ hãi, rối loạn, v.v... Thay vào đó, hãy thấy tất cả với một tâm của tâm linh, một tâm của an bình, nhất như, và rộng mở. Hãy thấy chúng với an tĩnh bằng việc nhận ra chúng như những tạo tác của tâm bạn, hay thấy chúng như những hình tượng Phật nam hay nữ. Hãy cầu nguyện đến chư Phật và các vị thầy tâm linh để được các Ngài ban phước và hướng dẫn.

Bạn bè cũng có thể giúp bằng cách thực hiện những thực hành tâm linh, như thực hành *phowa*, tạo công đức, tịnh hóa những việc làm phi công đức, cầu thỉnh ân phước của chư Phật, niệm các bài nguyện, tụng niệm *mantra*, bố thí, cúng dường, phóng sanh, tạc tượng Phật, sao chép kinh điển Giáo Pháp, xây dựng các đài kỷ niệm tâm linh, từ bỏ việc làm không công đức, sau đó hồi hướng mọi hành động công đức này cho bạn và cho tất cả bà mẹ chúng sanh vì sự hạnh phúc và giác ngộ của họ. Bất cứ công đức nào họ có thể làm và hồi hướng cho bạn sẽ lợi ích bạn, vì bạn là nguồn cảm hứng để họ làm và hồi hướng cho bạn và cho tất cả bà mẹ chúng sanh với tâm thức của tình thương, rộng mở và lợi ích. Điều quan trọng cho bạn bè bạn là không suy nghĩ, đặc biệt là không nói hay làm điều gì có thể khởi động bất kỳ tư tưởng, cảm giác, hay cảm xúc tiêu cực trong tâm bạn, mà hãy suy nghĩ, và nhất là nói hay làm điều gì gợi cảm hứng an bình, hoan hỷ, và sức mạnh trong bạn.

Trong cuộc sống này, tâm thức tương đối ổn định vì có vị trí trong cấu trúc thân thể phàm tục này. Do vậy, nó dễ dàng có quan điểm tâm linh và thói quen qua thiền định. Nhưng cũng khó có cơ hội tạo một thay đổi lớn hay sự tiến bộ đích thực vì tâm thức bị mắc kẹt và được lập trình trong hệ thống của thân thể trần tục, cứng nhắc của chúng ta.

Song, trong *bardo*, tâm thay đổi nhanh chóng trong một điểm chuyển đổi tạm thời có tác động mạnh, không bị quy định bởi thân thể vật chất. Do đó nó dễ dàng thay đổi hay cải thiện chuyến hành trình tương lai của bạn. Nhưng nó cũng khó tìm thấy một con đường mới không quen thuộc và tập trung vào đó. Vì tâm không thân của bạn trôi nổi mau chóng và liên tục cuốn đi vòng quanh với tốc độ cao.

Thế nên, nếu có thể tập trung tâm bạn vào các quan điểm tâm linh và kinh nghiệm mà bạn có được trong đời này, trong lúc bạn vẫn còn có một nền tảng ổn định thì trong *bardo* những thói quen của kinh nghiệm đó sẽ dễ dàng tác động chuyến hành trình vào cuộc sống tương lai của bạn, bảo đảm một tương lai an bình, hạnh phúc, và trí tuệ to lớn.

May mắn thay, hôm nay bạn còn sống và tôi cũng còn sống. Chúng ta có cơ hội để chuẩn bị cho *bardo* và các kiếp tới của mình. Nếu chúng ta có kinh nghiệm an bình, hoan hỷ, sức mạnh và trí tuệ, thì khi thời điểm chết xảy đến, tất cả chúng ta sẽ có thể chào đón nó với suy nghĩ: "Ồ tuyệt vời thay, tôi đã chuẩn bị cho nó!" Tâm thức trong *bardo* trong sáng và hùng mạnh hơn, và kinh nghiệm của nó thì sắc bén hơn tâm thức hiện nay, vốn được lập trình trong hệ thống nhận thức riêng của con người và bị kẹt trong cấu trúc của thân bằng máu thịt. Do đó, nếu có được một số kinh nghiệm của Giáo Pháp trong cuộc sống chúng ta, thì trong *bardo* chúng ta sẽ hưởng kết quả của đại an bình và nhẹ nhàng, hoan hỷ và được tán tụng với những gì chúng ta đạt được khi còn sống trong thế gian này.

Nếu đó là an bình, rộng mở và trí tuệ trong tâm, mọi trạng thái tinh thần và hiện tượng chung quanh chúng ta có thể xuất hiện như những hình tướng tích cực. Năm cảm xúc của tâm chúng ta xuất hiện như năm trí tuệ, và năm nguyên tố của thân thể là năm ánh sáng nội tại, chư Phật và cõi Phật, năng lượng tự nhiên của trí tuệ. Hoặc tối thiểu, các hình tượng của chư Phật, Bồ Tát, Thánh nhân, Hiền triết, *Lama, Dakini,* và *Daka* sẽ dẫn dắt chúng ta đi qua bầu trời trong sáng đến cõi Phật an bình và hoan hỷ nhất với một đại hiển bày của cúng dường huyền diệu, âm nhạc thanh bình và các vũ điệu hoan hỷ, tràn đầy toàn bộ không gian. Giờ đây chúng ta sẽ đạt được năng lực đem an bình, ánh sáng và hoan hỷ đó đến tất cả các bà mẹ chúng sanh của chúng ta. [46]

PHẦN
2

PHÁP THIỀN ĐỊNH NGÖNDRO:

7.
TRƯỜNG PHÁI NYINGMA
CỦA PHẬT GIÁO TÂY TẠNG[47]

Trường phái cổ xưa nhất đã sản sinh ra bốn trường phái chính của Tây Tạng là phái *Nyingma*, hay phái *"Cổ Mật"*. Mặc dù Phật giáo đến Tây Tạng vào thế kỷ bảy dưới sự trị vì của *Srongtsen Gampo*, vị vua thứ ba mươi ba của triều đại *Chögyal*, nhưng các học giả đều đồng ý rằng Phật giáo được chính thức thiết lập ở đây vào cuối thế kỷ tám. Sự hình thành hoàn chỉnh của Phật giáo ở Tây Tạng được hoàn tất bởi đại hiền triết *Guru Padmasambhava* và học giả nổi tiếng *Shāntarakṣhita* dưới sự bảo trợ của *Thrisong Detsen*, vị vua thứ ba mươi bảy của triều đại *Chögyal*. Kể từ đó cho đến thế kỷ thứ mười một - khi các trường phái khác nổi lên qua việc đem các giáo lý mới được phiên dịch và các dòng truyền từ Ấn Độ đến Tây Tạng - chỉ có một trường phái Phật giáo duy nhất, và trường phái đó kể từ thế kỷ mười một được gọi là phái *Nyingma*.

Ngày nay, *Nyingma* là một trường phái rất hưng thịnh. Nhưng kể từ thế kỷ mười một, vị trí nổi bật nhất trong các học viện tôn giáo lại lần lượt được nắm giữ bởi các trường phái khác.

SỰ ĐÓNG GÓP CỦA NYINGMA CHO LỊCH SỬ VÀ VĂN HÓA TÂY TẠNG

SỰ PHÂN BIỆT CHỦ YẾU giữa *Nyingma* và các trường phái khác không phải là kết quả của sự xuất hiện các *sūtra* (giáo tông), giáo lý đạo Phật phổ thông, cũng không phải các *ngoại tantra*, giáo lý Mật tông phổ biến, mà là các *nội tantra*, các phạm trù *tantra* cao hơn.

Phái *Nyingma* đi theo *Ngag Nyingma (sNgags rNying Ma)*, "Cựu Mật", được phiên dịch sang tiếng Tây Tạng trong giai đoạn phiên dịch ban đầu (thế kỷ bảy) bởi nhiều đại dịch giả như *Vairochana, Kawa Paltseg, Chog-ro Luʾi Gyaltsen* và *Zhang Yeshe De* của thế kỷ tám cho đến *Smṛitijñāna* trong thế kỷ mười một. Ba trường phái khác đi theo *Ngag Sarma (sNgags gSar Ma)*, "Tân Mật", được phiên dịch sang tiếng Tây Tạng trong giai đoạn phiên dịch sau này, bắt đầu với đại dịch giả *Rinchen Zangpo* (958 - 1055) trong thế kỷ mười một.

Vào các giai đoạn khác nhau, mỗi một trong bốn trường phái chính [lần lượt] trở thành trường phái cầm quyền của đất nước: phái *Nyingma* từ thế kỷ bảy qua thế kỷ một và sau đó là các phái *Sakya, Kagyu* và *Gelug* về sau nữa cho đến những năm gần đây. Các trường phái chính này phát triển với sự giúp đỡ của nhiều lực lượng bảo trợ mạnh mẽ: *Nyingma* được bảo trợ bởi triều đại *Chögyal* của Tây Tạng; các phái *Sakya, Kagyu* và *Gelug* với sự trợ giúp của các nhà lãnh đạo Mông Cổ, Trung Quốc và Tây Tạng.

Trong giai đoạn ban đầu của phái *Nyingma* đã diễn ra những thay đổi trật tự xã hội, chính trị, giáo dục và tâm linh đáng ngạc nhiên trong nền văn minh Tây Tạng. Những nhà nghiên cứu Tây Tạng học ít lưu ý đến sự đóng góp phát triển trong gian đoạn ban đầu này của *Nyingma*. Trước khi Phật giáo đến, người Tây Tạng nổi tiếng là những chiến binh, liên tục đe dọa các nước láng giềng, họ tin theo tôn giáo bản địa trước lúc biết đến đạo Phật, được gọi là đạo *Bön*, chủ yếu là thờ phụng thiên nhiên và thực hiện các nghi lễ giết vật tế thần. Nhưng khi Phật giáo nổi bật lên và lớn mạnh, người Tây Tạng dần dần bị thu hút vào đời sống trí tuệ của đạo Phật, hết sức coi trọng sự chung sống của tất cả chúng sanh và tiếp nhận thái độ hòa bình, hòa hợp với thiên nhiên. Tây Tạng trở thành một nguồn kiến thức và một vùng an bình cho Trung Á. Hệ thống chữ viết và văn phạm tiếng Tây Tạng được Ngài *Thönmi Sambhoṭa* đưa ra trong thế kỷ bảy và kinh điển đạo Phật bắt đầu được phiên dịch sang tiếng Tây Tạng.

Tây Tạng, một vùng đất đầy dẫy những người hung bạo, được kiểm soát bởi các bộ trưởng tà ác, và bị ám bởi các năng lượng tâm linh tiêu cực, đã được an định và chuyển hóa thành một xã hội tâm linh và văn minh qua trí tuệ và năng lực giác ngộ của *Guru Padmasambhava* (Đạo Sư Liên Hoa Sanh) và các bậc thánh tăng khác của đạo Phật.

Samye, trường đại học Phật giáo đầu tiên của Tây Tạng, được khánh thành vào cuối thế kỷ tám. Ngài *Sāntarakṣhita* đã truyền giới cho bảy người trở thành tăng sĩ, "bảy người của việc kiểm tra thử thách" (*Sad Mi Mi bDun*). Về sau, hàng trăm người khác thọ giới, dẫn đến việc hình thành một trong những cộng đồng tu viện vĩ đại nhất trên thế giới. Đức *Guru Padmasambhava* và các vị thầy khác đã khai tâm cho "hai mươi lăm người, gồm cả đức vua và các thần dân (*rJe 'Bangs Nyer lNga*) và hàng trăm người khác được dẫn dắt vào *tantra*. Ngay cả ngày nay, Tây Tạng cũng được biết là một xứ sở của phép lạ, huyền bí và giác ngộ.

Dưới sự trị vì của *Thri Ralpachen*, vị vua thứ bốn mươi của triều đại *Chögyal*, các dịch giả đã soạn thảo một Từ điển thuật ngữ Phật giáo Sanskrit-Tạng có tên là *Chetrag Togpar Chedpa Chenmo* (Tạng: *Bye Brag rTogs Par Byed Pa*, Sanskrit: *Mahāvyutpatti*). Nhà vua ra sắc lệnh tất cả công trình phiên dịch phải dùng những thuật ngữ được tiêu chuẩn hóa một cách đồng nhất để bảo đảm tính nhất quán. Nhờ có chủ trương này, ngay cả đến ngày nay việc đọc những bản dịch từ thế kỷ chín hay tái tạo các bản văn Sanskrit từ tiếng Tây Tạng đều không khó. Sự hoàn toàn đồng nhất trong phiên dịch toàn bộ kinh tạng, gồm một khối lượng đồ sộ kinh điển và các luận giảng của Phật giáo Ấn Độ, là một thành tựu độc đáo của nền văn minh Tây Tạng. Và đây là một đóng góp của phái *Nyingma* cho lịch sử trí tuệ của Tây Tạng.

Trong giai đoạn ban đầu, phái *Nyingma* đóng một vai trò không thể thiếu trong việc củng cố sức mạnh thế tục của các nhà cầm quyền trung ương và trong việc thống nhất toàn thể đất nước Tây Tạng. Vào thời đó, Tây Tạng được tự do, người Tây Tạng hoàn toàn tự lập, tận hưởng sự thịnh vượng dựa vào nguồn tài nguyên của chính họ và đối phó với ngoại bang bằng chính sức mạnh của mình.

Trong thời gian này, phái *Nyingma* đã thiết lập hai hệ thống tăng lữ: các tu sĩ đắp y màu vàng nghệ (*Rab Byung Ngur sMrig Gi sDe*), sống trong các tu viện, và những người để tóc dài mặc y trắng (*Gos dKar lChang Lo'i sDe*), là những tu sĩ Mật tông sống đời thường trong các đền thờ và làng mạc. Sự ra đời của hệ thống tăng lữ y trắng đem lợi ích của Giáo pháp đến với thiện nam tín nữ trong đời sống thế tục, bảo tồn Giáo pháp ở mức độ tận gốc. Trái lại, trong giai đoạn sau này của Giáo pháp Tây Tạng, các trường phái khác tập trung nghiên cứu và thực hành Phật giáo nhiều hơn ở các tu sĩ sống trong các tu viện để duy trì sự thuần tịnh của truyền thống.

Thật không may, vị vua thứ bốn mươi mốt và là vị vua cuối của triều đại *Chögyal* là *Lang Darma* đã hủy hoại Phật giáo, những tu viện và truyền thống tu viện tại trung tâm Tây Tạng. Phải mất gần một thế kỷ sau đó Giáo pháp mới được đưa trở lại vị trí trung tâm. Một số học giả lỗi lạc đã đào thoát đến miền Đông Tây Tạng và sau này đem về lại nhiều giáo lý, bao gồm dòng truyền thụ giới *Vinaya* của *Shāntarakṣhita*, gọi là *Medul* (*sMad'Dul*), đến nay vẫn là dòng truyền tu viện chính cho cả hai trường phái *Nyingma* và *Gelug*.

Nhiều vị thầy *tantric* và giáo lý của các Ngài tiếp tục tồn tại nhờ các Ngài sống trà trộn trong dân làng. Ngoài ra, nhiều giáo lý và dòng truyền *tantra* được cứu thoát bởi *Nubchen Sangye Yeshe*, người đã làm cho nhà vua sợ hãi bởi sự phô diễn năng lực huyền bí của Ngài. Nhưng cách bảo tồn giáo lý hiệu quả nhất qua sự thăng trầm của thời gian đã được chứng minh là hệ thống *Terma* (*gTer Ma*), sự cất giấu các kho tàng Giáo pháp qua năng lực giác ngộ của các vị thầy mật tông. Phương pháp trao truyền và bảo tồn đã được ban phước trên phái *Nyingma* bởi người sáng lập ra nó, Đức *Guru Padmasambhava*.

GIÁO LÝ ĐỘC ĐÁO CỦA DÒNG TRUYỀN NYINGMA

NYINGMA, trường phái Cổ Mật, phân loại toàn bộ giáo lý đạo Phật thành chín thừa (*Theg Pa dGu*). Trong số này, ba thừa giáo điển - *Shrāvakayāna* (Thanh Văn Thừa), *Pratyekabuddhayāna* (Độc Giác Thừa), và *Mahāyāna* (Đại Thừa) - là phổ biến ở mọi trường phái, nhưng sự giải thích về chúng có phần khác biệt từ phái này sang phái khác. Giáo lý của ba *tantra* ngoại (*Phyi rGyud sDe gSum*) cũng ít nhiều tương tự với ba phần đầu tiên trong bốn phân chia *tantric* (*rGyud sDe bZhi*) của phái Tân Mật. Nhưng các kinh điển và nguồn của ba *tantra* nội (*Nang rGyud sDe gSum*) - *Mahāyoga*, *Anuyoga* và *Atiyoga* - lại khác với ba phân chia nhỏ của *Anuttaratantra* (*rNal 'Byor Bla Med rGyud*): các *tantra* cha, mẹ và bất nhị của phái Tân Mật.

Theo phái *Nyingma*, giáo lý của ba *tantra* nội được hiển lộ bởi nhiều vị Phật khác nhau, như đức Phật *Vajrasattva* (Kim Cương Tát Đỏa) và *Vajrapāṇi* (Kim Cương Thủ) trong tướng Báo Thân (*Sambhogakāya*), đến các vị đại hiền triết đạo Phật như Vua Ja, Năm Vị Xuất Sắc, và *Prahevajra*, vào nhiều lúc khác nhau. Những giáo lý này đến qua ba cách trao truyền: tâm giác ngộ (*dGongs brGyud*), biểu tượng (*brDa brGyud*), và trao truyền miệng. Trái lại theo Tân Mật, giáo lý *Anuttaratantra* do Đức Phật Thích Ca Mâu Ni dạy trong chính kiếp sống của Ngài.

Trong *Nyingma*, các *tantra* ưu việt là *Gyuthrul Drawa Sangwa Nyingpo* (*sGyu 'Phrul Drva Ba gSang Ba sNying Po*), *Drubpa Kagye* (*sGrub Pa bKa' brGyad*), *Do Gongpa Dupa* (*mDo dGongs Pa 'Dus Pa*), và kinh điển *Dzogpa Chenpo*. Giáo lý của các *tantra* này tự chúng biểu hiện trong hai phạm trù chính: (1) Nhiều *tantra* của *Nyingma* được trao truyền qua dòng truyền không tóm tắt được biết như *Kama* (*bKa' Ma*), *Tantra* phù hợp với kinh điển. Tất cả bản văn thuộc về phạm trù này vẫn còn tồn tại đều hiện diện trong tuyển tập của *Nyingma Gyubum* (*rNying Ma rGyud 'Bum*) và Kama. (2) Hàng ngàn bộ giáo lý *tantric* được bảo tồn và trao truyền qua một dòng truyền vắn tắt, hoặc dòng truyền ngắn được biết như dòng truyền *Terma*, các Kho tàng Giáo Pháp được Chôn giấu và Phát hiện[48]. Đó là những giáo lý được trao truyền và cất giấu trong tánh giác ngộ của tâm những vị đệ tử của Đức *Padmasambhava* trong thế kỷ chín. Ngày nay chúng vẫn được tiếp tục phát hiện bởi hàng trăm vị *Terton* (*gTer sTon*), những Bậc Khai Mật Tạng, là những vị đệ tử của đức *Padmasambhava* tái sanh. Một số bản văn *Terma* chính này vẫn còn và tìm thấy trong sưu tập của các kho tàng *terma* quý báu (*Rin Ch'en gTer mDzod*).

Mỗi một *tantra* trong ba *tantra* nội nhấn mạnh một phương diện thiền quán khác nhau: *Mahāyoga* nhấn mạnh rèn luyện thiền định để phát triển thân tướng vật chất, lời nói diễn tả, và tư duy của hành giả như thân, khẩu, và ý *vajra* (kim cương) của chư Phật. *Anuyoga* đi tìm sự viên mãn trí tuệ quang minh bổn nguyên của cực lạc, trong sáng, và thoát khỏi mọi khái niệm bằng cách áp dụng các kinh mạch, năng lượng, và tinh túy của thân *vajra* hành giả. Trong *Atiyoga* (Tạng: *rDzogs Pa Ch'en Po*, Sanskrit: *Mahāsandhi*, Đại Viên Mãn), bằng cách nhận ra tánh giác nội tại (*Rig Pa*), Phật tánh, từ tâm, hành giả an trụ trong sự rộng mở của chính giác tánh nội tại tự hiện, không tạo tác và phát sinh.

Sau khi học và phân tích thấu suốt giáo lý, những người đi theo *Atiyoga* thực hành các giai đoạn rèn luyện tiên quyết một cách dần dần. Khi hành giả sẵn sàng cho *Dzogpa Chenpo*, vị thầy hướng dẫn họ đến tánh giác nội tại, bản tánh tuyệt đối của tâm. Sau khi nhận ra thật tánh, hành giả thiền định trên nó cho đến khi mọi hoàn cảnh đều trở thành một trong trạng thái nhận biết, và hành giả hòa nhập tất cả vào chân lý phổ quát. Nếu hành giả đã viên mãn nhận biết, thì mọi biểu hiện của đời sống đều trở thành năng lực của giác tánh nội tại (*Rig rTsal*). Ngài *Jigme Tenpa'i Nyima* (1865 - 1926) tóm tắt sự thiền định của *Dzogpa Chenpo*:

> *Trong Dzogpa Chenpo, từ lúc bắt đầu, hành giả sử dụng giác tánh nội tại như con đường hay chỉ duy trì tánh giác nội tại. Hành giả không được sử dụng khái niệm vì những khái niệm là tâm thức. Hành giả thiền định (trên giác tánh nội tại sau khi) nhận ra tâm từ giác tánh nội tại.*[49]

Sự viên mãn nhận biết của *Dzogpa Chenpo* là sự đạt được trạng thái toàn giác, Phật quả. Trước sự chứng kiến của nhiều người, nhiều vị thầy *Dzogpa Chenpo* cho đến giữa thế kỷ 20 đã đạt được *Jalu* (*'Ja' Lus*), Thân Cầu Vồng vào lúc chết. Trong *Jalu*, tâm thức và ngay cả thân thô nặng các Ngài đều hòa tan vào ánh sáng không để sót lại bất cứ thứ gì (có khi còn để lại tóc và móng tay, chân). Một số vị thầy *Dzogpa Chenpo* đạt được *Phowa Chenpo* (*'Pho Ba Ch'en Po*), trong đó các Ngài chuyển hóa thi thể đã chết thành thân ánh sáng vi tế để phục vụ người khác.

DÒNG TRUYỀN LONGCHEN NYINGTHIG

LONGCHEN NYINGTHIG là quy trình tu tập giáo lý *Terma* được Ngài *Kunkhyen Jigme Lingpa* (1729 - 1798) phát hiện như một *Ter Tâm*. Có nhiều tu viện, ni viện quan trọng và những nơi ẩn dật trong tất cả ba tỉnh của Tây Tạng, *Bhutan* và *Sikkim* còn duy trì truyền thống *Longchen Nyingthig*.

Ở trung tâm Tây Tạng có hai ni viện trở thành trung tâm quan trọng cho truyền thống *Longchen Nyingthig* vì lịch sử quan trọng của nó. Đó là *Tsering Jong*, được chính Ngài *Jigme Lingpa* xây dựng như một tu viện nhập thất và sau này trở thành một ni viện, và ni viện *Shugseb* ở gần *Kang-ri Thokar*, nơi Ngài *Longchen Rabjam* đã sống phần lớn cuộc đời và viết ra hầu hết các tác phẩm nổi tiếng của Ngài, và là nơi Ngài *Shugseb Lochen* (1841? - 1940) đã sống và giảng dạy trong nhiều thập niên.

Trong tỉnh *Kham*, tại tu viện *Dzogchen* và nhất là đại học nổi tiếng *Shrisimha*, thì *Longchen Nyingthig* là một trong những thực hành chính. Ngoài ra cũng có nhiều tu viện lớn, đơn sơ nhưng rất độc đáo trong việc hoàn toàn chuyên biệt hướng theo sự giảng dạy và thực hành Giáo pháp chân chánh với rất ít hoặc không có các cấu trúc hành chánh cồng kềnh, không tiếp nhận các danh xưng hay tài sản vật chất, chẳng hạn như các tu viện được trụ trì bởi Ngài *Jigme Gyalwe Nyuku* và *Paltrul Rinpoche* ở thung lũng *Dzachukha*, những nơi nhập thất của *Nyoshung Lungtog*, *Adzom Drupa*, *Yulkhog Chatralwa*, *Lama Munsel* và *Khenpo Chokyab*.

Ở *Amdo*, tu viện *Dodrupchen* là tu viện quan trọng nhất của *Longchen Nyingthig*, vì nó dành riêng cho những người đi theo truyền thống này. Đây là nơi được chọn cho những lần tái sanh của Ngài *Dodrupchen Rinpoche đệ nhất*, người nắm giữ học thuyết căn bản của dòng truyền *Longchen Nyingthig*, và là một trung tâm lớn cho sự học hỏi và tu tập. Trong vùng *Rekong*, có vài trung tâm tôn giáo rộng lớn (*dGon Pa*) của các hành giả Mật tông (*sNgags Pa*) tu tập theo dòng truyền *Longchen Nyingthig* được Ngài *Dodrupchen Rinpoche đệ nhất* và các đệ tử của Ngài truyền bá. Một số tu viện lớn kết nạp lên đến 1.900 tu sĩ.

Giáo lý *Longchen Nyingthig* trở nên thật phổ biến đến mức nhiều vị *Lama* quan trọng, các bậc thầy và những thành viên của các tu viện Nyingma, vốn thuộc về các chi phái khác và tu tập theo những truyền thống nghi thức *Terma* khác, cũng thực hành *Longchen Nyingthig* thêm vào những nghi thức của họ. Do đó, *Longchen Nyingthig* trở thành truyền thống phổ biến nhất, truyền thống của giáo lý *Ter* lan rộng khắp phái *Nyingma* của Tây Tạng, ở đó các thiền giả thực hành dành riêng hay kết hợp nó với các dòng truyền khác. Những gương điển hình của cá nhân các vị thầy đã thực hành *Longchen Nyingthig* kết hợp với các nghi thức khác là Ngài *Khenpo Ngagchung* (1879 - 1941) của tu viện *Kathog*; Ngài *Penor Rinpoche* đệ nhị (1887 - 1932) của tu viện *Palyul*, và Ngài *Kongtrul Rinpoche* (1901 - 1959) của tu viện *Zhechen*.

Có nhiều lý do cho sự nổi bật của *Longchen Nyingthig*. Trước hết, văn chương của nó phong phú với sự uyên bác và cô đọng toàn bộ giáo lý bao la của các tantra *Nyingma* thành những bản văn ngắn, rõ ràng và uyên thâm. Những nghi thức và luận giảng của *Longchen Nyingthig* là những giáo lý của *Dharmakāya*, bắt nguồn qua các vị *Vidyādhara* của quá khứ, vì chúng được đặt nền tảng trên các *tantra* nguyên thủy chính xác theo từng câu chữ, từng ý nghĩa, từng phạm trù. Bên cạnh đó, chúng được *Guru Padmasambhava* chôn giấu và được phát hiện bởi Ngài *Jigme Lingpa*.

Thứ hai, giáo lý *Longchen Nyingthig* quá hay và đậm tính thi ca đến nỗi một số học giả khó chấp nhận chúng như những *Terma* và nghĩ rằng chúng đã được soạn thảo lại. Các *Terma* thường dùng từ ngữ rất tự nhiên, không sử dụng nhiều phong cách tu từ như phép ẩn dụ, so sánh, đồng nghĩa hay cách nói thi vị. Dù vậy, điều tất nhiên không thể nghi ngờ là giáo lý *Longchen Nyingthig* chính là những *Terma* hết sức cô động, đẹp đẽ, tuyệt diệu và thâm thúy trong ý nghĩa và kết cấu dựa căn bản thật gần gũi trên các *tantra* nguyên thủy.

Thứ ba, một số lớn các vị thầy nổi tiếng của những thế kỷ trước đã giảng dạy, thực hành, và đạt tới thành tựu thiền định cao nhất qua sự thực hành *Longchen Nyingthig*. Đó là những lý do khiến nó trở thành một nguồn cảm hứng to lớn cho nhiều vị thầy vĩ đại và những đệ tử của phái *Nyingma*.

Tuy nhiên, những người đi theo *Longchen Nyingthig* không tạo ra bất cứ công trình xây dựng cộng đồng tu viện đồ sộ nào, vì mục tiêu của họ là đơn giản hóa cuộc sống và đem đến sự khiêm tốn từ trái tim đến trái tim, không đốt hết năng lượng của cuộc sống quý giá bằng việc dốc sức vào việc xây dựng công trình vật chất bên ngoài và lãng phí cuộc sống trong nỗ lực tổ chức.

Ý nghĩa của *Longchen Nyingthig* là gì? *Nyingthig* có nghĩa là *"tinh túy sâu thẳm nhất"* hay *"tâm yếu"*. Trong Nyingma tất cả giáo lý đạo Phật được phạm trù hóa thành chín thừa. Thừa cao nhất là *Dzogpa Chenpo (Mahāsandhi)* hay *Atiyoga*, trong đó lại chia thành ba bộ phận- *Semde* (bộ phận tâm), *Longde* (bộ phận về phạm vi), *Me-ngagde* (bộ phận chỉ dạy). *Me-ngagde* được phân loại xa hơn thành bốn vòng - bên ngoài, bên trong, bí mật và sâu thẳm nhất. *Nyingthig* là giáo lý cô động nhất của tất cả ba bộ phận đó, nhưng nó chủ yếu tiêu biểu sự chỉ dạy của *Me-ngagde* và đặc biệt là vòng bí mật sâu thẳm nhất của *Dzogpa Chenpo*. Do vậy *Nyingthig* xuất phát từ vòng cao nhất của *Dzogpa Chenpo*. Giáo lý của Ngài *Jigme Lingpa* bao gồm các *tantra* nội và ngoại cũng như giáo lý của kinh điển, nhưng tất cả đều dẫn đến con đường và mục đích của *Dzogpa Chenpo* hoặc liên quan trực tiếp đến nó. Chẳng hạn, đó là lý do tại sao *Rigdzin Dupa* được phạm trù hóa như *Mahā* của *Ati* và *Yumka Dechen Gyalmo* như *Anu* của *Ati*, v.v...

Longchen có nghĩa *"đại rộng mở"* hay *"lãnh vực tối thượng vĩ đại"*. Có hai lý do chính để gọi vòng giáo lý này là *Longchen*. Thứ nhất, giáo lý của *Longchen Nyingthig* là một hiển bày bản chất của lãnh vực tối thượng, đó là tánh đại rộng mở và phổ quát, và nó cũng là giáo lý khởi nguyên từ lãnh vực tối thượng.

Thứ hai, *Longchen* xuất phát từ tên của Ngài *Longchen Rabjam*, nhà học giả vĩ đại nhất và là vị thầy giác ngộ của truyền thống *Nyingma*. *Jigme Lingpa*, người phát hiện ra *Longchen Nyingthig* có ba kiến thanh tịnh của Ngài *Longchen Rabjam* qua đó Ngài *Jigme Lingpa* đạt đến giai đoạn cao nhất của nhận biết. Điều này được theo sau bằng một kiến thanh tịnh lúc *Jigme Lingpa* đến bảo tháp *Boudhanath* ở *Nepal* và nhận được những chữ viết biểu tượng (*brDa Yig*) của *Longchen Nyingthig* từ một *Ḍākinī*. Ngài đã ăn những chữ biểu tượng đó, và điều đó giúp Ngài khám phá *Longchen Nyingthig* như một *Ter Tâm* mà không phải là một *Ter Đất*.

Do vậy, ý nghĩa của tiêu đề *Tinh túy sâu thẳm nhất của lãnh vực tối thượng vĩ đại* nằm trong sự kiện là giáo lý bí mật sâu thẳm nhất của *Dzogpa Chenpo* về lãnh vực tối thượng vĩ đại, sâu thẳm nhất, được cất giấu và giao phó bởi *Guru Rinpoche* cho Vua *Thrisong Detsen* và sau này được Ngài *Jigme Lingpa* phát hiện, một tái sanh của nhà vua, khi chúng thức tỉnh trong Ngài nhờ sự ban phước của *Longchen Rabjam*.

8.

TRUYỀN THỐNG TERMA CỦA TRƯỜNG PHÁI NYINGMA[50]

Người có thiện tâm, thậm chí nếu vào thời không có Phật, sẽ nhận được Giáo Pháp từ giữa bầu trời, tường vách, và cây cối. Với những vị Bồ Tát này, tâm họ thanh tịnh, thì giáo lý và các chỉ dạy sẽ xuất hiện chỉ bằng vào mong ước trong tâm họ.

LỜI PHẬT DẠY[51]

Trong số lớn các truyền thống tâm linh của thế gian, có nhiều trường hợp phát hiện giáo lý và đồ vật qua năng lực thần bí. Tương tự, trong nhiều truyền thống và dòng truyền Phật giáo khác nhau ở Ấn Độ cũng như Tây Tạng, rất nhiều khám phá giáo lý và pháp khí đã xảy ra.

Trong phái *Nyingma* của Phật giáo Tây Tạng, truyền thống chôn giấu, phát hiện giáo lý và những pháp khí tôn giáo giá trị nhờ vào năng lực thần bí của các bậc đã giác ngộ cho đến nay là rất phổ biến. Truyền thống phát hiện thần bí này được biết ở Tây Tạng là *Ter* (gTer, "Kho tàng"), *Terma* (gTer Ma, "Kho tàng của Bậc giác ngộ"), hoặc *Tercho* (gTer Ch'os, "Kho tàng Giáo Pháp" hay "Kho tàng Giáo lý").

Ter không thuộc về phạm trù phát hiện qua năng lực siêu linh (*rTsa Khams*) hoặc qua các sinh linh của thế giới tâm linh (*Mi Ma Yin*). Những phát hiện siêu linh xảy ra qua năng lực của tâm, một loại năng khiếu nhưng do nhận thức dựa trên khái niệm. Hơn nữa, phần lớn tinh linh có năng lực vật lý và kiến thức hơn nhân loại bình thường, nhưng trí tuệ tâm linh và công đức thật sự của họ có giới hạn. Sự phát hiện *Terma* xảy ra từ bản tánh toàn giác của tâm qua năng lực trí tuệ tự hiện của chính tánh giác ngộ, trái lại các phát hiện khác là qua khái niệm nhị nguyên và hành động siêu nhiên.

Trong Phật giáo Đại thừa nói chung và đặc biệt là trong *tantra*, thật tánh của pháp giới được thấy như an bình tối thượng, rỗng không, rộng mở, trạng thái giác ngộ hay tỉnh thức, cực lạc, nhất như, thoát khỏi khái niệm nhị nguyên, và trí tuệ của cái biết toàn khắp cùng lúc, và điều đó được biết như trạng thái của bản tánh toàn giác hay Đức Phật. Những người theo Đại thừa, bao gồm các hành giả mật tông, tin rằng thật tánh của tâm chúng sanh thanh tịnh như Đức Phật, nhưng tâm đó bị che ám bởi quan điểm, cảm xúc, và thói quen sai lạc. Chúng ta bị xao lãng bởi những hiện tượng nhị nguyên và vì thế bị kẹt trong sự hỗn loạn bất tận của thế gian phàm tục. Trong *Hevajratantra (Kinh Xuất diệu)* nói:

> *Chúng sanh đều là Phật trong tự tánh*
> *Nhưng tự tánh đó bị che ám bởi nhiễm ô từ bên ngoài.*
> *Khi nhiễm ô được tẩy sạch, bản thân chúng sanh chính là Phật.*[52]

Nếu bạn đạt được sự giải thoát khỏi tâm bám chấp vào hiện tượng *vô ngã* như là có ngã và siêu việt nhận thức nhị nguyên qua sự tu tập tâm linh, thì toàn bộ vũ trụ trước bạn hòa nhập vào sự nhất như của đại an bình. Và đó là sự đạt được Phật quả, bản tánh tuyệt đối. Nếu bạn đạt được Phật quả, thì mọi hoạt động đều trở thành hành động Phật xuất hiện tự nhiên. Mọi sự xuất hiện và được thấy qua trí tuệ Phật toàn giác đúng thật như chúng đang hiện hữu, cũng như không phân biệt, giới hạn và nhị nguyên. Bạn thấy tất cả qua trí tuệ thấu suốt toàn khắp của Phật tánh, không qua tâm nhị nguyên dựa trên khái niệm.

Theo các *tantra* của đạo Phật, để một người bình thường đạt đến sự nhận biết của bản tánh giác ngộ thì điều rất quan trọng là người đó phải nhận được trao truyền của năng lực hay ban phước của sự nhận biết (*rTog Pa'i Byin rLabs*) từ một vị thầy đã giác ngộ. Sau đó, một dòng trao truyền như vậy đi qua nhiều giai đoạn và thời gian khác nhau như sự nối kết với sự nhận biết, bản tánh thực sự tỉnh giác và như phương tiện truyền bá giáo lý.

Tôi đang viết chủ đề này dựa căn bản trên sự giải thích của truyền thống *Ter* của *Dodrupchen Rinpoche đệ tam*, Ngài *Jigme Tenpa'i Nyima* (1865 - 1926).[53]

Suối nguồn chính của truyền thống *Terma* thuộc trường phái *Nyingma* là Đức *Guru Padmasambhava*. Ngài là một trong các vị tổ và là vị thánh vĩ đại nhất trong lịch sử đạo Phật. Vào thế kỷ tám, với lời mời của vua *Thrisong Detsen* của Tây Tạng, Ngài từ Ấn Độ đến Tây Tạng và đáp ứng ba sứ mệnh chính. Thứ nhất, qua sự phô diễn quyền năng tâm linh, Ngài an định những thế lực phi nhân và con người đang cản trở việc đặt nền tảng Giáo pháp ở

Tây Tạng. Thứ hai, Ngài đem Phật giáo nói chung và nhất là trao truyền giáo lý và năng lực ban phước *tantra* của Ngài cho nhiều đệ tử người Tây Tạng và môn đồ của họ. Thứ ba, thông qua năng lực giác ngộ Ngài đã chôn giấu nhiều giáo lý và trao truyền đa dạng cũng như các pháp khí tôn giáo, cũng như *Ter* vì lợi ích của những đệ tử trong tương lai.

Trong lúc trao truyền những giáo lý Mật tông cho các đệ tử đã giác ngộ của Ngài ở Tây Tạng, *Guru Padmasambhava* đã chôn giấu (*sBas*) nhiều giáo lý với sự ban phước từ dòng tâm thức giác ngộ của Ngài trong bản tánh tánh giác nội tại (*Rig Pa*) của tâm các đệ tử qua năng lực "*tâm truyền tâm*" (*gTad rGya*); nhờ đó vị tổ và đệ tử hợp nhất như một trong giáo lý và sự chứng ngộ. Ở đây, vị tổ đã chôn giấu giáo lý và ban phước, sự thành tựu mật truyền, như *Ter* trong tánh thanh tịnh của tâm các đệ tử qua năng lực giác ngộ của Ngài, và Ngài đã lập nguyện rằng *Ter* sẽ được phát hiện vì lợi ích của chúng sanh khi đến thời điểm thích hợp. Nhờ năng lực của phương pháp này, được gọi là *tâm truyền tâm* (trao truyền ủy thác bằng tâm), những phát hiện thực tế của giáo lý sẽ xảy ra. Trao truyền ủy thác qua tâm là tâm yếu thuộc truyền thống *Ter* của Đức *Guru Padmasambhava*.

Sau đó, trong những thế kỷ tiếp theo, khi đến thời điểm chúng sanh có thể được lợi ích nhờ một giáo lý đặc biệt, những vị tái sanh của các đệ tử đã giác ngộ của Đức *Guru Padmasambhava* phát hiện những giáo lý này vì đã được vị tổ trao truyền và cất giấu trong họ từ những kiếp trước, thông qua nguyện lực giác ngộ của vị thầy và đệ tử và thiện nghiệp của chúng sanh. Có hàng ngàn hình ảnh, chữ viết biểu tượng, đầy đủ các bản văn, dược liệu và những pháp khí nghi lễ được Đức *Guru Padmasambhava* chôn giấu và được phát hiện như những vật liệu *Ter* (*gTer rDzas*); nhưng *Ter* chủ yếu là giáo lý và sự ban phước trao truyền qua tâm các đệ tử.

SỰ TRAO TRUYỀN TER

SỰ TRAO TRUYỀN *Ter* được chuyển qua sáu loại hay sáu giai đoạn của dòng truyền (*brGyud Pa Drug*). Trong sáu dòng truyền, có ba dòng là đồng nhất với dòng trao truyền Mật tông phổ biến trong kinh điển *Nyingma*. Chúng là dòng trao truyền từ "*tâm giác ngộ đến tâm giác ngộ của chư Phật*" (*rGyas Ba dGongs brGyud*), dòng trao truyền chỉ thông qua "*các chỉ dạy giữa các bậc trì minh*" (*Rig 'Dzin brDa brGyud*), và dòng trao truyền của "*sự truyền khẩu trong những chúng sanh bình thường*" (*Gang Zag sNyan brGyud*).

Ba dòng truyền kế tiếp là độc nhất của trao truyền *Ter*, và sự phát hiện *Ter* được hoàn thành dựa trên ba dòng truyền này. Dòng truyền đầu tiên là *"sự trao truyền của nguyện quán đảnh"* (*sMon Lam dBang bsKur*) hay *tâm truyền tâm*, nhờ đó qua năng lực giác ngộ tập trung, *Guru Padmasambhava* trao truyền và cất giấu những thành tựu mật truyền và giáo lý trong phạm vi tánh giác nội tại, bản tánh giác ngộ của tâm các đệ tử. Đây là khía cạnh chính của sự trao truyền.

Dòng truyền thứ hai là *"trao truyền qua sự tiên tri đáng tin cậy"* (*Lung bsTan bKa' Babs*), trong đó vị tổ gợi cảm hứng và ban những tiên tri cho đệ tử liên quan đến việc sau này họ sẽ trở thành một *Tertön*. Điều này không chỉ là một tiên đoán về tương lai, mà hơn thế, bằng năng lực giác ngộ, Ngài làm cho sự việc tiên đoán đó xảy ra.

Thứ ba là *"sự giao phó đến các Ḍākinī"* (*mKha' 'Gro gTag rGya*), trong đó vị tổ giao phó *Ter*, *Tertön* (*gTer sTon, ngöời phát hiện Ter*), những vị thầy, và những người đi theo của truyền thống cho sự bảo vệ của các *Ḍākinī* và Hộ Pháp. Trong trường hợp của một *Ter* Đất, vị tổ giao phó những đồ vật, như các tráp nhỏ chứa những cuộn giấy màu vàng với các chữ viết biểu tượng cho *Ḍākinī* và Hộ Pháp giữ gìn rồi trao chúng cho vị *Tertön* khi thời điểm đến.

Do đó, mỗi giáo lý *Ter* đều được truyền qua sáu loại trao truyền.

HAI PHẠM TRÙ CHÍNH CỦA TER

MẶC DÙ CÁC *Ter* có thể chia thành mười tám phạm trù, v.v... nhưng có hai phạm trù chính yếu của *Ter* [được phân loại] dựa trên cách phát hiện ra chúng. Đó là *Ter Đất* (*Sa gTer*) và *Ter Tâm* (*dGongs gTer*). Sự phát hiện *Ter Đất* liên quan đến các vật thể thuộc đất như các chữ viết biểu tượng (*brDa Yig*) viết trên một cuộn giấy được biết như là cuộn giấy màu vàng (*Shog Ser*) v.v... Các vật thể này là để giúp đỡ phát hiện sự cất giấu hoặc để đánh thức ký ức về nơi cất giữ *Ter* trong tánh giác ngộ của tâm vị *Tertön*. Tuy nhiên, người ta thường quan niệm *Ter Tâm* được trao truyền qua tâm, còn *Ter Đất* là những gì mà các vị *Tertön* phát hiện từ các vật thể thuộc đất như tảng đá, ao hồ, v.v...

Trong thực tế, các chữ viết biểu tượng chỉ là chiếc chìa khóa, không phải giáo lý *Ter* thật sự, cũng không phải sự chứng ngộ được trao truyền, điều đó chỉ xảy ra chính trong tâm của vị *Tertön*.

TER ĐẤT

CÓ NHỮNG CÁCH CHÔN giấu *Ter* khác nhau, nhưng chủ yếu liên quan đến ba giai đoạn. Trước tiên, *Guru Padmasambhava* trao truyền giáo lý mật tông và thành tựu của Ngài cho các đệ tử và cất giấu chúng trong bản tánh tuyệt đối của tâm đệ tử. Tâm bình thường thì thay đổi vì những khái niệm và cảm xúc, nhưng thật tánh thì bất biến và giáo lý được bảo tồn nguyên vẹn trong chính thật tánh ấy. Đó là nơi thực sự diễn ra việc chôn giấu Ter. Ngài *Drodrupchen* viết:

> *Nơi tối thượng, kho tàng thiêng liêng ở đó trí tuệ ban phước của ngũ vajra được bảo tồn không suy hoại qua năng lực trao truyền ủy thác-tâm tạo ra bởi Guru Rinpoche (Padmasambhava), là lãnh vực của bản tánh bất biến của tâm vị Tertön.*[54]

Thứ hai, cùng với vị phối ngẫu *Yeshe Tsogyal, Guru Padmasambhava* đặt giáo lý thành biểu tượng hay chữ mật mã trong nhiều ngôn ngữ khác nhau, phần lớn được gọi là ngôn ngữ *Ḍākinī* và viết trên giấy cuộn màu vàng hay trên những đồ vật khác nhau như hình ảnh và pháp khí nghi lễ. Vì nguyện lực trao truyền của *Guru Padmasambhava*, chữ viết biểu tượng sẽ có năng lực đánh thức sự trao truyền khi vị *Tertön* đọc nó. Sau đó, vị *Tertön* đặt những cuộn giấy màu vàng trong tráp (*gTer sGom*) và chôn giấu tráp trong nơi cất giấu Ter (*gTer gNas*), như trong tảng đá, núi, hồ, đền, hình tượng hoặc bầu trời qua năng lực thần bí của họ, và nó trở thành vô hình cho đến thời điểm được phát hiện.

Thứ ba, *Guru Padmasambhava* truyền cảm hứng cho đệ tử là các *Tertön* và ban ân phước tiên tri liên quan đến việc khi nào và ai sẽ trở thành một *Tertön*. Đây không chỉ là một sự tiên đoán tương lai, mà là một ban phước làm cho sự việc tiên đoán được xảy ra vì năng lực chân lý của lời vị tổ.

Tương truyền sẽ có một trăm vị *Tertön* chính và một ngàn vị *Tertön* phụ. Khởi đầu với Ngài *Sangye Lama* (thế kỷ mười một), rất nhiều vị *Tertön* đã xuất hiện ở Tây Tạng và hàng ngàn bộ giáo lý cùng với vô số pháp khí tôn giáo đã được phát hiện như *Ter*. Ngay cả đến ngày nay, từ đầu những năm 1980, những phát hiện về *Ter* đã được tiếp nối ở Tây Tạng. Những *Tertön* là những vị tái sanh của các đệ tử Ngài *Guru Padmasambhava*, và từ Ngài họ tiếp nhận sự trao truyền ủy thác tâm của giáo lý và đã đạt được những thành tựu cao. Trừ ra một vài ngoại lệ, hầu hết các vị *Tertön* đều là những hành giả Mật tông sống cuộc sống có gia đình. Họ chuyển hóa cuộc sống hằng ngày của họ thành sự tu tập hợp nhất hỷ lạc và tánh *Không* không phân biệt và truyền bá những giáo lý họ đã phát hiện.

Một số vị đại *Tertön* là *Nyang Nyima Ödzer* (1124 - 1192), *Guru Chöwang* (1212 -1270), *Ogyen Lingpa* (1323 - ?), *Rigdzin Gödem* (1337 - 1408), *Sangye Lingpa* (1340 - 1396), *Dorje Lingpa* (1346 -1405), *Ratna Lingpa* (1403 - 1478), *Pema Lingpa* (1450 - ?), *Rigdzin Jatsön Nyingpo* (1585 - 1656), *Mingling Terdag Lingpa* (1646 - 1714), *Rigdzin Jigme Lingpa* (1729 - 1798) và *Khyentse Wangpo* (1820 - 1892).

Phần lớn các vị *Tertön* đều có vẻ như người bình thường trước khi họ phát hiện bất kỳ *Ter* nào. Họ không cần thiết xuất hiện như những học giả, thiền giả hoặc *Tulku*. Tuy nhiên, nhờ vào những thành tựu tâm linh nội tại và sự trao truyền đã nhận từ những kiếp trước, họ đột nhiên bắt đầu phát hiện một cách thần bí các *Ter* vào thời điểm thích hợp, không cần bất cứ sự tu tập hiển nhiên nào.

Vào lúc ban đầu, những người hoài nghi thường đưa ra nghi ngờ về sự phát hiện như thế từ những người không ai ngờ được. Trong một vài trường hợp, sự trực tiếp và trung thực tự nhiên của một *Tertön* có thể xuất hiện trái với thông lệ hoặc ngay cả là bất lịch sự với những người chấp giữ nguyên tắc bảo thủ. Nhưng dần dần, nếu đó thật sự là những phát hiện *Ter*, chúng sẽ được sự công nhận của những người có quyền năng tâm linh cao hơn và sự kính trọng của những người mà chúng mang lại lợi ích. Điều quan trọng là phải hiểu được bối cảnh văn hóa này, nếu không thì một vị đại *Tertön* có thể bị nhầm lẫn như một kẻ lừa bịp. Ví dụ, thật không may khi một tác giả phương Tây gần đây đã chê bai một vị đại *Tertön* của truyền thống *Nyingma* bằng cách trích dẫn những lời chỉ trích vị *Tertön* ấy từ một số người đương thời không đủ tư cách nói xấu Ngài và miêu tả những biểu hiện khiêm tốn và tự tin trong sự nhận biết của Ngài như là mâu thuẫn nhau, mặc dù đó là những tính cách tiêu biểu trong các tác phẩm của nhiều vị thánh Phật giáo.

Sau đây là một định nghĩa về tiến trình chung của việc phát hiện *Ter Đất*; tuy nhiên, chắc chắn không phải là định nghĩa duy nhất, bởi vì những *Ter* đã được phát hiện bằng nhiều cách.

Trước tiên, vị *Tertön* tiếp nhận hướng dẫn tiên tri (*Kha Byang*) một cách trực tiếp trong kiến thanh tịnh hoặc trong sự chỉ dạy từ *Guru Padmasambhava*, *Ḍākinī*, hay Bổn tôn. Sau đó họ thực hiện những thực hành chuẩn bị của *Ter* (*gTer sGrub*), thiền định, hay nghi thức được chỉ dạy trong tiên tri hướng dẫn.

Khi thời điểm đến, vị *Tertön* đến nơi cất giấu, đi một mình hoặc với một số người đi theo đã tuyển chọn, như vị phối ngẫu, đệ tử chính hoặc chỉ là những người quan sát. Nhiều sự phát hiện *Ter* xảy ra trong bí mật (*gSang gTer*) và nhiều khi công khai (*Khrom gTer*). Ở đó, trong lúc thực hiện nghi lễ cúng dường vật thực (*Tshogs*), sự phát hiện xảy ra theo nhiều cách. *Ter* có thể rơi từ nơi cất giấu xuống tay vị *Tertön* tại phần chót của tia sáng cầu vồng, hoặc vị *Tertön* leo lên một tảng đá, mà thường thì quá dốc đến mức khó có thể leo lên, rồi mở ra một cánh cửa trong tảng đá, và leo xuống với một tráp nhỏ; hoặc vị *Tertön* biến mất rồi sau đó xuất hiện lại với *Ter*; hoặc Ngài sử dụng một dụng cụ như cái đục để đục vào tảng đá, và sau khi khó nhọc đục sâu vào, Ngài lấy ra *Ter*; hoặc vị *Tertön* nhảy xuống một cái hồ và mang *Ter* ra khỏi hồ. Đôi khi vị *Tertön* phát hiện *Ter* từ những hình ảnh, đền, điện hay từ bầu trời. Đôi lúc vị *Tertön* phát hiện *Ter* cất giấu ở nơi thật xa qua năng lực thiền quán của Ngài, không cần đi đến đó, vì có các vị hộ pháp mang *Ter* đến cho Ngài.

Trong việc phát hiện *Ter* cũng có những hình tượng, đồ vật tôn giáo, dụng cụ hành lễ, nhưng quan trọng nhất là những chữ biểu tượng được viết trên giấy cuộn màu vàng. Phần lớn giấy cuộn được niêm phong trong những tráp được làm bằng vật liệu quý, đá, gỗ, v.v...

Một lần nữa, bằng việc thực hành chuẩn bị nhiều hơn cho *Ter*, tráp đựng *Ter* tự nhiên mở ra, và trong đó vị *Tertön* phát hiện cuộn giấy màu vàng. Gọi là *"cuộn giấy màu vàng"* vì phần lớn những cuộn giấy này có màu vàng hay vàng nhạt, nhưng trong thực tế chúng có thể có bất cứ màu sắc, độ dài hay kiểu dáng nào. Trên những cuộn giấy màu vàng này, vị *Tertön* tìm thấy những chữ biểu tượng trong bất kỳ chữ viết và ngôn ngữ khác nhau của con người hay loài phi nhân, chẳng hạn như chữ viết của Ấn Độ, Tây Tạng hay xứ sở *Ḍākinī*.

Những chữ viết biểu tượng thuộc nhiều đặc tính khác nhau, và được phân loại thành ba nhóm:

Nhóm thứ nhất "*chỉ để nhìn thấy*" (*sNang Tsam*), là một hay nhiều âm tiết nhưng không cần thiết là một chữ.

Nhóm thứ hai "*chỉ như một nền tảng*" (*rTen Tsam),* là một nhóm hay một ít nhóm từ, một câu hay vài câu liên quan đến giáo lý của bản văn, như đề cương tóm tắt của bản văn, một phần của bản văn, tiêu đề của bản văn, hoặc một dữ kiện nối kết đến sự cất giấu. Đôi lúc đó là một bài viết không liên quan đến chủ đề.

Nhóm thứ ba là "*bản văn đầy đủ*" (*mThar Ch'ag*), là một phát hiện toàn bộ bản văn.

Vị *Tertön* nhìn thấy, thiền định, hay hợp nhất trí tuệ không che đậy, đó là sự tự hiện từ bản tánh quang minh bẩm sinh của Ngài, với những chữ viết biểu tượng và nhờ đó đánh thức năng lực trí tuệ ngữ *vajra* của Đức *Guru Padmasambhava* được cất giấu trong Ngài. Ngài giải mã những từ ngữ trong các chữ viết biểu tượng (*brDa bKrol*) và phát hiện ý nghĩa, *Ter*, từ chúng. Sự phát hiện *Ter* là sự xuất hiện của kho tàng Giáo Pháp của lãnh vực tối thượng (Tạng: *Ch'os dByings*, Sanskrit:, *dharmadhātu*) như năng lực của giác tánh nội tại (*Rig rTsal*) hoặc sự xuất hiện của năng lực tánh giác nội tại như giáo lý.[55] Nếu bạn không có sự nhận biết của giác tánh nội tại *Dzogpa Chenpo*, vốn tỏa khắp trong lãnh vực tối thượng (pháp giới), bạn không thể phát hiện một *Ter* nào của Đức *Guru Padmasambhava*, vốn được xuất phát từ sự trao truyền ủy thác tâm (*tâm truyền tâm*).

Do vậy những chữ viết biểu tượng trở thành chìa khóa để đánh thức ký ức về giáo lý và sự thành tựu từ sự rộng mở của bản tánh nội tại trong tâm vị *Tertön*. Tiếp theo, sau khi thực hiện nhiều thực hành chuẩn bị cho *Ter*, khi vị *Tertön* thấy những dấu hiệu của thời điểm thích hợp, Ngài sao chép lại giáo lý. Sau đó, ngài trao truyền giáo lý cho các đệ tử và giao phó chúng cho vị lĩnh hội chính về *Ter*, được gọi là bậc trì thủ giáo lý (*Ch'os bDag*). Những vị trì thủ giáo lý thường là người cũng đã tiếp nhận trao truyền giáo lý từ *Guru Padmasambhava* và nhận trách nhiệm truyền bá giáo lý.

TER TÂM

NHỮNG PHƯƠNG PHÁP CẤT giấu, trao truyền, và phát hiện *Ter Tâm* cũng tương tự như *Ter Đất*, ngoại trừ việc chúng không dựa vào bất cứ nguồn bên ngoài nào thuộc đất, chẳng hạn như những cuộn giấy màu vàng là chìa khóa để phát hiện.

Trong nhiều trường hợp của *Ter Tâm*, việc nhìn thấy hay nghe những chữ biểu tượng hoặc âm thanh trong các thị kiến (*linh ảnh*) là nguyên nhân phát hiện *Ter*, nhưng thường thì sự phát hiện không dựa vào bất cứ nguồn nào bên ngoài, và không liên quan đến những đối tượng thuộc đất như phương tiện để phát hiện *Ter*. Một vị *Tertön Tâm* phát hiện *Ter* bằng sự đánh thức trao truyền ủy thác tâm một cách tự phát từ sự rộng mở của giác tánh nội tại tâm Ngài, khi hoàn cảnh chín muồi và thời điểm đã đến.

Có một phạm trù thứ ba của sự phát hiện giáo lý được biết như là *Kiến Thanh Tịnh* (*Dag sNang*). Giáo lý *Kiến Thanh Tịnh* không phải là *Terma*. Chúng chỉ là những giáo lý được chư Phật, Bổn tôn, và vị thầy ban dạy trong thị kiến (*linh ảnh*) của hành giả. Về loại phát hiện này, người phát hiện không cần thiết là một người có nhận biết cao và đây không phải là *tâm truyền tâm*. Tuy nhiên, có những trường hợp trong đó giáo lý *Ter* được phát hiện hoặc đã định rõ như giáo lý của kiến thanh tịnh. Trong trường hợp này, đây thực sự là giáo lý *Ter*.

Trong tài liệu của *Nyingma* có hàng ngàn bộ *Ter* được hàng trăm vị *Tertön* phát hiện, khởi đầu vào thế kỷ mười một và tiếp tục đến ngày nay. Phần lớn các bản văn liên quan đến những *sādhana* (*nghi quỹ*), nghi thức hành lễ, bài nguyện, và nhiều sự thực hiện mật truyền khác nhau (*Las*). Có một số lớn bản văn về triết học, thiền định, và kết quả của những thực hành đạo Phật nói chung và nhất là của truyền thống mật tông. Ngoài ra, có rất nhiều bản văn về y học, thiên văn học, lịch sử và tiểu sử.

Thật ngạc nhiên khi nhận ra phạm vi và tác động của kho tàng tâm linh được Đức *Guru Padmasambhava* ban để cải thiện giá trị của cuộc sống tinh thần, xã hội và văn hóa người Tây Tạng và kết quả không ngừng nghỉ của truyền thống trong tiến trình của một thiên niên kỷ. Và thật là sửng sốt khi thấy rằng ngay cả nhiều người Tây Tạng vẫn chỉ có ít nhận thức về ý nghĩa của truyền thống này. Theo các sử gia Tây Tạng, Phật giáo hẳn đã không bao giờ có thể hình thành ở Tây Tạng nếu không nhờ có sự ban phước của Đức *Guru Padmasambhava*. Ở Tây Tạng, khó có một ngọn núi, ao hồ, hoặc thung lũng quan trọng nào mà không được Ngài đích thân ban phước bằng việc viếng thăm, thiền định, phô diễn phép mầu và chôn giấu các *Ter* ở những nơi đó. Thậm chí ngày nay vẫn còn nhìn thấy nhiều dấu vết cụ thể, chẳng hạn như những dấu chân, nhiều hình ảnh xuất hiện tự nhiên, hoặc các hang động [ngài đã] thiền định. Truyền thống *Ter* bao gồm một số chứng cứ nổi bật nhất của dấu ấn vĩ đại được lưu lại Tây Tạng vì lợi ích của thế gian thông qua các hoạt động giác ngộ của Đức *Guru Padmasambhava*. Vào lúc rời khỏi Tây Tạng, Ngài diễn tả lòng từ và hứa với người Tây Tạng những lời sau đây:

> *Khi các ngươi đối mặt thời điểm xấu của thời đại đen tối,*
> *Mỗi ngày và đêm Ta sẽ đến Tây Tạng.*
> *Ta sẽ cưỡi trên những tia sáng mặt trời đến với các ngươi,*
> *Và vào mỗi ngày thứ mười của trăng tròn*
>
> *Ta sẽ đích thân đến cùng các ngươi.* [56]

9. NHỮNG QUÁN ĐẢNH VÀ GIỚI LUẬT CỦA TU HÀNH MẬT TÔNG[57]

NHỮNG QUÁN ĐẢNH

Quán đảnh hay *wang* (Tạng: *dBang*, Sanskrit: *abhiṣheka*) là sự nhập môn để trao truyền hay đánh thức trí tuệ mật truyền, năng lực hay nhận biết trong tâm của đệ tử. Giới luật (Tạng: *Dam Tshig*; Sanskrit: *samaya*) là sự rèn luyện để tuân thủ giới luật của mật tông *(tantra)*. Tiếp nhận quán đảnh và tuân thủ giới luật là điều kiện tiên quyết của sự tu tập Phật giáo Mật tông, bao gồm cả thực hành *Ngöndro*. Nhận được quán đảnh và trì giữ giới luật là sự tạo ra kết quả của Mật tông, là sức mạnh gieo trồng chủng tử nhận biết toàn giác của Phật quả. Những điều này hình thành con đường Mật tông, trên đó chúng ta tiến đến sự thành tựu về hợp nhất hỷ lạc và *tánh Không*. Chúng là kết quả mật truyền, hoặc niềm tin chắc chắn, của tinh hoa tỉnh giác và các phẩm tánh Phật.

Người ta có thể cảm thấy khái niệm quán đảnh và giới luật ở đây là rất khác với giới luật của đạo Phật theo hiển giáo, nhưng thật ra là không khác. Trong hiển giáo, chúng ta nói về giới luật và nghiệp. Nghiệp là gì? Nó là một chuỗi hay tiến trình của nhân quả. Ngoài ra, chúng ta nói về lý duyên sinh, tiến trình mà mọi sự hoạt động qua những nguyên nhân và điều kiện. Quán đảnh và giới luật Mật tông đặt nền tảng trên cùng nguyên lý. Khi bạn nhận được trao truyền năng lực và sự nhận biết mật truyền qua quán đảnh, điều đó đóng vai trò như nguyên nhân, và nếu bảo tồn trao truyền đó bằng việc duy trì giới luật, bạn sẽ đạt được mục đích như kết quả của nó. Do vậy, nó là nghiệp kết quả. Đây không phải là điều gì đó dựa trên một nguyên lý khác, mà nó có một đặc tính khác. Trong Phật giáo phổ thông, nghiệp và lý duyên sinh, tiến trình của thực hành tâm linh và kết quả, giống như tiến trình tăng trưởng của một cái cây. Cây là dòng truyền, nó có kết quả, nó phát triển qua một tiến trình, nhưng hoạt động của nó ít hùng mạnh, nó tăng trưởng chậm hơn, ít tiềm năng, và cũng ít nguy hiểm hơn. Nhưng quán đảnh và giới luật thì giống như dòng điện, có tiến trình nhanh hơn, nhiều năng lực, năng lượng, mau chóng hơn và cũng có thể nhiều nguy hiểm hơn.

Từ ngữ *quán đảnh* cũng có thể phiên dịch là *"lễ nhập môn"*. Nhận quán đảnh là sự tiếp nhận của mật tông, hay mật truyền, sự trao truyền của Phật giáo từ một vị kim cương sư, và đó là lối vào của con đường tu hành mật tông. Nó cũng là trí tuệ tỉnh giác và năng lực trí tuệ mà mỗi người đều có sẵn, giống như bật công tắc đèn. Để hoàn tất con đường mật tông và viên mãn trí tuệ tỉnh giác, điều cốt lõi để duy trì sự liên tục của năng lực trao truyền là tuân thủ giới luật.

Một người có trí thông minh cao với đầy đủ khả năng được nhập môn vào tu hành mật tông của Phật giáo bằng cách tiếp nhận quán đảnh. Sau đó việc nhập môn duy trì và hoàn thiện sự tu hành mật tông bằng sự cống hiến toàn bộ cuộc đời, tâm trí, nhận thức của họ qua con đường tâm linh thiện xảo nhất của việc giữ giới luật. Theo Phật giáo Tây Tạng, đó là phương tiện thiện xảo và nhanh chóng nhất để đạt Phật quả.

Tu hành mật tông là một thực hành chuyển hóa. Ở đây, việc hiểu ý nghĩa của sự chuyển hóa là điều quan trọng. Nếu không, nhất là trong *tantra* nội, giống như sự chuyển sắt thành vàng, chuyển xấu thành tốt; nó là sự chuyển hóa hiện tượng hiện hữu thành thật tánh của nó đúng thật như nó đang hiện hữu. Khi bạn nhận quán đảnh và tuân thủ giới luật, điều gì sẽ chuyển hóa? Những che ám của nhận thức và cảm xúc phiền não sẽ được tẩy sạch, và tâm giác ngộ của bạn sẽ tỏa sáng bằng việc nhận ra bạn thực sự là gì. Qua việc nhận quán đảnh chúng ta nhận ra tinh túy Phật, điều đó được gọi là trí tuệ nguyên sơ, ý nghĩa của sự quán đảnh trong chúng ta.

Qua việc giữ giới luật, chúng ta nhận ra và duy trì bản tánh Phật và đạt được những phẩm tánh Phật, hiện diện trong chúng ta từ nguyên thủy. Không giống như chúng ta đạt được bản chất Phật và các phẩm tánh Phật từ những nguồn bên ngoài; mà đúng ra là những phẩm tánh và bản chất hiện diện trong chính ta, từ thời bổn nguyên, được tịnh hóa và tinh lọc.

NHỮNG PHẨM TÁNH CỦA VỊ THẦY MẬT TÔNG

VỊ THẦY MẬT TÔNG GIỐNG như người cha trong tu hành mật tông. Vị thầy phải là một người đầy đủ phẩm tánh tánh, không chỉ là một người thuyết giáo thông thường hay học giả. Chỉ thực hiện nghi lễ và nói chuyện sẽ chưa đủ. Điều này có thể tựa như trình diễn hay thực hiện, và sẽ chỉ giống như một phản chiếu. Vị thầy phải thể hiện những phẩm tánh tánh sau:

1. Vị thầy phải là người nhận được đầy đủ quán đảnh. Nếu ban quán đảnh của một bản văn đặc biệt, chính bản thân vị ấy trước đó phải nhận được quán đảnh của bản văn đặc biệt đó. Nếu không nhận được quán đảnh của bản văn này, vị ấy không thể thực hiện chúng, dù họ có thể là một vị thầy vĩ đại. Thậm chí nếu đã nhận quán đảnh của một tantra cao và bản văn là một tantra thấp, vị thầy vẫn không thể thực hiện quán đảnh nếu chưa nhận được trao truyền của bản văn đặc biệt đó.

2. Vị thầy cũng phải là người đã thọ giới và tuân thủ giới luật. Ngay cả nếu đã nhận quán đảnh mà không giữ giới, thì không đủ phẩm tánh tánh.

3. Vị thầy phải có kiến thức của truyền thống độc nhất của dòng truyền riêng biệt. Ngay cả dù vị ấy có thể tuân thủ giới luật, mà không biết truyền thống vô song (Phyag-bZhes) của dòng truyền, vị ấy vẫn không đủ phẩm tánh tánh.

4. Vị thầy phải khéo léo trong việc thực hiện nghi lễ quán đảnh. Ngay cả dù có kiến thức độc nhất của truyền thống và đã nhận được quán đảnh, nếu không khéo léo trong thực hiện nghi lễ quán đảnh, vị ấy vẫn không đủ phẩm tánh tánh.

5. Vị thầy phải hoàn thiện hay hoàn tất việc tụng niệm mantra của nghi quỹ bản văn đặc biệt đó. Chẳng hạn, nếu vị thầy thực hiện quán đảnh Rigdzin Dupa, họ phải hoàn tất việc tụng niệm mantra 13 triệu lần trong nhập thất nghiêm ngặt. Những bản văn khác có các hệ thống khác định rõ số lượng tụng niệm quy định để hoàn thành trong nhập thất. Nhưng đó là một ngoại lệ. Trong nhiều trường hợp thật khó đáp ứng được yêu cầu này. Ví dụ, sự tập Rinchen Terdzo có hàng trăm bản văn và nghi quỹ, thật khó tìm thấy người nào đã tụng niệm hoàn tất về tất cả chúng. Gần như tốn cả nửa cuộc đời để hoàn tất tụng niệm tất cả bản văn này. Do vậy, điều được chấp nhận chung là nếu một vị thầy đã hoàn thành việc tụng niệm của một tantra gốc, chẳng hạn như

Guhyagarbha-māyājāla-tantra, vị ấy sẽ có thể thực hiện sự quán đảnh cho người khác.

6. Vị thầy phải là người không nhiễm ô do vi phạm bất cứ giới nguyện nào. Nếu bản thân vị ấy vi phạm bất cứ giới luật gốc hoặc thô nặng nào, cũng giống như nước đựng trong bình lủng, thì loại năng lực trí tuệ nào vị ấy có thể trao truyền cho người khác?

BẢN TÁNH CỦA MAṆḌALA

MAṆḌALA hay bàn thờ, giống như người mẹ trong trao truyền quán đảnh hay tu hành mật tông. Về sự truyền quán đảnh, đó phải là đại diện cho tập hội Bổn tôn, đầy đủ nhiều chất liệu biểu tượng khác nhau của quán đảnh. Trước khi ban quán đảnh, vị thầy tự mình thực hiện nghi quỹ Bổn tôn mà không có sự hiện diện của bất cứ đệ tử nào, để chuẩn bị cho chính họ và biểu tượng *maṇḍala* như các Bổn tôn trí tuệ, *maṇḍala*, và chất liệu quán đảnh. Trong sự thực hiện được gọi là sự chuẩn bị quán đảnh (*dBang sGrub*) đó, vị thầy mật tông đầy đủ phẩm tánh thánh hóa biểu tượng *maṇḍala* như *maṇḍala* thực tế của Bổn tôn. Trong mỗi quán đảnh có nhiều chất liệu quán đảnh khác nhau (*dBang rDzas*), và mỗi chất liệu biểu tượng đều có một ý nghĩa khác nhau và năng lực ban phước của vị thầy. Có bốn *maṇḍala* chính cho quán đảnh *tantra* nội: quán đảnh Cái Bình, Bí Mật, Trí tuệ, và Ngữ.

1. Maṇḍala của Quán đảnh Cái Bình (Bum dBang) là thân maṇḍala. Về Quán đảnh Cái Bình, chúng ta thường sử dụng một bình. Tuy nhiên, trong ý nghĩa thực, cái bình đại diện cho toàn bộ maṇḍala của Bổn tôn. Nó là sự quán đảnh thân hoặc cõi vật chất của Bổn tôn, và do vậy nó tiêu biểu toàn bộ khía cạnh vật chất của maṇḍala, bao gồm các Bổn tôn, lâu đài và tịnh thổ. Thân có ba phạm trù:[58] Maṇḍala cấp cao của nhập môn cái bình là maṇḍala thân - khía cạnh thân và tâm của hành giả là những thân trí tuệ, các maṇḍala của Bổn tôn trong thật tánh của chúng. Maṇḍala cấp độ trung bình của nhập môn cái bình là một maṇḍala được vẽ. Maṇḍala cấp thấp của nhập môn cái bình là một maṇḍala cát.

2. Maṇḍala của Quán đảnh Bí mật (gSang dBang) là bồ đề tâm tương đối, dịch tinh chất.

3. Maṇḍala của Quán đảnh Trí tuệ (Sher dBang) là vị phối ngẫu và hoa sen bí mật của bà.

4. Maṇḍala của Quán đảnh Ngữ (Tshig dBang) là trí tuệ tuyệt đối, tâm giác ngộ, đó là ý nghĩa cao nhất của mục đích quán đảnh.

NHỮNG PHẨM TÁNH CỦA ĐỆ TỬ

ĐỆ TỬ MẬT TÔNG GIỐNG như đứa con của người cha (vị thầy) và mẹ (*maṇḍala*) trong tu hành mật tông. Có năm phẩm tánh tánh thiết yếu của một hành giả mật tông.

1. Hành giả phải có tự tin, lòng tin hay trung thực. Nếu không có lòng tin hay trung thực, bạn không phải là một cái bình để tiếp nhận bất cứ loại ban phước nào. Bạn không phải là một bình chứa cho các thành tựu mật tông.

2. Hành giả phải siêng năng. Nếu không siêng năng, thì ngay cả nếu đã nhận quán đảnh bạn sẽ không thể bảo tồn năng lực trao truyền và nỗ lực hướng đến mục đích.

3. Hành giả phải kiên trì trong thiền định. Ngay cả nếu bạn là người kiên nhẫn, nếu không thiền định bạn sẽ không tiến bộ hay có được nhiều lợi ích.

4. Hành giả phải thực hiện nghi quỹ, những nghi lễ và thiền định mật tông của giai đoạn phát triển và giai đoạn hoàn thiện để đạt được kết quả. Không thiền định trên các nghi quỹ là không có phương tiện đạt được thành tựu.

5. Hành giả phải giữ giới luật, kỷ luật giúp duy trì và nâng cao trao truyền trí tuệ mật tông, để vươn đến kết quả.

SỰ PHÂN LOẠI CÁC QUÁN ĐẢNH

SỰ QUÁN ĐẢNH ĐƯỢC PHÂN loại thành *quán đảnh của nguyên nhân*, *quán đảnh của con đường* và *quán đảnh của kết quả*. Nhưng có hai cách khác nhau trong sự phân định đâu là các quán đảnh *nguyên nhân, con đường* hay *kết quả*. Mặc dù có hai cách phân loại những quán đảnh này, nhưng không hề có chuyện cách này là đúng và tốt hơn, còn cách kia thì sai vì chúng khác nhau. Đây là cách phân loại dựa trên những khía cạnh khác biệt. Chẳng hạn, bạn có thể phân loại mọi người là cao hay thấp; hoặc cũng có thể phân loại là già hay trẻ. Hai cách phân loại này không mâu thuẫn nhau mà chỉ dựa trên các tiêu chí khác nhau. [Sau đây là cách phân loại thứ nhất:]

1. Sự hiện diện của bản chất Phật và phẩm tánh Phật trong chúng ta là quán đảnh nguyên nhân. Bản chất Phật không là điều gì đó bên ngoài hay do vị thầy ban cho bạn. Đúng hơn, vị thầy giúp bạn qua quán đảnh để nhận ra hay đánh thức trí tuệ mà bạn sẵn có và luôn sở hữu.

2. Khía cạnh thực hiện nghi lễ trao truyền quán đảnh bởi vị thầy và sự thiền định trên tiến trình trao truyền đó bởi đệ tử là quán đảnh con đường.

3. Đã nhận được trao truyền và đi theo con đường, hành giả hoàn thiện như bốn thân Phật và ngũ trí Phật. Đây là quán đảnh kết quả.

Hệ thống phân loại thứ hai là như sau.

1. Sự quán đảnh ban cho các đệ tử chưa được khai tâm trước đó được phân loại là quán đảnh nguyên nhân.

2. Sự quán đảnh ban cho các đệ tử để phát triển sự hoàn thiện hay phục hồi giới nguyện bị suy tổn được phân loại là quán đảnh con đường. Khi bạn chưa nhận được quán đảnh trước đây mà mới nhận lần đầu tiên thì sẽ là quán đảnh nguyên nhân, vì sự quán đảnh trở thành một nguyên nhân, một khởi đầu cho sự tu hành mật tông của bạn. Ví dụ, nếu bạn chưa từng nhận quán

đảnh Rigdzin Dupa và hôm nay bạn nhận nó, đây sẽ là quán đảnh nguyên nhân. Nhưng khi nhận lại nó để giúp bạn hoàn thiện và phục hồi giới nguyện bị suy tổn, nó trở thành quán đảnh con đường.

3. Sự quán đảnh ban cho các đệ tử đã sẵn sàng để đạt được thành tựu cuối cùng và giúp họ đạt kết quả cuối cùng được phân loại là quán đảnh kết quả, vì chúng đem lại kết quả cuối cùng. Nếu đã toàn giác, bạn không cần quán đảnh. Nhưng trước lúc đạt toàn giác, bạn cần nhận được quán đảnh để trợ giúp bạn khai tâm hay nâng cao sự nhận biết tâm linh. Sự phân loại quán đảnh này tùy thuộc vào người tiếp nhận hơn là tự thân sự quán đảnh hoặc vị thầy.

HIỆU QUẢ CỦA QUÁN ĐẢNH

CHÚNG TA THƯỜNG THẮC mắc về những lợi ích nào sẽ có được nếu ta nhận lễ quán đảnh. Có ba lợi ích chính được liệt kê trong các bản văn.

1. Hiệu quả cao nhất của quán đảnh là giúp bạn nhận ra trí tuệ nguyên sơ, ý nghĩa của sự quán đảnh. Nếu bạn là người có năng khiếu và mọi điều kiện đều hoàn hảo thì trong lúc quán đảnh bạn sẽ nhận ra trí tuệ nguyên sơ, ý nghĩa hay mục đích chân thật của quán đảnh, mục tiêu thực sự của thực hành tâm linh.

2. Hiệu quả trung bình của quán đảnh là giúp bạn phát triển kinh nghiệm hỷ lạc, sự trong sáng và vô niệm.

3. Hiệu quả thấp hơn của quán đảnh là làm khởi lên sự tự tin trong sự nhận thức ba cửa ngỏ của chính bạn (thân, khẩu và ý) như thân, khẩu và ý của chư vị Bổn tôn.

Đó là sự phân biệt ba hiệu quả được ghi trong các bản văn, nhưng cả ba dường như đều quá cao siêu hay khó khăn đối với nhiều người chúng ta để đạt được trong sự quán đảnh. Cảm nhận của riêng tôi là khi chúng ta tiếp nhận một quán đảnh, thậm chí nếu ta không có bất kỳ một trong ba loại kinh nghiệm này, thì miễn là ta có được sự an bình, hoan hỷ, hoặc tâm sùng kính rộng mở, thanh thản, an định và trầm tĩnh, điều này cũng sẽ trở thành một trao truyền ban phước của vị thầy và chư vị Bổn tôn, và nó sẽ thiết lập một kết nối với một pháp thực hành mật tông cụ thể nào đó.

Do vậy, chúng ta nên cảm thấy may mắn. Ngoài ra khi chúng ta tiếp nhận trao truyền từ một vị thầy chân chính, ít nhất thì ta cũng nhận được sự cho phép học tập và thực hành một giáo lý cụ thể. Chúng ta thậm chí có thể không nhận được hiệu quả ở mức thấp nhất, nhưng ta vẫn nên tự hào về sự may mắn của mình.

HAI NGUYÊN NHÂN VÀ BỐN ĐIỀU KIỆN CỦA QUÁN ĐẢNH

SỰ QUÁN ĐẢNH BAO GỒM hai khía cạnh: trước tiên là hai nguyên nhân và sau đó là bốn điều kiện. Sự hội đủ hai nguyên nhân và bốn điều kiện sẽ hoàn tất những yêu cầu của một lễ quán đảnh.

Hai nguyên nhân được kể ra như sau:

1. Nguyên nhân tương tự (chung hay cùng nhau) (mTshung lDan Gyi rGyu) là sự hiện diện của bản chất tự nhiên của hành giả như bản chất Phật, thoát khỏi mọi tạo tác từ thời bổn nguyên. Nó cũng là sự hiện diện những tính chất của năm kết tập (ngũ uẩn) năm yếu tố (ngũ đại) và năm cảm xúc như năm vị Phật nam và nữ và năm trí tuệ nguyên sơ trong thật tánh của chúng.

2. Nguyên nhân góp phần (Lhan Chig Byed Pa'i rGyu) là những vật thể đã được ban phước của lễ quán đảnh, như cái bình, hình ảnh, vương miện, v.v...

Bốn điều kiện bao gồm như sau:

1. Điều kiện nguyên nhân (rGyu'i rKyen), đó là đệ tử dễ lĩnh hội, có niềm tin, có ba loại siêng năng (trong nhiệm vụ của mình, người khác và cả hai), và giữ giới luật.

2. Điều kiện trao quyền (bDag Po'i rKyen), đó là vị thầy đầy đủ phẩm tánh đã học tập năm khía cạnh của tantra: (a) tính như thị của bản ngã - sự nhận biết của tánh Không, (2) tính như thị của Bổn tôn - sự nhận biết của ba cửa, ba vajra, (c) tính như thị của tantra - sự viên mãn của hai giai đoạn, giai đoạn phát triển và hoàn thiện, cũng như bốn hoạt động: tức an bình, tăng ích, hùng mạnh, và phẫn nộ, (d) tính như thị của tụng niệm - sự hoàn tất tụng niệm mantra, và (e) tính như thị của sự phóng xuất và thu rút của ánh sáng ban phước trong thiền định.

3. Điều kiện quan sát đối tượng khách quan (dMigs rKyen), đó là trí tuệ nhận biết của vị thầy (tri kiến) của nghi lễ, Bổn tôn, mantra, và sự suy niệm của quán đảnh.

4. Điều kiện trực tiếp có trước (De Ma Thag rKyen), đó là sự quán đảnh trước đó vì nó mở ra cơ hội cho sự quán đảnh nối tiếp theo.

QUÁN ĐẢNH THỰC TẾ

NHÌN CHUNG, MỖI LỄ quán đảnh gồm có phần chuẩn bị, phần chánh lễ và phần kết thúc. Phần chuẩn bị có hai khía cạnh: sự thâm nhập bên ngoài và bên trong. Phần chánh lễ có hai khía cạnh: năm quán đảnh thông thường của Ngũ bộ Phật và bốn quán đảnh không phổ biến. Và sau đó là quán đảnh kết thúc. Tất cả quán đảnh của *tantra* nội sẽ không cần thiết bao gồm mọi khía cạnh này, và một số có thể nhiều hơn, nhưng chúng sẽ được thực hiện trong các lễ quán đảnh phức tạp nhất.

PHẦN CHUẨN BỊ

1. Sự thâm nhập bên ngoài bắt đầu với việc đi vào cửa phòng thờ và súc miệng với nước đã thánh hóa để tẩy tịnh, và kết thúc với việc rắc hoa vào maṇḍala để xác định gia đình Phật của bạn.

2. Sự thâm nhập bên trong bắt đầu với việc điều hướng hoa, vương miện Bổn tôn trở lại cho bạn bởi vị thầy, được biểu tượng hóa bằng việc vị Lama vãi gạo, và kết thúc với việc phô bày maṇḍala.

PHẦN CHÍNH

PHẦN CHÍNH TRONG LỄ quán đảnh của *Kriyāyoga* sẽ bao gồm chủ yếu là quán đảnh cái bình và vương miện. Nếu là lễ quán đảnh của *Charyāyoga* sẽ có năm quán đảnh của Ngũ bộ Phật. Nếu là quán đảnh của Yogatantra, sẽ bao gồm năm quán đảnh của Ngũ bộ Phật, sự quán đảnh của chư vị Bổn tôn, và sự quán đảnh của hoạt động của vị thầy.

Về các tantra nội, *Mahāyoga, Anuyoga* và *Atiyoga*, ngoài năm quán đảnh của Ngũ bộ Phật v.v... còn bao gồm bốn quán đảnh không phổ biến. Tất cả *tantra* nội đều bao gồm bốn quán đảnh không phổ biến.

Vậy, sự đặc biệt của *Atiyoga* là gì? Với *Dzogpa Chenpo*, sự nhấn mạnh đặc biệt là về sự quán đảnh không phổ biến thứ tư, quán đảnh miệng. Nhiều người trong chúng ta đã nhận được quán đảnh *Nyingthig Yazhi* (*sNying Thig Ya bZhi*). Nó có một quán đảnh *Anuyoga* chi tiết với bốn khía cạnh: quán đảnh chi tiết, đơn giản, rất đơn giản và tuyệt đối đơn giản.

Quán đảnh không phổ biến thứ tư giới thiệu trực tiếp bạn đến giác tánh nội tại, bản tánh Phật. Trong *Mahāyoga* và *Anuyoga tantra*, quán đảnh không phổ biến thứ tư giới thiệu bạn đến đại cực lạc, ý nghĩa của trí tuệ bẩm sinh, điều này phát sinh như kết quả của quán đảnh thứ ba, trong đó hành giả nhận ra trí tuệ biểu tượng bẩm sinh (*dPe'i Ye Shes*) qua con đường của phương tiện thiện xảo bằng việc dựa vào *ấn khế* (*mudra*).

Trong quán đảnh thứ tư này, qua việc dựa vào các kinh nghiệm của quán đảnh thứ ba, hành giả nhận ra trực tiếp ý nghĩa của trí tuệ bẩm sinh (*Don Gyi Ye Shes*). Do vậy, quán đảnh thứ tư của *Mahāyoga* và *Anuyoga tantra* là khác với quán đảnh thứ tư của *Atiyoga*.

Năm quán đảnh phổ biến của Ngũ bộ Phật

BẰNG NĂM QUÁN ĐẢNH phổ biến của Ngũ bộ Phật hành giả nhận được năng lực chuyển hóa các phẩm tánh bình thường của mình thành các phẩm tánh Phật.

1. Bằng Quán đảnh Cái bình hành giả chuyển hóa kết tập của ý thức (thức) thành Đức Phật Akṣhobhya (Bất Động), yếu tố hư không (không đại) thành vị phối ngẫu của Ngài và cảm xúc sân

hận thành trí tuệ của pháp giới (dharmadhātu) hay Pháp giới thể tánh trí.

2. Bằng Quán đảnh Vương miện, hành giả chuyển hóa kết tập của cảm giác (thọ) thành Đức Phật Ratnasambhava (Bảo Sanh), yếu tố nước (thủy đại) thành vị phối ngẫu của Ngài và cảm xúc kiêu mạn thành trí tuệ bình đẳng hay Bình đẳng tánh trí.

3. Bằng Quán đảnh Vajra hành giả chuyển hóa kết tập của khái niệm (tưởng) thành Đức Phật Amitābha (A-di-đà), yếu tố gió (phong đại) thành vị phối ngẫu của Ngài và cảm xúc tham dục thành trí tuệ biện biệt hay Diệu quán sát trí.

4. Bằng Quán đảnh Chuông hành giả chuyển hóa kết tập của sự hình thành (hành) thành Đức Phật Amoghasiddhi (Bất Không Thành Tựu), yếu tố lửa (hỏa đại) thành vị phối ngẫu của Ngài và cảm xúc thù địch thành trí tuệ thành tựu tất cả hay Thành sở tác trí.

5. Bằng Quán đảnh Tên hành giả chuyển hóa kết tập của thân (sắc) thành Đức Phật Vairochana (Tỳ Lô Giá Na), yếu tố đất (địa đại) thành vị phối ngẫu của Ngài và cảm xúc vô minh thành trí tuệ phản chiếu tất cả như gương sáng hay Đại viên cảnh trí.

Bốn quán đảnh không phổ biến

1. Bằng Quán đảnh Cái bình hành giả nhận được sự ban phước của thân vajra của Đức Phật, tịnh hóa thân nghiệp và sự che chướng của kinh mạch hành giả và đạt được hay thiết lập nền tảng cho việc đạt hoàn thiện con đường tích lũy, trạng thái của Vidyādhara với phần còn lại, và Nirmāṇakāya.

2. Bằng Quán đảnh Bí mật hành giả nhận được sự ban phước của ngữ vajra của Đức Phật, tịnh hóa khẩu nghiệp và sự che chướng của gió hay năng lượng của hành giả và đạt được hay thiết lập nền

tảng cho việc đạt hoàn thiện con đường áp dụng, trạng thái của Vidyādhara kiểm soát trên cuộc sống và Sambhogakāya.

3. Bằng Quán đảnh Trí tuệ hành giả nhận được sự ban phước của ý vajra của Đức Phật, tịnh hóa ý nghiệp và sự che chướng của bản chất hành giả và đạt được hay thiết lập nền tảng cho việc đạt hoàn thiện con đường quán sát, trạng thái của Vidyādhara đại biểu hiện và Dharmakāya.

4. Bằng Quán đảnh Miệng hành giả nhận được sự ban phước của trí tuệ vajra của Đức Phật, tịnh hóa nghiệp của nền tảng phổ quát và sự che chướng của trí thông minh hành giả và đạt được hay thiết lập nền tảng cho việc đạt hoàn thiện chín giai đoạn của con đường thiền định, trạng thái của Vidyādhara thành tựu tự nhiên và Svabhāvikakāya.

GIỚI LUẬT

SAU KHI TIẾP NHẬN MỘT quán đảnh từ vị thầy mật tông, hành giả duy trì nhận biết bằng phương tiện của tâm linh hay cái thấy, kinh nghiệm, nhận biết của mật tông và cuộc sống phù hợp với giáo lý. Đây là sự tuân thủ giới luật (*samaya*). Nó là sự tương tục của sự thành tựu tâm linh sâu thẳm nhất và mật truyền của hành giả, nhận được trong khi quán đảnh.

BA PHÂN CHIA CỦA GIỚI LUẬT

TRONG PHẬT GIÁO, CÓ ba phân chia những khuôn phép hay giới luật chính (*sDom Pa*).

Đầu tiên là giới luật của *Vinaya*, những khuôn phép của tu sĩ đạo Phật và cư sĩ thế tục. Giới luật *Vinaya* chủ yếu là giới luật về thân.

Thứ hai là giới luật Bồ Tát. Sự tu tập này dựa trên việc có duy trì nguyện ước và cống hiến để phục vụ tất cả chúng sanh không có bất cứ tư lợi nào. Do đó, giới luật của Bồ Tát chủ yếu là tinh thần.

Thứ ba là giới luật mật tông. Giới luật này được đặt nền tảng trên trí tuệ bổn nguyên. Khi nhận quán đảnh, hành giả nên hiểu và nhận ra ý nghĩa của quán đảnh là trí tuệ, và sau đó duy trì trí tuệ đó bằng việc duy trì giới luật thanh tịnh. Thế nên, duy trì trí tuệ bổn nguyên là giới luật mật tông.

Như vậy, giới luật *Vinaya* chủ yếu dựa căn bản trên các ứng xử về thân, giới Bồ Tát dựa căn bản trên thái độ tinh thần, và giới mật tông dựa căn bản trên trí tuệ bổn nguyên, sự nhận thức thanh tịnh.

THỜI GIAN THỌ GIỚI

CÓ NHỮNG KHÁC BIỆT khi bạn nhận nhiều giới luật khác nhau. Trong tu tập của *Vinaya* hay Bồ Tát, các bản văn và giới luật giải thích sự tu tập đó được học trước, sau đó hành giả mới quyết định việc thọ giới hay không. Nhưng trong mật tông, trước tiên là nhận quán đảnh, và sau đó là học.

Theo truyền thống, hành giả không được thấy, đọc hay nghe bất cứ điều gì về *tantra* cho đến khi nhận được trao truyền bằng việc nhập môn vào mật tông. Ở đây, hành giả có thể có nghi ngờ, "Làm sao tôi có thể tiếp nhận giới luật mật tông mà không được biết về chúng?"

Đó là điểm cốt lõi! Mật tông chỉ dành cho người đặc biệt đã chuẩn bị và không nghi ngờ. Mật tông không dành cho người chưa biết hay chưa chuẩn bị. Trong mật tông, sau khi nhận quán đảnh bạn phải bảo tồn giới luật. Nó có tiềm năng lợi ích cũng như tác hại mạnh mẽ.

Về tiếp nhận quán đảnh, đệ tử phải là người có năng khiếu đặc biệt, vị thầy là một người giác ngộ, và *maṇḍala* đã ban phước như chất liệu trí tuệ. Khi có được sự kết hợp ba phẩm tánh này, thì không cần đi qua tiến trình học trước rồi sau đó mới quyết định thực hiện hay không. Việc sẵn sàng đồng nghĩa với việc được tiếp nhận vào *tantra*.

GIỚI LUẬT CHUNG CHO CẢ HAI TRUYỀN THỐNG MẬT TÔNG CŨ VÀ MỚI

CÓ NHIỀU PHẠM TRÙ GIỚI luật. Trong *tantra* nội, chung cho cả hai *tantra* mới và cũ, có mười bốn vi phạm căn bản (hay hủy phạm căn bản, *rTsa lTung*), và tám vi phạm thô (hay hủy phạm thứ yếu, *sBom Po*).

MƯỜI BỐN VI PHẠM *CĂN BẢN*[59]

SAU KHI ĐI VÀO TU HÀNH *tantra* nội, chúng ta phải kiềm chế sự vi phạm bất cứ điều nào trong mười bốn điều căn bản sau đây:

1. Khinh thường vị thầy mà bạn đã nhận trao truyền tantra.

2. Vi phạm giới luật do đức Phật chế định.

3. Nổi giận với huynh đệ vajra của bạn.

4. Mong muốn làm hại hoặc từ bỏ tình thương với bất kỳ chúng sanh nào.

5. Từ bỏ tâm Bồ-đề, tâm suy nghĩ làm lợi ích người khác.

6. Nhạo báng các tôn giáo hay tông phái khác, như Tiểu thừa, Đại thừa, Ấn Độ Giáo, Công Giáo, hay bất cứ truyền thống tôn giáo nào khác.

7. Truyền bí mật của giáo lý mật tông cho người chưa chín chắn. Nếu người nào sẵn sàng thì bạn nên truyền giáo lý bí mật, nhưng nếu người đó chưa chuẩn bị mà bạn truyền giáo lý sẽ làm hại chính bạn và người khác, vì họ sẽ hiểu sai và lạm dụng.

8. Làm đau đớn thân năm uẩn của chính bạn, đó là nơi trú ngụ của chư Phật. Hành giả không nên lạm dụng thân mình mà phải chăm sóc nó.

9. Có nghi ngờ về bản tánh thanh tịnh nguyên sơ, cũng như nghi ngờ về nền tảng, con đường, và kết quả.

10. Không thực hiện việc trừ tà đến các thế lực tiêu cực vì lòng bi suy thoái. Bạn có thể thực hiện sự trừ tà để giúp người. Như bạn đã biết, trong một kiếp trước Đức Phật đã giết một người để cứu nhiều người khác, và điều này làm cho công đức Ngài được nhân lên. Điều này không phải điển hình của thực hành mật tông mà

là một thực hành công khai. Nhưng để thực hiện việc trừ tà, bạn phải là người có năng lực và thành tựu cao, không phải là người bình thường.

11. Khái niệm hóa pháp giới, lãnh vực tối thượng, vốn là nằm ngoài mọi khái niệm.

12. Làm hại tâm của người sùng đạo, có nghĩa làm tổn thương cảm giác tin tưởng của người sùng đạo.

13. Không hưởng thụ tài sản của giới luật. Điều này có nghĩa từ chối nhận tài sản của giới luật, như năm cam lồ, vật chất bữa tiệc, và các vật chất khác của mật truyền, một cách không phân biệt.

14. Chế nhạo hay khinh thường phụ nữ, vốn là bản tánh của trí tuệ.

TÁM VI PHẠM THÔ

SAU KHI ĐI VÀO CÁC *tantra* nội, chúng ta nên kiềm chế vi phạm bất cứ điều nào trong tám vi phạm thô sau đây:

1. Có một phối ngẫu là người thường, chưa được nhập môn vào con đường mật truyền.

2. Tiếp nhận cam lồ từ một nguồn không thích hợp, một phối ngẫu mật tông chưa nhập môn.

3. Không che giấu những biểu tượng bí mật của mật tông với các kinh mạch không thích hợp, người chưa nhập môn.

4. Quấy động bằng lời nói, thân thể trong tập hội mật tông như các nghi lễ bữa tiệc cúng dường.

5. Không nói sự thật hay không dạy cho người có kinh mạch thích hợp, mà lại nói điều đó cho người khác. Chẳng hạn, nếu người

nào đó là một kinh mạch thích hợp cho Atiyoga mà lại đưa giáo lý của sutra (giáo tông).

6. Ở trong một nhóm thiếu tôn kính đến quan điểm và các thực hành của mật tông hơn bảy ngày. Điểm quan trọng là bạn nên luôn kiểm tra và đánh giá những gì có lợi nhất.

7. Ngụy tạo hay khoe khoang bạn là một Vajradhara (vị thầy mật tông) của tantra với sự tự kiêu, mặc dù bạn không có trí tuệ như vậy.

8. Đưa giáo lý bí mật cho người mà trước đó đã nhận giáo lý bí mật mà hiện nay không có niềm tin.

NHỮNG GIỚI LUẬT KHÔNG PHỔ BIẾN CỦA DZOGPA CHENPO[60]

VỚI NHỮNG NGƯỜI ĐÃ được nhập môn vào thực hành của *Dzogpa Chenpo*, điều quan trọng là tuân theo những giới luật phổ biến và đặc biệt sau đây để duy trì và hoàn thiện sự thiền định và nhận biết của họ.

NHỮNG GIỚI LUẬT CHUNG CỦA DZOGPA CHENPO

PHẠM TRÙ PHỔ BIẾN CÓ hai mươi tám giới, được chia thành hai nhóm. Nhóm đầu tiên là hai mươi bảy giới về khía cạnh bên ngoài, bên trong, và bí mật của thân, khẩu và ý của vị thầy gốc hay *Lama*. Toàn bộ pháp giới là một trong *maṇḍala* của vị thầy mật tông. Mỗi khía cạnh bên ngoài, bên trong và bí mật được phân chia thêm nữa thành những khía cạnh bên ngoài, bên trong và bí mật nhỏ hơn. Giới cuối cùng thứ hai mươi tám, được thiết lập như sự thu thập của giới luật nhánh.

Trước tiên là hai mươi bảy giới luật gốc (rTsa lTung):
A. Những giới luật về Thân của vị Thầy Gốc

1. Bí mật của bên ngoài là kiềm chế việc giết hại.

2. Bên trong của bên ngoài là kiềm chế tà dâm.

3. Bên ngoài của bên ngoài là kiềm chế trộm cướp.

4. Bên ngoài của bên trong là kiềm chế sự khinh miệt cha mẹ, anh chị em họ.

5. Bên trong của bên trong là kiềm chế việc coi thường các biểu tượng của Giáo Pháp.

6. Bí mật của bên trong là kiềm chế việc xem nhẹ thân thể chính họ, vì đây là maṇḍala của Bổn tôn.

7. Bí mật của bí mật là kiềm chế ngay cả việc giẫm lên bóng của vị thầy.

8. Bên trong của bí mật là kiềm chế việc quấy rối vị phối ngẫu của vị thầy hoặc của huynh đệ vajra, thậm chí chỉ đùa giỡn.

9. Bên ngoài của bí mật là kiềm chế không đánh đập huynh đệ vajra.

B. Những giới luật về Ngữ của vị Thầy Gốc

10. Bên ngoài của bên ngoài là kiềm chế nói dối.

11. Bên trong của bên ngoài là kiềm chế nói chia rẽ.

12. Bí mật của bên ngoài là là kiềm chế nói lời thô tục.

13. Bên ngoài của bên trong là kiềm chế việc thiếu tôn kính đến người giảng dạy Giáo Pháp.

14. Bên trong của bên trong là kiềm chế việc thiếu tôn kính đến người đang suy ngẫm về Giáo Pháp.

15. Bí mật của bên trong là kiềm chế việc thiếu tôn kính đến người đang thiền định về bản tánh tuyệt đối.

16. Bên trong của bí mật là kiềm chế việc chế nhạo người phối ngẫu của vị thầy.

17. Bên ngoài của bí mật là kiềm chế việc chế giễu huynh đệ vajra.

18. Bí mật của bí mật là kiềm chế việc nhạo báng vị thầy.

C. Những giới luật về Ý của vị Thầy Gốc

19. Bên ngoài của bên ngoài là kiềm chế không tham lam.

20. Bên trong của bên ngoài là kiềm chế không ác ý.

21. Bí mật của bên ngoài là kiềm chế không tà kiến.

22. Bên ngoài của bên trong là kiềm chế không hành động đồi trụy.

23. Bên trong của bên trong là kiềm chế việc hôn trầm và trạo cử trong thiền định.

24. Bí mật của bên trong là kiềm chế khởi quan điểm đồi trụy.

25. Bên ngoài của bí mật là kiềm chế việc không nghĩ tưởng về vị thầy và phối ngẫu của vị ấy trong thời gian kéo dài trọn một ngày đêm.

26. Bên trong của bí mật là kiềm chế việc không nghĩ tưởng về vị Bổn tôn của mình trong thời gian kéo dài trọn một ngày đêm.

27. Bí mật của bí mật là kiềm chế việc không suy nghĩ về kiến, thiền, hành trong thời gian kéo dài trọn một ngày đêm.

Thứ hai là hai mươi lăm giới luật nhánh (Yan Lag):
A. Năm giới luật trong đó hành giả nên tận dụng phương tiện thiện xảo phi thường

1. Sự loại bỏ [giải thoát] hay trừ tà. Mục tiêu chính của sự thực hiện này là loại bỏ bám chấp vào bản ngã và vô minh trong dòng tâm thức hành giả qua nhận biết, và loại bỏ chúng từ dòng tâm thức người khác qua các hoạt động của lòng bi.

2. Hợp nhất. Điều này có hai khía cạnh, tương đối và tuyệt đối. Khía cạnh tương đối là kết hợp vật chất, khiến đem lại cực lạc, biểu tượng của trí tuệ bổn nguyên. Khía cạnh tuyệt đối là thiền định và nhận biết sự hợp nhất của hình tướng và tánh Không, khiến phát sinh trực tiếp đại cực lạc tuyệt đối.

3. Lấy những vật không được cho, khi mục đích là lớn hơn.

4. Nói dối vì lợi ích người khác.

5. Thờ phụng vì mục đích dẫn dắt người khác đến Giáo Pháp.

B. Năm giới không từ bỏ:
Trong trường hợp này chúng ta không nói về các cảm xúc thông thường, mà là những năng lượng với tác ý thanh tịnh.

6. Không từ bỏ thèm khát - sự khao khát đến tất cả bà mẹ chúng sanh với lòng bi.

7. Không từ bỏ thù hận - sự thù ghét khiến loại bỏ tà kiến.

8. Không từ bỏ si mê - sự si mê không có tư duy phân biệt vì sự nhận biết thanh thản của luân hồi và Niết-bàn.

9. Không từ bỏ kiêu mạn - sự tự hào khiến có tự tin trong cái thấy bình đẳng.

10. Không từ bỏ đố ky - sự đố ky khiến không thừa nhận quan điểm và hoạt động nhị nguyên vào lãnh vực của bản tánh tối thượng. Nếu bạn đố ky, bạn sẽ không muốn để người nào vào cửa. Tương tự như vậy, sự đố ky không để tính nhị nguyên đi vào lãnh vực của bản tánh tối thượng.

C. Năm giới của việc chấp nhận:
Điều này biểu hiện sự chấp nhận bất cứ thứ gì không phân biệt.

11. Chấp nhận phân (purīṣha).
12. Chấp nhận nước tiểu (mūtra).
13. Chấp nhận máu (rakta).
14. Chấp nhận thịt (māṃsa).
15. Chấp nhận tinh dịch (shukra).

D. Năm giới của nhận biết thanh tịnh

16. Năm kết tập (ngũ uẩn) như năm vị Phật của Ngũ bộ Phật.
17. Năm yếu tố (ngũ đại) như năm vị phối ngẫu nữ của năm vị Phật.
18. Năm đối tượng cảm giác như năm Bồ Tát nữ.
19. Năm giác quan như năm Bồ Tát nam.
20. Năm màu như năm trí tuệ nguyên sơ.

E. Năm giới của sự đạt được thành tựu:
Qua năng lực của năm tri kiến trước đó như là nhận ra năm uẩn là năm vị Phật, đó là sự đạt trạng thái của Ngũ bộ Phật.

21. Sự thành tựu của Phật bộ.
22. Sự thành tựu của Kim Cương bộ.
23. Sự thành tựu của Bảo bộ.
24. Sự thành tựu của Liên Hoa bộ.
25. Sự thành tựu của Tác Nghiệp bộ.

NHỮNG GIỚI LUẬT ĐẶC BIỆT CỦA DZOGPA CHENPO

DO NHẬN RA *Dzogpa Chenpo* và duy trì nhận biết của nó, hành giả giữ gìn những giới luật đặc biệt - kiến, thiền và hành của *Dzogpa Chenpo*, đó là sự thành tựu tự nhiên, toàn bộ, toả khắp và thoát khỏi việc khái niệm hóa, kinh nghiệm, phân biệt và giới hạn. Đó là bốn giới luật đặc biệt của *Thregcho* và *Thogal* trong *Dzogpa Chenpo*.[61]

Hai giới của Thregcho

1 Không hiện hữu (Med Pa). Dzogpa Chenpo có một quan điểm tránh việc lấy hay bỏ. Giới luật này ám chỉ sự nhận biết không hiện hữu của bản ngã khiến vượt qua sự vi phạm bằng việc hiểu biết, kinh nghiệm, hay nhận biết giác tánh nội tại của thanh tịnh bổn nguyên.

2. Toàn khắp (Phyal Ba): Nhờ duy trì tinh chất, bản tánh và lòng bi qua bốn thiền định tự nhiên (Chos bZhag bZhi) của Thregcho, tất cả hàng trăm ngàn giới luật sẽ được hoàn thiện, giống như hàng trăm dòng nước được một cây cầu bắc ngang.

Hai giới của Thogal

3. Duy nhất (gchig pu). Nhờ tiếp nhận trao truyền đặc biệt của Dzogpa Chenpo, hành giả đạt được trạng thái hoàn thiện luân hồi và niết bàn như một, và điều đó tỏa khắp mọi hiện tượng hiện hữu qua năng lực duy nhất của giác tánh nội tại.

4. Thành tựu tự nhiên (Lhun Grub). Nếu hành giả đã hoàn thiện nhận biết của Dzopa Chenpo, thì khi thực sự từ bỏ nền tảng làm hại người khác, hành giả đã hoàn thiện việc tuân thủ giới luật Vinaya. Vì hành giả có lòng bi phi khái niệm đối với tất cả chúng sanh đang sống chưa nhận biết, hành giả đã phát triển tư duy lợi ích cho người khác nên đã hoàn thiện giới luật của Bồ Tát. Vì hành giả đã hoàn thiện tánh giác nội tại, nên đã hoàn thiện giới luật mật tông. Một người như vậy đã hoàn thiện mọi giới luật chỉ với một nhận biết duy nhất.

KẾT LUẬN

NGÀI *Panchen Pema Wangyal* tóm tắt các giới luật mật tông trong những dòng sau.

Tóm lại, nếu nhận ra chính thân bạn (tức là thân, khẩu và ý) như ba cửa vajra (thân, khẩu và ý của Bổn tôn).

Thì sự tuân thủ hàng trăm ngàn triệu giới luật của mật tông đều bao gồm trong nhận biết này.[62]

Có nhiều phạm trù giới luật khác nhau. Những gì tôi đưa ra ở đây chỉ là các giới luật chính nói riêng về *tantra* (Mật tông) và *Dzogpa Chenpo* (Đại Viên Mãn). Nếu bạn học tập các *tantra* khác nhau, thì mỗi *tantra* đều có hệ thống giới luật riêng. Nhưng trong bản chất, nếu bạn có và duy trì nhận thức thanh tịnh, thì mọi giới luật mật tông đều được bao gồm trong nó. Thấy mọi hiện tượng như thân Phật, nhận thấy mọi lời nói như *mantra*, ngữ thanh tịnh của đức Phật, và nhận ra tâm như tâm giác ngộ của đức Phật là nhận thức thanh tịnh. Nhưng có thể điều này quá thâm sâu với chúng ta. Chỉ cần có tư tưởng tôn kính đến bất kỳ hiện tượng nào, bất cứ những gì ở trước chúng ta, thì đó là nhận thức thanh tịnh. Việc có được nhận thức thanh tịnh như thế, có được một tâm tích cực, luôn tôn kính và có lòng bi, đó là tất cả những gì bao trùm hết thảy những giới luật mật tông.

Vào cuối sự thực hiện quán đảnh *Longchen Nyingthig*, Ngài *Kyabje Dodrupchen Rinpoche* ban cho chúng ta tinh túy của giới luật để gìn giữ. Ngài nói: "Có nhiều giới luật như mười bốn vi phạm căn bản, nhưng điều quan trọng và cũng dễ thực hiện là bạn phải có được mối tương quan tốt giữa đệ tử và vị thầy; mối tương quan tốt giữa các bạn và những người chung quanh, thân cận với bạn. Nếu bạn nổi giận thì cũng đừng biểu lộ [cơn giận]. Nếu có người nào đó bị bệnh hay gặp bất cứ khó khăn nào, hãy cố gắng giúp họ."

Đây là một cách thiết thực và phổ biến về việc thấy, ứng xử và sống với giới luật, và nó là giới luật của *tantra*. Năm ngoái, khi chúng ta tụ tập vào cuối tuần để thiền định về lòng bi, phần lớn mọi người đều thích và được lợi ích bởi điều này. Nhưng có một số người suy nghĩ rằng lòng bi không phải là *Dzogchen* và điều đó không đủ "cao", và đó là cảm xúc hoặc không phải cách thực hành truyền thống của Phật giáo Tây Tạng. Loại thiền giả khoa trương ấy cho thấy rằng sự khoan dung của chúng ta sẽ rơi xuống mức thấp như thế nào mặc dù cũng hướng về lòng bi và tụng niệm danh hiệu Đức *Avalokiteshvara*.

Không có dấu vết đại rộng mở của cái thấy *Dzogpa Chenpo*. Vấn đề là chúng ta không nhìn vào chính mình, chúng ta không thấy mình đứng ở đâu và tình thế của chúng ta là gì. Sống tôn kính là nhận thức thanh tịnh, và lòng bi là sự rộng mở hay tiến trình mở rộng. Sống tôn kính và bi mẫn hướng đến mọi người hay sự vật chung quanh bạn, với người mà bạn cư xử bằng hơi thở và bằng xương bằng thịt, chính là biến sự tu tập tâm linh thành những thực hành sống động và chân thật.

Hãy nghĩ về thái độ hay cảm nhận chúng ta có với từng cá nhân. Chúng ta thường cảm thấy: "Tôi tốt hơn vì có nhiều tiền hơn, vị trí cao hơn, đẹp trai hơn, xinh xắn hơn, v.v... Ông hay bà ta thua kém tôi." Thì đó là kiêu mạn. Chúng ta có cảm thấy đau xót tức tưởi và suy nghĩ: "Ông hay bà ta hơn hẳn hơn tôi." Đó là đố kỵ. Nhưng nếu chúng ta suy nghĩ: "Ông hay bà ấy thật hạnh phúc biết bao, có được tiến bộ nhiều hơn tôi. Tôi thật vui mừng thay cho họ." Đó là tâm tùy hỷ. Nó là bằng chứng cho việc thực hành Giáo Pháp của chúng ta có tiến bộ. Nếu trong lúc vẫn giữ mọi cảm xúc tiêu cực trong lòng mà chúng ta lại nói về việc phục vụ toàn thể thế giới hay những người ở các châu lục xa xôi, thì những người có ý thức đúng đắn có thể sẽ cười nhạo chúng ta. Nếu thực sự muốn giúp người khác thì trước hết phải bắt đầu với chính mình và sau đó đến người chung quanh mình.

Có thể bạn nghĩ rằng khi *Rinpoche* nói hãy kính trọng và tử tế với nhau, điều đó không phải là một giáo lý và không có bất cứ ý nghĩa mật truyền nào, chỉ là đạo đức xã hội. Nhưng nếu chúng ta có thể áp dụng thì nó có hầu hết ý nghĩa của mật truyền. Tử tế và giúp đỡ người khác tiêu biểu cho giới luật của *Vinaya*, sống khuôn phép về thân. Nó bao gồm giới luật Bồ Tát vì có quan điểm lợi ích người khác. Sự tôn kính là biểu hiện của giới luật mật tông, có nhận thức thanh tịnh. Vì thế, lòng tốt, sự giúp đỡ và tôn kính người khác là những điều thiết yếu trong giới luật mật tông.

PHỤC HỒI GIỚI LUẬT BỊ KHUYẾT TỔN

NẾU CHÚNG TA VI PHẠM bất cứ giới luật nào, thì ta nên làm gì? Chúng ta nên sửa chữa sai lầm thông qua sự thực hành tịnh hóa, như nghi thức *Vajrasattva*. Bất cứ loại thực hành *Ngöndro* nào, thọ quy y, phát triển tâm *Bồ-đề*, hay cúng dường *maṇḍala* đều sẽ được mạnh mẽ trong sự tịnh hóa các nghiệp tiêu cực; mà sự tụng niệm và thiền định của *Vajrasattva* là độc đáo và đặc biệt trong việc tịnh hóa những dấu vết nghiệp xấu và cảm xúc tiêu cực, giúp phục hồi và làm mạnh mẽ giới luật của ta. Về việc thực hành sự tịnh hóa đó, điều cần thiết là phải hoàn tất bốn năng lực (*sTobs bZhi*):

1. Năng lực hỗ trợ (*rTen Gyi sTobs*). Chúng ta cần ai đó, một lực giác ngộ, để dựa vào. Vì chúng ta vẫn còn tâm nhị nguyên và phán định, nên để giúp chính mình ta cần một quyền năng cao hơn nào đó để dựa vào. Chúng ta phải tin tưởng vào năng lực hỗ trợ, trong trường hợp này là Đức Vajrasattva.

2. Năng lực hối tiếc (*Sun 'Byin Pa'i sTobs*). Chúng ta nên công kích hành động xấu của mình với sự hối tiếc mạnh mẽ về những gì đã làm, giống như người đã uống nhầm chất độc. Nếu không hối tiếc, chúng ta sẽ không muốn tẩy tịnh hành động xấu của chúng ta vì sẽ không cảm thấy có bất kỳ tiêu cực nào bên trong chúng ta. Với một số người, việc giết một con côn trùng cũng làm họ cảm thấy xấu. Với một số người khác, ngay cả việc giết hại nhiều người có thể chỉ làm cho họ cảm thấy tự mãn. Khả năng đảo ngược cuộc sống tiêu cực của chúng ta không dựa vào bất cứ những gì ta làm, mà vào cảm nhận về việc làm của chúng ta ra sao. Do đó, việc hối tiếc là rất quan trọng trong sự thay đổi quan điểm và tiến trình của cuộc sống.

3. Năng lực cam kết (*sDom Pa'i sTobs*). Chúng ta nên lập một nguyện, một lời hứa, bằng bất cứ giá nào cũng không vi phạm lần nữa. Người ta thường nghĩ: " Tôi không muốn đưa ra bất kỳ cam kết nào, vì việc đưa ra cam kết chính là điểm khởi đầu của sự vi phạm cam kết." Nhưng nếu chúng ta không đưa ra cam kết thì sẽ không có gì để vi phạm cả. Kinh điển nói rằng việc lập thệ nguyện là điều quan trọng, vì một lời thệ nguyện làm phát sinh quyết tâm và ý chí mạnh mẽ là sẽ không tái phạm hành động xấu.

4. Năng lực giải độc (*gNyen Po'i sTobs*). Đây là năng lực của phương pháp làm tịnh hóa những bất tịnh. Trong trường hợp này,

là sự thực hành hay sādhana (nghi quỹ) của Đức Vajrasattva, trong đó chúng ta tịnh hóa các dấu vết của nghiệp xấu, những thói quen của cảm xúc bất thiện, qua cam lồ ban phước của sự hợp nhất nam và nữ Phật Vajrasattva.

Sự hỗ trợ, hối hận, lời hứa, và sau đó là sự tịnh hóa thực tế - bốn phương diện này rất quan trọng. Nói chung, trong *Vinaya*, nếu bạn phá giới, nếu bạn hủy phạm bất cứ điều nào trong bốn cấm giới căn bản, bạn sẽ không thể phục hồi chúng. Bồ Tát giới có thể phục hồi qua năng lực của chính bạn và người khác. Trong *tantra*, giới luật có thể được phục hồi bằng sự thực hành của chính bạn. Thế nên, những giới luật bị hủy phạm có thể phục hồi, và chúng sẽ hồi phục bằng việc sử dụng bốn năng lực. Giới luật thanh tịnh và hoàn thiện, sự tương tục của trí tuệ và năng lực mật tông, là trọng tâm và phần chính của thực hành mật tông.

10. PHÁP THIỀN ĐỊNH NGÖNDRO SỰ RÈN LUYỆN CHỦ YẾU CỦA TRUYỀN THỐNG LONGCHEN NYINGTHIG[63]

Longchen Nyingthig[64] có nhiều bản văn bao gồm các vòng giáo lý bên ngoài, bên trong và bí mật. *Ngöndro*, bao gồm thực hành *Guru Yoga*, thuộc về vòng bên ngoài, có nghĩa là nó sử dụng nhiều thực hành chung và thông thường cho người mới bắt đầu.

Ngöndro có nghĩa là *"thực hành chuẩn bị"* tức đi trước thực hành chính. Mặc dù phần chính của nó là nền tảng của rèn luyện, nhưng nó cũng bao gồm thực hành cao nhất của việc hợp nhất hành giả với Phật tánh qua sự hóa tán vào bản tánh tối thượng. *Ngöndro* bắt đầu với sự rèn luyện về việc chuyển tâm đến Giáo Pháp, nhưng nó kết thúc với sự hợp nhất tâm hành giả với trí tuệ giác ngộ của Đức Phật, *Guru Rinpoche*. Do đó, tôi phiên dịch *Ngöndro* như *"sự thực hành thiết yếu"*.

Nếu *Ngöndro* được thực hành đúng và tha thiết, nó bao gồm một con đường hoàn toàn đầy đủ dẫn đến mục tiêu cao nhất - giác ngộ. Do vậy, kết quả đến với chúng ta tùy thuộc vào việc chúng ta có thể hiểu, tiêu hóa và thực hành ra sao. Nếu chúng ta có khả năng, *Guru Yoga* sẽ dẫn dắt chúng ta từ khởi đầu đến nhận biết cao nhất của Đức Phật.

Bản văn *Ngöndro* của *Longchen Nyingthig* được Ngài *Jigme Lingpa* phát hiện và Ngài *Dodrupchen Rinpoche đệ nhất* (1745 - 1821) biên soạn thành bản *Namkhyen Lamzang* (*rNam mKhyen Lam bZang, Con đường tối ưu của sự toàn giác*). Bản văn chúng ta đang sử dụng ở đây là dạng vắn tắt hơn của *Namkhyen Lamzang*, được Ngài *Dodrupchen Rinpoche đệ tứ* (sinh năm 1927) sắp xếp lại vào năm 1973 để phù hợp với cuộc sống bận rộn của những đệ tử người phương Tây.

CẦU NGUYỆN ĐẾN CÁC VỊ THẦY CỦA DÒNG TRUYỀN

PHẦN CẦU NGUYỆN ĐẾN đức Phật qua bốn câu kệ về sự chuyển tâm đến Giáo Pháp ở đầu bản văn và hầu hết các bài nguyện hồi hướng ở cuối bản văn không nằm trong bản *Ngöndro* nguyên thủy của *Longchen Nyingthig*, mà được Ngài *Dodrupchen Rinpoche đệ tứ* đưa vào trong lần biên soạn mới.

Trước tiên là bài nguyện và *mantra* của đức Phật *Shākyamuni*, vị Phật có thật trong lịch sử, theo sau bằng bài nguyện *vajra* bảy dòng, bài nguyện mạnh mẽ và phổ biến nhất hướng đến *Guru Padmasambhava.*[65]

Tiếp theo là bài nguyện đến các vị thầy của dòng truyền khởi đầu với *Samantabhadra*, Pháp Thân, *Vajrasattva*; Báo Thân, *Garab Dorje*; Hóa Thân, và nhiều vị thầy chủ yếu qua đó sự trao truyền *Longchen Nyingthig* đã đến với chúng ta.

Kế tiếp là bài nguyện đến Ngài *Longchen Rabjam*, người đã thực hành, giảng dạy và viết sách nơi ẩn cư trong rừng sâu. Ngài sống như một ẩn sĩ khiêm tốn cho dù Ngài là một học giả tinh thông vĩ đại nhất của Tây Tạng, có thể so sánh với sáu bậc đại pháp khí và hai thánh giả siêu phàm của Phật giáo Ấn Độ thời xưa. Mặc dù có nhiều cách liệt kê khác nhau về các bậc Tổ sư của Ấn Độ cổ đại, nhưng theo nhiều người thì hai bậc thánh giả siêu phàm là *Nāgārjuna (Long Thọ)* và *Asaṅga (Vô Trước)*; và sáu bậc đại pháp khí là *Āryadeva (Thánh Thiên) Vasubhandu (Thế Thân), Guṇaprabha (Đức Quang), Shākyaprabha (Thích Tử Quang), Dignāga (Trần-na)* và *Dharmakīrti (Pháp Xứng)*, là những vị sống trong khoảng từ thế kỷ thứ nhất đến thế kỷ thứ tám.

Theo sau là các bài nguyện đến Ngài *Jigme Lingpa* và Ngài *Dodrupchen Rinpoche đệ nhất. Jigme Lingpa* là một trong những tác giả, bậc thầy và người truyền bá vĩ đại nhất của giáo lý *Dzogpa Chenpo* thuộc trường phái *Nyingma*, và Ngài là một trong những người hiển lộ giáo lý *Longchen Nyingthig* như một *Ter Tâm.*

Ngài *Jigme Lingpa* giao phó giáo lý *Longchen Nyingthig* cho Ngài *Dodrupchen đệ nhất* và thừa nhận vị này như người trì giữ Giáo Pháp hay đệ tử chính để tiếp nhận và truyền bá giáo lý này. Nói chung, mỗi vị *Tertön* đều có một đệ tử chính để giao phó giáo lý. Ngài *Dodrupchen* là cực kỳ quan trọng đối với chúng ta, không chỉ vì Ngài là vị thầy quan trọng nhất sau *Jigme*

Lingpa trong dòng truyền, mà còn là sự trao truyền đặc biệt đến chúng ta từ Ngài, và tái sanh lần thứ tư của Ngài là vị thầy gốc của chúng ta.

Kế tiếp là bài nguyện đến những vị thầy gốc (*rTsa Ba'i Bla Ma*). Có nhiều định nghĩa khác nhau về người có phẩm tánh như vị thầy gốc. Trong ý nghĩa cao nhất, "*vị thầy gốc*" có nghĩa là người thầy đưa chúng ta đến với bản tâm chân thật, hay Phật tánh. Theo quan điểm thông thường của mật tông, vị thầy gốc là vị thầy tâm linh hoặc những vị thầy mà từ Ngài chúng ta nhận được tất cả ba trao truyền: quán đảnh (*dBang*), trao truyền lời (*Lung*) và giải thích ý nghĩa (*Kbrid*). Nhưng nếu chúng ta không ở trình độ đó, thì vị thầy gốc có thể là vị thầy mà chúng ta tiếp nhận được giáo lý tâm linh cao nhất hoặc người mà chúng ta có niềm tin và sự sùng kính mạnh mẽ nhất.

Chúng ta có thể có một, nhiều, hoặc một vị chính và vài vị thầy gốc khác. Tuy nhiên, có một câu chuyện về điều này liên quan đến hai *Lama*. Một người nhận giáo lý từ mọi vị thầy mà ông ta có thể tìm thấy; còn người kia suốt đời chỉ tiếp nhận giáo lý từ ba vị thầy. Một đệ tử hỏi một vị thầy là cách nào tốt hơn - có nhiều vị thầy hay chỉ có một ít? Vị thầy trả lời rằng, nếu bạn là người mới bắt đầu và có nhiều cảm xúc và một tâm phê phán, tốt hơn chỉ nên có một ít vị thầy, vì dễ duy trì mối quan hệ tốt với một số ít vị thầy mà bạn tin tưởng và chú tâm thực hành giáo lý của họ. Song, nếu bạn có lòng sùng kính mạnh mẽ và nhận thức thanh tịnh thì điều tốt hơn là tiếp nhận giáo lý từ mọi vị thầy mà bạn có thể tìm thấy, vì bạn sẽ không có bất cứ khó khăn nào trong việc sử dụng một số lượng lớn giáo lý hay giữ theo giới luật (*samaya*),[66] mối quan hệ mật truyền, và do vậy sẽ có thể được lợi ích từ nhiều người mà bạn đến nhận giáo lý.

Tuy nhiên, từ một góc nhìn khác, chúng ta nên có lòng tôn kính như một vị thầy đối với bất cứ ai đã ban cho ta giáo lý bốn dòng Pháp, đừng có sự phân loại hay nghĩ rằng: "Đây là vị thầy tốt nhất của tôi" và "Đây là vị thầy tốt thứ hai của tôi..." Tốt hơn là hãy cố gắng kính trọng tất cả như những vị thầy, vì là những hành giả Mật tông, chúng ta phải luôn cố gắng duy trì nhận thức thanh tịnh về hết thảy mọi người và mọi sự vật.

Bất cứ khi nào chúng ta bắt đầu sự thực hành của mình, trước tiên hãy cầu nguyện và khẩn cầu sự ban phước của những vị thầy dòng truyền để sự thực hành thực tế của chúng ta có thể trở thành nguồn cảm hứng, hùng mạnh và thành công. Đó là lý do tại sao những bài nguyện đến các vị thầy dòng truyền lại được đưa ra vào lúc khởi đầu buổi thực hành.

BỐN THỰC HÀNH CHUẨN BỊ

NHỮNG DÒNG KỆ NÀY KHÔNG có trong thực hành *Ngöndro* nguyên thủy của *Longchen Nyingthig*, vốn có những bài nguyện dài hơn nhiều. Vì bản nguyên thủy quá dài đối với sự thực hành của chúng ta nên Ngài *Rinpoche* đã soạn lại những bài nguyện bốn dòng này dựa trên những lời dạy từ kinh điển.

NHỮNG KHÓ KHĂN CỦA VIỆC CÓ ĐƯỢC MỘT CUỘC SỐNG LÀM NGƯỜI QUÝ BÁU

CHÚNG TA CÓ THỂ NGHĨ: "Việc thực hành Giáo Pháp để có kinh nghiệm tâm linh và an bình bên trong là điều quan trọng, nhưng tôi sẽ theo đuổi con đường đó trong những kiếp tương lai." Nhưng Đức Phật dạy rằng, không dễ có được cuộc sống làm người quý báu với tự do và khả năng mà chúng ta hiện có, vì cần có nhiều thiện nghiệp, nguyên nhân, điều kiện và hoàn cảnh mới có được nó. Do vậy, chúng ta phải thực hành trong chính kiếp sống này, khi ta thật sự có được cuộc sống làm người quý báu. Ngài *Shāntideva* (Tịch Thiên) đã nói:

> *Thật quá khó để có được một cuộc sống làm người với tự do và các*
> *khả năng.*
> *Khi bạn có cơ hội để thỏa mãn mục tiêu của cuộc sống,*
> *Nếu bạn không tận dụng nó,*
> *Làm sao bạn có thể gặp được cơ hội này lần nữa?*[67]

SỰ VÔ THƯỜNG

CHÚNG TA CÓ THỂ NGHĨ: "Điều đó đúng, tôi phải thực hành Giáo Pháp trong đời này vì cuộc sống làm người là quý báu và khó có được. Nhưng trước tiên tôi phải kiếm một ít tiền, đi du lịch, đợi đến khi con tôi trưởng thành... hoặc đợi đến một ngày nào khác vì bất cứ lý do nào đó..."

Về điều này, Đức Phật đã dạy rằng cuộc đời là vô thường. Nó vô thường như những đám mây mùa thu; chúng xuất hiện giữa bầu trời và biến mất ngay sau đó.

Có một truyện ngụ ngôn rất hay của Ngài *Gongthang Tempe Drönme*. Có một người đàn ông bị ngã xuống sườn núi. Ở lưng chừng dốc đá thẳng đứng có mọc một bụi cỏ nên người đàn ông có thể bám để không rớt xuống. Ông ta treo trên bụi cỏ với tất cả sức lực, vì nếu buông ông ta sẽ chết. Sau đó, khi bám vào bụi cỏ, có một con chuột trắng đến và gặm một nhúm cỏ. Rồi một con chuột đen đến và ăn một ít cỏ nữa. Dần dần, những con chuột vẫn tiếp tục gặm bụi cỏ mà người đàn ông đang bám - trước tiên là chuột trắng, sau đó là chuột đen, và sau đó lại chuột trắng... - cho đến lúc kết thúc, khi một trong hai con chuột gặm nốt mảng cỏ cuối cùng, người đàn ông tuột khỏi vách đá và rơi xuống chết.

Trong truyện ngụ ngôn này, con chuột trắng biểu hiện cho ngày, chuột đen cho ban đêm. Người đàn ông thực sự đang chết ngay từ lúc đầu và chỉ tạm thời cố bám lại. Ngày đến rồi đi, và đêm cũng trôi qua... Và cuối cùng cái chết xảy đến.

Tương tự như vậy, chúng ta cũng đang chờ đợi hay cố bám lại cho đến khi cái chết xảy đến, vì đó là số phận cuối cùng của chúng ta. Chúng ta ở đây không phải để sống, mà là để chết. Nhưng dù vậy, chúng ta không thực sự suy nghĩ hay quan tâm về điều đó.

Như một mũi tên bắn đi, tốc độ của cuộc sống di chuyển rất nhanh đến mục tiêu của nó, đó là cái chết. Chúng ta thậm chí không nhận ra sự thật này. Trong khi những việc như *nghiệp, tái sanh,* và *sự chứng ngộ* là mơ hồ khó nhận biết vì chúng ta không dễ gì có thể thấy và hiểu được, thì sự chắc chắn xảy đến của cái chết lại là điều ở ngay trước mắt chúng ta, vậy mà ta vẫn choáng váng khi nhận biết nó. Đức Phật đã dạy:

Tam giới là vô thường, giống như những đám mây mùa thu.
Sinh và tử của chúng sanh giống như xem một điệu múa.
Sự mau chóng của kiếp sống con người giống như chớp lóe trong bầu trời.
Nó trôi qua nhanh chóng giống như dòng suối chảy xuống dốc núi.[68]

Nếu xem một điệu vũ, trước hết chúng ta có thể thấy khuôn mặt của những vũ công, kế đến là lưng họ, và sau đó lại là khuôn mặt. Cũng vậy, hôm nay chúng ta chết, ngày mai ta tái sanh, và ngày kế ta lại chết... Cuộc sống chúng ta di chuyển thật nhanh khiến chúng ta không thể trì hoãn dù chỉ một khoảnh khắc vì chúng ta đi thẳng từ sống đến chết mà không nhận ra nó. Nếu chúng ta suy nghĩ đợi đến ngày mai để thực hành thì chúng ta đang tự lừa dối chính mình, vì chúng ta chỉ đang bám vào một sườn núi. Do vậy, chúng ta phải bắt đầu thực hành vào ngay hôm nay, thậm chí không chỉ ngay hôm nay, mà là ngay bây giờ!

KARMA: LUẬT NHÂN QUẢ

Ý NGHĨA CỦA *karma* (*nghiệp*) đã bị hiểu sai rất nhiều ở phương Tây. Nhiều người phương Tây không am hiểu nghĩ rằng *karma* là một số dạng lời nguyền hay kết quả của lời nguyền được người phương Đông kinh nghiệm. Nhưng [thật ra] đó là luật nhân quả tương quan. Mỗi một sự kiện trong cuộc sống mỗi người và của toàn thế giới đều phát triển, vận hành và chấm dứt do những nguyên nhân và điều kiện (*duyên*). Những kinh nghiệm tâm linh và phát triển của chúng ta cũng được hình thành và thúc đẩy bởi nhân quả. Thực sự thì đây chỉ là một sự mô tả về cách thức hình thành của mọi hiện tượng, giống như tiến trình của một bông hoa sinh ra từ hạt giống: trước tiên bạn thấy hạt giống, sau đó là mầm cây, rồi những chồi cây, cho đến cuối cùng thì bông hoa nở rộ. Rồi thì hoa kết hạt và điều này đưa tiến trình quay trở lại từ đầu. Nếu ta có một tâm an bình và rộng mở và là một người hướng thiện, chúng ta sẽ có một cuộc sống hướng thiện với những cảm xúc và kinh nghiệm an bình.

Tin tưởng vào nghiệp quả (*karma*) là điều quan trọng, vì nếu thực sự tin vào nó, chúng ta sẽ không bao giờ tham gia các việc làm xấu ác mà chúng ta có thể tránh, vì chúng sẽ chỉ nuôi dưỡng những kết quả xấu ác, và chúng ta cũng không muốn trở thành nạn nhân những việc làm của chính mình. Chúng ta tham gia vào những việc xấu ác chỉ vì không tin vào nghiệp quả (*karma*) - rằng làm điều xấu sẽ dẫn đến kết quả xấu.

Nhất là vào lúc chết, sẽ không có gì đi theo chúng ta. Tiền bạc, quyền lực, bạn bè, và gia đình sẽ không đi cùng ta. Chúng ta sẽ không có cơ hội mang theo ngay cả thân thể mà ta yêu quý nhất. Chỉ có nghiệp quả, những dấu ấn và năng lượng thiện hay bất thiện mà ta đã tạo trong tâm thức sẽ đi theo ta, dẫn dắt và xô đẩy ta qua các giai đoạn của *bardo*[69]. Những kết quả hay năng lượng của bất kỳ khuynh hướng nghiệp nào trong chúng ta sẽ tạo ra hoặc xuất hiện như những hiện tượng của kiếp sống kế tiếp của ta. Vì thế, mọi kinh nghiệm hưởng thụ và đau khổ đều tùy thuộc vào kết quả những việc làm của chính chúng ta, hay nghiệp của quá khứ. Do vậy, hiểu được nghiệp thật cặn kẽ và sâu sắc là điều cốt lõi để gợi cảm hứng cho tâm chúng ta phát triển thiện nghiệp bằng những việc làm như thực hành Giáo Pháp. Đức Phật dạy:

Khi thời điểm đến, thậm chí một vị vua cũng phải chết,
Tài sản, bạn bè, và thân nhân sẽ chẳng theo ông.
Nhưng dù người ta đi đến bất cứ đâu, trụ ở bất kỳ chỗ nào,
Giống như cái bóng, nghiệp quả sẽ luôn đi theo họ.

ĐẶC TÍNH ĐAU KHỔ CỦA LUÂN HỒI

CON NGƯỜI CŨNG KHÓ hiểu được ý nghĩa *"đau khổ"* là gì. Thậm chí có một số người khẳng định họ chưa từng đau khổ, vì họ chưa trải qua bất kỳ sự đau đớn nghiêm trọng nào. Tuy nhiên, theo Phật giáo thì không có gì trên thế gian này không là đau khổ. Thật ra, sự đau khổ là tương đối. Ngay cả khi chúng ta nghĩ mình hiện đang hạnh phúc và hoàn toàn không đau khổ, thì cái gọi là hạnh phúc của ta lại là nỗi đau khổ không thể chịu nổi nếu so sánh với trạng thái hạnh phúc cao hơn của Đức Phật. Theo cách nhìn đó thì hạnh phúc của chúng ta không phải là hạnh phúc chân thật.

Có ba loại đau khổ: đau khổ vì đau khổ (*khổ khổ*, hay đau khổ thông thường), đau khổ vì sự thay đổi (*hoại khổ*, hay đau khổ gây ra bởi sự thay đổi), và đau khổ bao trùm tất cả (*hành khổ*, hay đau khổ vì các pháp đều vô thường, do duyên sinh).

Loại đau khổ đầu tiên là những gì chúng ta thường gọi là đau khổ. Đó là kinh nghiệm chúng ta cảm nhận khi có một vấn đề đặc biệt, như bệnh tật, mất tiền, hay cảm thấy đau khổ vì cái chết của một người thân.

Loại đau khổ thứ hai phát sinh từ cái được gọi là kinh nghiệm hạnh phúc, mà sau đó đem lại kết quả bất hạnh vì sự vô thường của hiện tượng luân hồi. Chẳng hạn, dù chúng ta đang tận hưởng việc ăn ngon, sự thích thú có thể thay đổi thành đau khổ khi tiêu hóa. Tương tự, ngày nay chúng ta thích thú kiếm nhiều tiền, nhưng nó có thể gây lo lắng về việc bảo vệ, tồn trữ hay đầu tư. Một số người có thể hôm nay phấn khích với người yêu, nhưng ngày khác có thể đau khổ vì sự chia tay.

Thứ ba, tất cả sự vật giả hợp đều là đối tượng của sự thay đổi và hoại diệt, và tất cả đều được tạo ra bởi nguyên nhân đau khổ - khái niệm nhị nguyên và cảm xúc phiền não. Do đó, không có gì trên thế gian này mà không chứa đầy đau khổ. Ví dụ, hãy tưởng tượng rằng bạn có một thân ánh sáng như đã được mô tả nơi cõi trời. Bạn bay khắp không gian bất cứ khi nào muốn di chuyển hay du hành. Không có bóng tối quanh bạn và không cần ánh sáng của mặt trời, mặt trăng, vì thân ánh sáng của bạn tỏa sáng khắp quanh bạn. Không có đau khổ và áp lực của thân thể, vì thân bạn là phi vật chất, vô hình, bất hoại và không thể xúc chạm. Bạn hưởng thụ nó trong nhiều năm. Rồi một ngày nào đó thân bạn đột ngột chuyển thành một thân bằng máu, thịt, và xương được che phủ bằng một túi da với đầy đủ mọi loại dơ bẩn. Bạn không thể di chuyển trừ khi đi bằng hai chân từng bước một. Bạn không thấy bất cứ gì nếu không có ánh sáng từ các nguồn khác. Nếu không cẩn thận quan sát, tránh né và dàn xếp mọi thứ vào mọi lúc, bạn sẽ dễ bị cắt ra từng mảnh, bị đâm thủng, va chạm, bị tán vụn, bị bể thành từng mảnh - không thể chữa lành hay đi lại được - điều này sẽ là một đau khổ không thể chịu nổi.

Mặc dù chúng ta không biết hay không cảm thấy mình đang đau khổ bởi vì đã quen với những gì đang có và không ý thức về bất kỳ hình ảnh nào khác của cuộc sống, mọi hiện tượng thế gian đều bị thấm đẫm đau khổ nếu so sánh với cực lạc thật sự của Phật quả. So sánh với trí tuệ nhất như, rộng mở, và toàn giác của Phật, và thân ánh sáng trí tuệ của Đức Phật tự xuất hiện như thân ánh sáng - thì thật đau khổ khi bị mắc kẹt vào thân này mà chúng ta không hề hay biết hay chấp nhận.

Khi chúng ta bắt đầu đi trên con đường của hành trình tâm linh thì việc hiểu biết hoàn cảnh của chúng ta là điều cốt lõi. Đó là lý do tại sao Đức Phật giảng dạy Phật giáo được đặt căn bản trên *Tứ diệu đế*, khởi đầu với chân lý về đau khổ. Một số người ngoài đạo Phật cho rằng Phật giáo là bi quan yếm thế. Nhưng quan điểm cho rằng trong cuộc sống này không có gì khác ngoài đau khổ không có nghĩa là con người vốn được định sẵn chỉ toàn đau khổ. Thật ra, tinh túy của Phật giáo là con người vốn thanh tịnh, giác ngộ và toàn thiện, nhưng vì sự chấp ngã cùng với những tư tưởng và cảm xúc phiền não nên bản tánh chân thật và những phẩm tánh của con người bị che ám, và họ rơi vào cơn ác mộng của ảo tưởng, những kinh nghiệm đau khổ. Thật ra, phương thức để đạt đến trạng thái tối hậu của tâm và loại trừ ảo tưởng của đau khổ là sự thực hành tạo ra niềm hoan hỷ, an bình, quan điểm tích cực và thanh thản. Do vậy, Phật giáo thực sự có một quan điểm rất tích cực và thiết thực. Đức Phật đã dạy:

> *Do vô minh, thèm khát và biến dịch*
> *Trong thế giới của người, trời, và ba cảnh giới thấp,*
> *Năm cõi xoay vòng điên cuồng,*
> *Giống như bánh xe quay vòng của người thợ làm đồ gốm.*[70]

Suy nghĩ về sự khó có được cuộc sống làm người quý báu, về sự vô thường, nghiệp quả và sự đau khổ sẽ hướng tâm chúng ta đến Giáo Pháp và tạo sự thúc đẩy hướng đến một mục đích tâm linh. Đó là lý do tại sao các câu kệ này là những chỉ dẫn về việc xoay chuyển tâm ta hướng đến thực hành Giáo Pháp.

BỐN RÈN LUYỆN CỐT LÕI

THỌ QUY Y

THỌ QUY Y LÀ LẬP MỘT thệ nguyện. Sau khi thực hành bốn phần đã hướng tâm chúng ta vào thực hành, chúng ta sẵn sàng lập một thệ nguyện với con đường tu tập, rèn luyện tâm linh và hướng đến mục đích là sự giác ngộ. Thọ quy y là đặt nền tảng, khởi đầu của thệ nguyện. Theo truyền thống, việc này khởi đầu với một nghi lễ thọ quy y, nhưng điều quan trọng nhất là phát triển niềm tin và phó thác nơi các đối tượng quy y. Nếu chúng ta có sự thúc đẩy mạnh mẽ đó, tin tưởng vào con đường và mục đích đã được chỉ dạy trong Phật giáo, thệ nguyện thọ quy y sẽ phát sinh trong ta.

Chúng ta phải nghĩ về việc thọ quy y theo ý nghĩa thông thường. Nếu lập một cam kết hay quyết tâm chúng ta sẽ thành công nhanh chóng và dễ dàng hơn. Nhưng nếu lưỡng lự, nghi ngại hay không chắc chắn về việc tự mình có cam kết hay không, chúng ta sẽ trở nên ngày càng lười nhác và thấy thật khó thành công. Ví dụ, nếu bạn muốn đi bộ đến *Charlemont* nhưng lại lưỡng lự, bạn có thể đi tới vài bước nhưng sau đó lùi lại vài bước và có thể sẽ không đến được đó cho đến khi nào bạn có một quyết định chắc chắn. Cũng vậy, nếu chúng ta phát triển quyết tâm nương tựa vào Phật, Pháp và Tăng đoàn, xem đó là sự hỗ trợ và phương tiện cho cuộc sống mình, chúng ta sẽ thành công nhanh chóng hơn nhiều so với trường hợp ta không có quyết tâm.

Trước tiên, chúng ta nên quán tưởng và thấy ở phía trước một cây quy y khổng lồ, đẹp đẽ và phong phú[71] với năm cành tràn đầy toàn bộ không gian. Trong cành trung tâm của cây là Đức *Guru Rinpoche*[72] với các Bổn tôn, *Dakini*, và Hộ Pháp. Trên cành phía trước là chư Phật của quá khứ, hiện tại và vị lai. Trên cành bên phải là chư Bồ tát. Trên cành phía sau là Giáo Pháp, được biểu tượng hóa bằng những bộ kinh lưu xuất từ âm thanh của Giáo Pháp. Trên cành bên trái là các vị thánh của Tiểu thừa, tức chư vị Thanh Văn. Trong bầu trời phía trên là tất cả các vị thầy dòng truyền, từ *Dharmakāya* đến các vị thầy gốc của chúng ta.

Trên mặt đất cùng với chúng ta, hãy quán tưởng toàn bộ trái đất tràn đầy mọi người, sinh vật và muôn loại chúng sanh, tất cả đều đối diện với cây quy y. Tất cả đều là một trong tấm lòng sùng kính nồng nhiệt hướng đến sự quy y, những khuôn mặt rạng rỡ hoan hỷ, với đôi mắt mở rộng của sự tập trung, tất cả đều nhìn chăm chú vào cây quy y. Tất cả đều tụng cùng một bài nguyện trong cùng một giọng, tràn đầy toàn bộ không gian với âm thanh thuần tịnh của sự sùng kính và thanh bình vô biên. Sự quán tưởng thọ quy y là tương tự như những gì chúng ta làm trong phát triển tâm *Bồ-đề* và cúng dường *maṇḍala* sau này.

Sau đó, trước sự chứng minh và hỗ trợ của cây quy y như đối tượng, chúng ta thọ nguyện quy y bằng việc lặp lại nhiều lần bài kệ bốn dòng.

Tam bảo chân thực, ba Gốc cực lạc,

Thật tánh của kinh mạch, năng lượng và tinh chất;

Maṇḍala của bản chất (tánh Không), bản tánh (trong sáng), và lòng bi (năng lực tỏa khắp) của tâm giác ngộ,

Con thọ quy y cho đến khi đạt được bản chất giác ngộ.

Trong việc rèn luyện nguyện thọ quy y, có nhiều trình độ quy y. Trước tiên, cấp độ bên ngoài là quy y nơi Tam Bảo - Phật, Pháp và Tăng. Chúng ta quy y Phật như người dẫn dắt, chỉ dạy và phô bày con đường giác ngộ cho chúng ta; quy y Giáo Pháp như con đường qua đó chúng ta tiến đến Phật quả bằng sự thực hành; và quy y Tăng đoàn như những người bạn đồng hành hỗ trợ ta trên con đường.

Chúng ta quy y nơi Tam Bảo không phải để dựa vào đó làm giảm nhẹ những khó khăn của ta, mà vì ta xem đó như sự hỗ trợ hoặc chìa khóa để phát triển những tư duy và kinh nghiệm tâm linh trong ta, chẳng hạn như sự sùng kính, an bình và nhận thức tích cực. Nếu các kinh nghiệm tâm linh được phát triển trong ta qua sự hỗ trợ của các đối tượng tâm linh, chúng ta sẽ giải thoát khỏi đau khổ và những nguyên nhân của nó, và chắc chắn chúng ta sẽ đạt giác ngộ. Vì thế, Đức Phật dạy rằng: "Ta đã chỉ cho các ngươi con đường đi đến giác ngộ, giờ thì việc đi theo con đường là hoàn toàn tùy thuộc ở chính các ngươi."

Mức độ thứ hai là quy y nơi ba Gốc. Các Ngài là *Guru* (nguyên lý nam), *Ḍākinī* (nguyên lý nữ), và *Bổn tôn Bảo vệ*, hay *Yidam* (nguyên lý hợp nhất) - ba rèn luyện Bổn tôn chính của Mật tông. Bằng việc tự mình hiến dâng đến *Guru*, nhờ có *Ḍākinī* như sự hỗ trợ, và do dựa vào *Bổn tôn Bảo vệ* như nguồn năng lực, chúng ta phát triển và viên mãn nhận thức thanh tịnh, đó là nền tảng của thực hành Mật tông. Nhận thức thanh tịnh hay sự chuyển hóa liên quan đến việc thấy mọi sắc tướng như Đức Phật, nghe mọi âm thanh và diễn tả như Giáo Pháp, và nhận ra hoặc kinh nghiệm mọi tư duy như trí tuệ Phật.

Mức độ thứ ba quy y nơi bản tánh của các kinh mạch, năng lượng và tinh chất của thân *vajra (kim cương)*. Đây là sự quy y ở cấp độ bí mật của Mật tông, mà trung tâm ở trên các phẩm tánh vật chất của thân và sử dụng chúng như phương tiện quan trọng để thực hành. Ở đây, chúng ta quy y bằng việc dựa vào các kinh mạch thân thể, nguyên nhân của sự thành tựu thân Phật như *Nirmāṇakāya*; tịnh hóa năng lượng, suối nguồn của sự thành tựu Phật ngữ như *Sambhogakāya* và viên mãn tinh túy (bản chất), suối nguồn của sự thành tựu Phật ý như *Dharmakāya*. Đặc biệt trong *Anuyoga*, như trong thực hành *Yumka Dechen Gyalmo*, sự nhấn mạnh chính về thân *vajra* nhiều hơn nhận thức thanh tịnh của hiện tượng bên ngoài của âm thanh và hình tướng.

Mức độ cuối cùng là thọ quy y nơi *maṇḍala* của tinh chất, bản tánh và lòng bi (hay năng lực) của tâm giác ngộ theo *Dzogpa Chenpo*. Trong *Dzogpa*

Chenpo, bản tánh nội tại của tâm, tâm Phật, được giải thích là có ba phẩm tánh. Tinh túy của nó là *tánh Không* (rộng mở), bản tánh nó (hay biểu hiện) là trong sáng không giới hạn, và lòng bi của nó (năng lực) là tỏa khắp (toàn giác). Do vậy, chúng ta quy y trong phẩm tánh ba bậc của tâm giác ngộ của sự quy y và của chính chúng ta.

Thọ quy y không có nghĩa chúng ta nhận các đối tượng này là cấp trên, mà là ta dựa vào các Ngài và nỗ lực để trở thành một với các Ngài. Chúng ta thọ quy y nơi các Ngài cho đến khi đạt được giác ngộ; và khi đã giác ngộ, chúng ta sẽ trở thành một với các Ngài, với các phẩm tánh Phật, và do vậy không cần dựa vào các Ngài như một đối tượng khác biệt nữa.

Vào lúc cuối[73] chúng ta quán tưởng những chùm ánh sáng lưu xuất từ đối tượng quy y (Tam bảo) và tiếp xúc chúng ta. Chỉ nhờ ánh sáng tiếp xúc, giống như sắt bị nam châm hút, chúng ta hợp nhất và tan hòa vào đối tượng quy y như nước tan vào nước. Sau đó đối tượng quy y tan từ ngoài vào trong, tan vào *Guru Rinpoche. Guru Rinpoche* cũng tan hòa vào *tánh Không.* Sau đó thả lỏng trong thiền định, thoát khỏi mọi khái niệm.

PHÁT TRIỂN *TÂM* BỒ-ĐỀ

MỘT LẦN NỮA, CHÚNG ta lại quán tưởng cây quy y như trong rèn luyện về thọ quy y. Hãy nhìn vào đối tượng quy y phía trước, với sự giao phó nhất tâm và hoàn toàn sùng kính phát triển tâm giác ngộ (hay tâm Bồ-đề) bằng việc lặp lại các câu kệ sau:

Ho! Bị vô số nhận thức lừa gạt, giống như sự phản chiếu của mặt trăng trong nước.

Chúng sanh bị lang thang qua hàng loạt chu trình sống.

Để cho họ được thanh thản trong lãnh vực quang minh của sự tự-tỉnh giác,

Con phải phát triển tâm giác ngộ bằng việc suy niệm về tứ vô lượng tâm.

Chúng ta có thể phát triển tâm giác ngộ bằng việc khởi tâm nhận lấy trách nhiệm giúp đỡ tất cả bà mẹ chúng sanh không có bất kỳ động cơ phân biệt hay ích kỷ nào. Tâm giác ngộ[74] có thể phát triển qua lực cảm hứng của Tứ vô lượng tâm. Đó là lòng từ ái - một khuynh hướng mạnh mẽ mong muốn hạnh phúc cho tất cả chúng sanh *(đại từ)*, lòng bi mẫn - một khuynh hướng mạnh mẽ mong ước rằng sự đau khổ sẽ không xảy đến cho bất cứ chúng sanh nào *(đại bi)*, tùy hỷ với hạnh phúc của người khác *(đại hỷ)*, và bình đẳng đối với tất cả chúng sanh, không phân biệt bạn bè, kẻ thù, v.v... *(đại xả)*.

(Tâm giác ngộ có nhiều mức độ. Nếu chúng ta có một tâm bi phi thường, mặc dù có thể không cần thiết là tâm giác ngộ như Đức Phật, song nó là một tâm giác ngộ hay một tâm với trí tuệ và trong sáng vĩ đại. Do vậy, trong một ý nghĩa, nếu so sánh với tâm bình thường, chúng ta có thể gọi nó là tâm giác ngộ.)

Trong việc duy trì và phát triển một tâm như vậy, có hai phương diện: tâm khao khát giác ngộ *(bồ-đề tâm nguyện)* và sự thực hành tâm giác ngộ *(bồ-đề tâm hạnh)*. Tâm khao khát giác ngộ là thái độ nhận lấy trách nhiệm giúp đỡ tất cả bà mẹ chúng sanh không phân biệt giữa bạn hay thù hoặc mong cầu đền đáp. Nếu ta có được thái độ này thì bất kể những gì ta làm đều sẽ trở thành sự thực hành tâm giác ngộ *(bồ-đề tâm hạnh)*. Tương tự, bất cứ những gì ta làm với một tâm xấu ác đều sẽ gây hại.

Ví dụ, nếu tôi là một người nóng giận, bất cứ những gì tôi nói sẽ gây tổn thương và thô tục. Nếu có một quan điểm xấu, bất kỳ những gì tôi làm sẽ hung dữ và gây hại. Nhưng nếu có một tâm khao khát giác ngộ, ngay cả nếu tôi cư xử có vẻ rất khác lạ, tôi vẫn sẽ lợi ích cho người khác. Cũng giống như khi những bà mẹ hiểu biết trừng phạt con họ; trông có vẻ khắt khe, nhưng thật sự là đang làm lợi ích cho chúng.

Ngài *Shantideva* nói rằng tâm khao khát giác ngộ giống như sự mong ước và chuẩn bị đi đến một nơi, còn sự thực hành tâm giác ngộ là thực sự đi đến đó. Để rõ ràng cụ thể, về sự thực hành tâm giác ngộ có các rèn luyện chính, được biết là sáu pháp tu tập hoàn thiện *(lục ba-la-mật)* gồm: *bố thí* (hay rộng mở), *trì giới* (hay hành động đạo đức), *nhẫn* nhục, tinh tấn, thiền định (hay thể nhập) và trí tuệ (hay sự chứng ngộ). Đồng thời, mỗi một sự tu tập và mỗi hành động thiện vốn đều sẵn có đủ sáu pháp *ba-la-mật*. Chẳng hạn, tụng niệm một bài nguyện cần có sự phóng khoáng trong việc bỏ ra thời gian, năng lượng và nỗ lực, và do vậy nó là sự thực hành bố thí. Nó cũng yêu cầu sự kỷ luật để ngồi xuống cầu nguyện thay vì lang thang đây đó. Nó yêu cầu sự vượt qua những cám dỗ khác, chẳng hạn như ý thích đi ra ngoài vào một ngày trời đẹp, đi tắm nắng hoặc ngay cả việc bỏ dở nửa chừng vì đau chân. Do đó, việc tụng niệm các bài nguyện đòi hỏi sự chịu đựng, kiên trì, tinh tấn và tính nhẫn nại. Hơn nữa, việc tập trung chú tâm vào tụng niệm cầu nguyện là sự thiền định và sự nhận hiểu ý nghĩa của bài nguyện là trí tuệ.

Như ngài *Kunzang Zhalung*[75] giải thích, có ba trí tuệ: trí tuệ được tạo ra bởi sự học hỏi, được tạo ra bởi sự suy nghĩ, tìm kiếm, và được tạo ra qua thiền định. Do vậy, bất kể kết quả hay kinh nghiệm nào chúng ta đạt được đều là một dạng của trí tuệ. Nếu chúng ta là những hành giả giỏi, trí tuệ chúng ta đạt được là sự nhận biết của *tánh Không* (sự rộng mở), hay thật tánh của tâm. Tuy nhiên, trong trường hợp của chúng ta, phải nói rằng bất cứ những gì đạt được qua sự thực hành đều là trí tuệ - thậm chí nếu nó chỉ là kết quả của việc cho người đang đói một chút thức ăn. Một hành động như vậy gồm đủ sáu pháp *ba-la-mật*. Do đó, trong một ý nghĩa, sáu pháp *ba-la-mật* bao gồm mọi thực hành của đạo Phật và cùng lúc được bao gồm trong mỗi một hành động nhỏ nhặt của sự thực hành. Sáu pháp *ba-la-mật* không phải là điều bạn nên làm ở nơi nào khác hay làm một cách riêng biệt. Chúng là một phần của cuộc sống tâm linh hằng ngày và thực hành *Ngöndro* là một ví dụ tuyệt vời.

Chúng ta phải bắt đầu từ việc phát triển tâm giác ngộ. Thật không dễ có được toàn những tư tưởng lợi ích cho tất cả chúng sanh không có sự phân biệt. Chúng ta cần phải khởi đầu từ việc phát triển lòng bi bằng cách suy nghĩ về người nào gần gũi với chúng ta và đang đau khổ. Có thể là một người bạn, một người thân hay một con vật bị bệnh, sắp chết hay bất cứ [đau khổ] nào khác. Suy nghĩ về người đó và phát triển lòng bi bằng cách mong muốn cho người đó hết đau khổ. Phát triển một cảm xúc mạnh mẽ, thậm chí có thể rơi nước mắt. Sau đó mở rộng cảm giác và dần dần hãy để nó bao trùm lên người khác. Trong cõi luân hồi không ai thoát khỏi đau khổ; do vậy, chúng ta phải cố gắng phát triển cảm xúc này hướng đến mọi người. Sau đó, nếu phát triển được một cảm xúc bi mẫn mạnh mẽ thì cuối cùng chúng ta sẽ dễ dàng nhận trách nhiệm phục vụ tất cả những bà mẹ chúng sanh. Nếu chúng ta chịu bắt đầu thì sẽ không khó, ngay cả đối với một con vật hay một người đang chịu đựng đau khổ, chiến tranh hay động đất...

Nói chung, người ta cho rằng thọ quy y là lối vào của Phật giáo, sau đó ta mới có thể nhận mình là Phật tử. Việc phát triển tâm giác ngộ giúp chúng ta bước vào con đường Phật giáo Đại Thừa.

Vào lúc kết thúc [nghi thức thực hành] phát triển tâm giác ngộ, hãy hình dung các đối tượng quy y [Tam bảo], bắt đầu từ bên ngoài dần tan hòa[76] vào bên trong, và tất cả tan hòa vào Đức *Guru Rinpoche*. Sau đó *Guru Rinpoche* tan hòa vào chúng ta, và chúng ta tin rằng mình đã nhận được tâm giác ngộ của đối tượng quy y.

SỰ TỊNH HÓA: TỤNG NIỆM VAJRASATTVA

VIỆC TẨY TỊNH NGHIỆP xấu và cảm xúc phiền não để hồi phục và củng cố giới luật[77] là điều quan trọng, là sự kết nối đến năng lực mật truyền bên trong. Ở đây, sự tụng niệm *Vajrasattva* được đặt trong rèn luyện chuẩn bị, nhưng tự nó đã là một rèn luyện mật tông rất mạnh mẽ.

Để tạo hiệu quả cho sự tịnh hóa *Vajrasattva*, điều quan trọng là sử dụng tất cả bốn năng lực (*sTobs bZhi*) trong sự tẩy tịnh. Bốn năng lực này gồm *năng lực hỗ trợ*, Đức *Vajrasattva* là sức mạnh tâm linh để ta dựa vào cho sự tịnh hóa; *năng lực hối hận*, cảm thấy hối hận mãnh liệt về các việc làm xấu chúng ta đã phạm vào, có thể so sánh như việc dùng phải thuốc độc; *năng lực cam kết*, một hứa nguyện mạnh mẽ không lặp lại những hành động xấu; và *năng lực giải độc*, phương pháp thiền định của Phật *Vajrasattva* là phương tiện của sự tịnh hóa.

Sự quán tưởng là rất quan trọng trong pháp tịnh hóa *Vajrasattva*. Trong Phật giáo, chúng ta không thờ phụng thần tượng hay hình ảnh và không tin rằng họ có thể thay đổi cuộc sống hoặc nghiệp xấu của ta. Tuy nhiên, chúng ta quán tưởng các đối tượng và đặt các hình tượng để cúng dường. Lý do là mục tiêu chính của Phật giáo là tịnh hóa tâm thức chúng ta và phát triển nhận thức thanh tịnh, lòng bi và sự sùng kính như những khuynh hướng tinh thần. Dựng lên những hình tượng là một phương tiện phát triển những phẩm tánh tinh thần này, vì chỉ cần nhìn vào những hình ảnh bi mẫn, an bình sẽ đem lại an bình và thanh thản cho tâm thức. Chúng là nguồn lực và công cụ để khơi dậy và củng cố các kinh nghiệm tâm linh trong chúng ta. Tương tự, việc cúng dường đến các hình tượng giúp phát sinh và phát triển tư duy đạo đức, như sự rộng lượng. Bên cạnh đó việc quán tưởng và tập trung vào một hình tượng là phương tiện rèn luyện mạnh mẽ nhất trong thiền định và sự tỉnh giác. Khi ta thiếu sự kiểm soát tâm thức, sự quán tưởng có thể chỉ thoạt có thoạt không. Nhưng sự nỗ lực cố gắng quán tưởng và tập trung vào một hình tượng sẽ dần dần làm an định tâm ta và phát sinh định lực. Cùng lúc đó, sự quán tưởng và chú tâm vào khuôn mặt thanh bình, trang nghiêm, và tình thương, bao quanh bởi nhiều dấu hiệu và biểu tượng của các phẩm tánh Phật sẽ gợi cảm hứng tâm chúng ta và gợi lên các kinh nghiệm tâm linh trong ta. Nhưng nếu ta không thể quán tưởng, ta chỉ cần cảm thấy sự hiện diện của Phật *Vajrasattva*, cầu nguyện đến Ngài và nghĩ rằng ta đang nhận được cam lồ ban phước từ Ngài.

Trước tiên, hãy quán tưởng Phật *Vajrasattva* trên đầu, mặt quay về cùng hướng với chúng ta. Ngài màu trắng và tỏa sáng, giống như tuyết hay núi pha lê được hàng trăm ngàn tia sáng mặt trời cùng lúc chiếu vào. Ngài trang hoàng đầy đủ với trang phục và trang điểm của *Sambhogakāya* trang nghiêm và đẹp đẽ. Trong tay phải Ngài cầm một chày *vajra* nơi ngực, biểu tượng của tánh *Không* và sự tỉnh giác. Trong tay trái Ngài cầm một cái chuông tựa lên hông trái, biểu tượng cho sự hợp nhất của tánh *Không* và hình tướng. Ngài hợp nhất với vị phối ngẫu *vajra*, thân tướng nữ của *Vajrasattva*. Bà màu trắng trong trang phục và trang hoàng của *Sambhogakāya*. Bà cầm một lưỡi dao cong trong tay phải và một sọ người đầy ắp cam lồ trong tay trái. Mặc dù Phật *Vajrasattva* nam và nữ được quán tưởng trong hai hình dạng, nhưng trong thực tế các Ngài là một. Sự hợp nhất của các Ngài biểu tượng sự nhất như của các phẩm tánh nam và nữ: cực lạc và tánh *Không*, trong sáng và tánh *Không*, trí tuệ và phương tiện thiện xảo, lãnh vực tối thượng và giác tánh nội tại, đối tượng và chủ thể.

Trên một dĩa mặt trăng kích cỡ bằng một hạt mù tạt phẳng tại ngực của Phật *Vajrasattva*,[78] là một chữ HŪṂ màu trắng được bao quanh bởi mantra 100 âm giống như một chuỗi hạt những chữ màu trắng có nét rất mảnh như thể được viết bằng một sợi tóc. Chúng ta niệm *mantra* một trăm âm càng nhiều, thì lòng bi của Phật *Vajrasattva* được cầu khẩn càng nhiều. Kết quả là, từ chuỗi một trăm âm, một dòng cam lồ bất tận nhỏ giọt, như thể sữa đông đặc bị chảy ra bởi lửa. Sau đó cam lồ cực lạc và ánh sáng đi xuống từ điểm hợp nhất của đức Phật *Vajrasattva* nam và nữ, và đi vào lỗ mở ở đỉnh đầu chúng ta. Cam lồ đầy tràn đầu, cổ, ngực, bụng, và toàn thân.

Khi cam lồ rót xuống, ta cảm thấy những nhiễm ô, cảm xúc và bệnh tật tất cả đều được xóa bỏ, giống như nước rửa sạch chai lọ bẩn. Tất cả tiêu cực của chúng ta đều được tẩy tịnh và rửa sạch trong dạng dơ bẩn, máu, bùn, cặn lắng, v.v.., và những thứ này rơi vào miệng mở rộng của tử thần và những người mắc nợ nghiệp của chúng ta đang chờ dưới đất. Họ đều hài lòng và những món nợ nghiệp của chúng ta đã được trả. Sau đó, khi thân thể chúng ta được tẩy rửa, một dòng cam lồ trắng tràn đầy thân giống như một cái bình đầy sữa. Hãy cảm thấy hoan hỷ, cực lạc và an bình - cam lồ ban phước của Phật *Vajrasattva*. Sau đó lặp lại quán tưởng này, cảm thấy sự tịnh hóa và tràn đầy ân phước.

Sau đó chúng ta cầu nguyện đến Phật *Vajrasattva* để tịnh hóa bằng việc sám hối và thừa nhận những vi phạm giới luật quan trọng của thân, khẩu và ý chúng ta - các nhiễm ô gốc và nhánh (hoặc suy tổn gốc và các lỗi phụ) - và khẩn cầu tịnh hóa những vết nhơ và che ám của chúng ta. Hãy suy nghĩ rằng, do nghe lời cầu nguyện của chúng ta, Phật *Vajrasattva* hài lòng. Ngài mỉm cười nói:, "Tất cả việc làm sai và nhiễm ô của con đã được tẩy sạch." Nhận lấy lời Ngài như năng lực của chân lý, chúng ta tin rằng mọi nhiễm ô, vi phạm giới luật được tẩy tịnh hoàn toàn và chúng ta cảm thấy nhẹ nhàng. Sau khi ban lời tha thứ, Ngài tan thành ánh sáng, sau đó tan hòa vào chúng ta. Bây giờ chúng ta trở thành Phật *Vajrasattva*, trong dạng nam và nữ và phẩm tánh của *Vajrasattva*.

Sau đó, nơi ngực của chúng ta (*Vajrasattva*), chúng ta quán tưởng mantra OṂ VA JRA SA TTVA HŪṂ trên một dĩa mặt trăng. Chữ HŪṂ màu xanh dương[79] ở trung tâm, chữ OṂ màu trắng ở phía trước, chữ *VAJRA* màu vàng ở bên phải, chữ SA màu đỏ ở phía sau, chữ TTVA màu xanh lục ở bên trái. Từ những chữ này nơi ngực chúng ta, những chùm tia sáng phóng ra và lan tỏa vào toàn thể vũ trụ, chuyển hóa thành cõi tịnh độ của Đức Phật *Vajrasattva*. Rồi thì tất cả chúng sanh đều trở thành chư Phật và Bồ Tát. Thế gian không còn thô tục, nặng nề và xấu xí, mà là một xứ sở của ánh sáng, hoan hỷ, thanh bình của cõi tịnh độ Phật *Vajrasattva*.

Sau đó tụng niệm *mantra Vajrasattva* năm âm càng nhiều lần càng tốt và suy nghĩ lặp lại nhiều lần về sự chuyển hóa của thế gian. Hãy lặp lại *mantra* nhiều lần

Sau đó ngưng lại và thiền định yên lặng, trong lúc đó bạn tan hòa cõi tịnh độ từ ngoài vào trong. Dần dần, tất cả tan hòa vào chúng ta (*Vajrasattva*), và kế tiếp chúng ta hòa tan thành năm chữ của *mantra* tại ngực mình. Sau đó những chữ bên ngoài tan hòa vào chữ HŪṂ ở giữa. Chữ HŪṂ tan hòa từ dưới lên trên vào tánh không. Sau đó chúng ta an trú trong trạng thái của rỗng không (rộng mở).

CÚNG DƯỜNG MAṆḌALA

HÃY QUÁN TƯỞNG CÂY quy y như đối tượng của cúng dường *maṇḍala*. Kế tiếp quán tưởng toàn bộ vũ trụ theo vũ trụ học của Ấn Độ cổ đại về cúng dường *maṇḍala* thực tế. Nơi trung tâm là núi *Tu-di*, được bao quanh bởi bốn châu lục với mặt trời và mặt trăng, tràn đầy sự giàu có của thế gian. Sau đó hãy nhìn thấy thế giới quán tưởng không ở trong dạng vật chất phàm tục, mà là bản tánh cõi tịnh độ của Đức Phật với thanh bình, hoan hỷ, ánh sáng và trí tuệ, và cúng dường nó đến cây quy y với hoan hỷ, rộng mở, và tán thán.

Để tóm tắt, một khi chúng ta đã chuyển tâm hướng đến thực hành *bốn rèn luyện chuẩn bị*, chúng ta quy y và lập một thệ nguyện, phát triển tâm giác ngộ, tịnh hóa chính mình và sau đó cúng dường *maṇḍala* vũ trụ đến cây quy y.

Chuyển tâm cũng giống như việc xuất phát từ đường lộ và nhìn vào đền thờ, mong muốn đến đó. Quy y giống như việc đi vào đền thờ. Bây giờ ở đền thờ chúng ta cần đảm nhận công việc nền tảng là phát triển tâm giác ngộ. Nhưng chúng ta cũng cần phải tẩy tịnh đền thờ, đó là cúng dường *maṇḍala* - sự thực hành bố thí (rộng lượng) và các pháp tu khác trong sáu pháp *ba-la-mật*, tạo ra hai tích lũy là công đức và trí tuệ.

CHÁNH HÀNH PHÁP: GURU YOGA

TẤT CẢ SỰ THỰC HÀNH cho đến thực hành *Guru Yoga*, sự hợp nhất với Đức *Guru Rinpoche*, đều là thực hành chuẩn bị thiết yếu, ngoại trừ

Vajrasattva, cũng là một rèn luyện mật tông. *Guru Yoga* là thực hành chính hay thực tế của *Ngondrö* và có thể đem chúng ta đến sự nhận biết bản tánh nội tại của tâm như đã được dạy trong giáo lý *Dzogpa Chenpo* và để đạt được Phật quả.

Trong rèn luyện *Guru Yoga*, khi nói "E MA HO" chúng ta phải thấy rằng toàn thể vũ trụ trở thành rỗng không, lãnh vực tối thượng hoàn toàn rộng mở. Từ không gian đó, giống như sự trong sáng, rỗng không, rộng mở xuất hiện cõi tịnh độ hiện diện tự nhiên của *Guru Rinpoche*.

Mặc dù các hình tướng của thế gian sẽ không ngừng nghỉ, nhưng khái niệm *chấp ngã* hay nhận thức chúng như có thật - như các đối tượng tách rời khỏi chúng ta - sẽ giảm nhẹ hay dừng bặt. Lý do chúng ta thực hành nhận thức thanh tịnh là để thay đổi cách nhìn, cách ứng xử và cảm nhận. Những pháp tu tập như quán tưởng mọi sự như một cõi Phật sẽ làm thay đổi cách chúng ta liên hệ với đối tượng và với chính mình. Cũng giống như khi chúng ta tức giận hay thất vọng, tất cả những đối tượng mà ta cảm nhận chỉ làm tăng thêm sự giận dữ hoặc nản lòng, bất kể chúng đẹp đẽ hay quý giá đến đâu; cũng vậy, nếu tâm chúng ta thanh tịnh và nhận biết, đối tượng chúng ta nhận thức sẽ được thấy như một tịnh độ.

Đây là lý do tại sao chúng ta nên thấy toàn thể thế gian như *Zangdog Palri* (*Núi Màu Đồng*), cõi tịnh độ của *Guru Rinpoche*. Chúng ta nên quán tưởng chính mình như *Vajrayogini* hay *Yeshe Tsogyal*,[80] vị phối ngẫu *vajra* của *Guru Rinpoche*. Bên trên chúng ta là bầu trời, *Guru Rinpoche*[81] đang ngồi trên một ngai nhật nguyệt trên một hoa sen khổng lồ ngàn cánh đang nở. Ngài trẻ trung, bi mẫn, vui vẻ, đẹp đẽ và trang nghiêm. Nếu tâm chúng ta cần gợi cảm hứng, ta nên quán tưởng Ngài to lớn tràn đầy toàn bộ bầu trời phía trước mình. Nếu tâm bị xao lãng và lộn xộn, tốt nhất nên tập trung quán tưởng Ngài nhỏ bằng kích thước của móng tay. Nếu không, ta có thể quán tưởng Ngài rộng lớn tràn đầy toàn thể không gian trước chúng ta hoặc với kích cỡ cuộc sống.

Khi tâm chúng ta mở ra sùng kính đến *Guru Rinpoche*, Ngài luôn ở đó để ban phước cho chúng ta. Ngài chưa từng rời đi, vì Ngài là hiện thân của Phật tánh, bản tánh thanh tịnh của chính chúng ta, chính Ngài đã nói:

Thiện nam tín nữ nào tin tưởng nơi Ta,

Nếu chúng ta thấy, cảm nhận, hay cư xử theo cách xấu là chúng ta tự tách biệt khỏi *Guru Rinpoche*, bởi vì chúng ta che giấu thật tánh và cản trở phẩm tánh thực sự của mình tỏa chiếu ra ngoài. Ngài không rời bỏ chúng ta, vì Ngài chính là thật tánh của chúng ta.

Chúng ta quán tưởng chính mình như *Vajrayoginī* để tự thấy được chính mình với nhận thức thanh tịnh, không như một người phàm tục mà như một bậc chứng ngộ. Ngoài ra, vì bà là vị phối ngẫu *vajra* của *Guru Rinpoche*, nên đó là một duyên đặc biệt giữa chúng ta và *Guru Rinpoche*, và sự ban phước sẽ kết quả nhanh chóng. Sự quán tưởng *Vajrayoginī* này là phương tiện thiện xảo đem lại sự hợp nhất của cực lạc và tánh Không. Ngay cả nếu bạn không thể quán tưởng *Guru Rinpoche* hoặc tự thân bạn như *Vajrayoginī*, thì hãy cảm thấy sự hiện diện của *Guru Rinpoche* và cảm nhận bạn là *Vajrayoginī*. Điều quan trọng là sự cảm nhận về sự hiện diện, lòng bi và năng lượng của Ngài. Ngài nhìn và lắng nghe chúng ta, tất cả bà mẹ chúng sanh, giống như người mẹ nhìn và lắng nghe các con. Ngài có trí tuệ thấu suốt cùng lúc toàn khắp mọi chi tiết của vũ trụ, có năng lực để tịnh hóa mọi nhiễm ô của chúng ta và năng lực ban mọi thành tựu thông thường và phi thường cùng lúc, nếu chúng ta chuẩn bị rộng mở đón nhận. Do vậy, với lòng sùng kính và niềm tin từ tận đáy lòng chúng ta nhất tâm cầu nguyện, giống như đứa trẻ dựa tất cả vào sự nuôi dưỡng của mẹ. Sau đó chúng ta tiếp nhận ban phước trong dạng cực lạc, ánh sáng ấm áp và tin rằng chúng ta đã nhận được sự ban phước của *Guru Rinpoche*, mọi bất tịnh trong chúng ta đã được tịnh hóa, và mọi mong ước đều được đáp ứng. Toàn thể vũ trụ tràn đầy năng lượng ban phước an bình, thịnh vượng và giác ngộ. Qua niềm tin rằng năng lực của *Guru Rinpoche* sẽ đến chúng ta và mọi năng lượng tích cực sẽ gia tăng nhiều lần.

Nhưng nếu tâm ta khép kín thì chẳng ai có thể giúp chúng ta tự giúp mình. Vậy trọng tâm là phải mở rộng tâm và tấm lòng chúng ta trong các kinh nghiệm tâm linh và phát triển niềm tin vào đó. Dĩ nhiên chúng ta phải tin trong cách thích hợp, với mục tiêu đúng đắn, sử dụng một hình thức và hỗ trợ thích hợp. Nếu làm như vậy, thì do năng lượng tích cực, niềm tin, sự giao phó của mình, chúng ta sẽ có thể nhận được sự ban phước và thành tựu. Do vậy, điều quan trọng là nhận thức thanh tịnh và niềm tin nơi *Guru Rinpoche*, nhìn thấy Ngài như hiện thân của tất cả chư Phật, Bồ Tát, thánh nhân, và các vị hiền triết - như suối nguồn của sự an bình, sức mạnh và lòng bi. Có niềm tin rằng chúng ta đã được tịnh hóa và nhận được ban phước là điều quan trọng. Mọi ban phước tâm linh và thành tựu đều xuất phát từ tâm và thông qua tâm. Nếu tâm chúng ta kháng cự, ngăn chặn, hay không chấp nhận và không tin tưởng, thì chúng ta sẽ có được rất ít hoặc không có gì. Thế nên, chúng ta phải cố gắng mở rộng tâm vì lợi ích của chính mình và có niềm tin cũng vì lợi ích của chính mình.

BÀI NGUYỆN VAJRA BẢY DÒNG

BÀI NGUYỆN NÀY CÓ NHIỀU ý nghĩa và đưa ra nhiều trình độ thực hành.[82] Chúng ta tụng niệm bài nguyện này để cầu thỉnh *Guru Rinpoche* và tất cả Bổn tôn, để khẩn cầu tâm bi mẫn, để nhận được ban phước, để thấy chúng ta bất khả phân với các Ngài và để hợp nhất chính chúng ta với tâm giác ngộ của các Ngài.

BẢY PHƯƠNG DIỆN CỦA SỰ THỰC HÀNH SÙNG KÍNH

SAU KHI QUÁN TƯỞNG Đức *Guru Rinpoche* với tập hội các vị linh thiêng và cầu thỉnh các Ngài với việc tụng niệm *Bài Nguyện Vajra Bảy Dòng*, giờ đây chúng ta tỏ lòng tôn kính đến Ngài bằng việc đảnh lễ, như thể có những vị khách mời quan trọng, chúng ta sẽ chào đón và đối xử với sự tôn vinh.

Chúng ta có thể tự quán tưởng trong vô số hiện thân - nhiều vô kể như số nguyên tử trong vũ trụ. Chúng ta quán tưởng vô số chư Phật với các cõi tịnh độ của Ngài trên từng nguyên tử của vũ trụ. Chúng ta kính lễ các Ngài bằng việc dùng thân đảnh lễ, dùng lời tôn kính và phát triển ý thức sùng kính.

Thứ hai, chúng ta cúng dường, điều này có hai khía cạnh - bày biện lễ cúng dường thực tế và quán tưởng cúng dường. Nếu bạn bày biện đồ cúng dường thực sự thì rất tốt. Nhưng nếu bạn không làm được thì hãy quán tưởng và nghĩ rằng toàn bộ không gian trước sự nhận thức của bạn - toàn thể vũ trụ - đang tràn đầy vật chất đẹp đẽ, các nguồn hoan hỷ, an bình và trí tuệ, và cúng dường tất cả những thứ ấy lên *Guru Rinpoche* và các vị khác.

Thứ ba, chúng ta sám hối và tịnh hóa trong Pháp Thân quang minh thanh bình và rộng mở tối thượng mọi che ám của *thân, khẩu,* và *ý* tạo ra bởi tâm bị lừa dối, đó là trạng thái tối hậu của tâm và thật tánh của vũ trụ, thoát khỏi mọi khái niệm và bản ngã.

Thứ tư, chúng ta hoan hỷ và tôn vinh bằng việc phát sinh đại hoan hỷ và hoàn toàn hạnh phúc về mọi hạnh phúc, thịnh vượng và giác ngộ của người khác, không có bất kỳ sự lưỡng lự hay ganh tị nào.

Thứ năm, chúng ta khẩn cầu chư Phật và những vị thầy tâm linh chuyển Pháp luân để đáp ứng các nhu cầu của chúng sanh tùy theo khả năng của họ.

Thứ sáu, chúng ta cầu nguyện các bậc linh thánh, chư Phật và hiện thân của các Ngài, hiện tại vẫn trụ lại không nhập Niết-bàn để là suối nguồn lợi ích cho những bà mẹ chúng sanh.

Thứ bảy, chúng ta hồi hướng hay cho đi tất cả công đức đã tích lũy cho tất cả bà mẹ chúng sanh để công đức có thể trở thành nguyên nhân cho hạnh phúc và sự đạt được Phật tánh của họ.

CẦU NGUYỆN SÙNG KÍNH

CÁC BÀI NGUYỆN NÀY là để mở rộng tâm thức và tấm lòng của chúng ta trong sự sùng kính nhiệt thành và để cầu khẩn lòng bi của *Guru Rinpoche* và tất cả các bậc giác ngộ. Các cầu nguyện này rất hùng mạnh, truyền cảm hứng, và rất hay. Trong tiểu sử Ngài *Patrul Rinpoche* có viết rằng khi Ngài *Dodrupchen đệ tam* học chung với Ngài, ông thường nghe giọng của *Patrul Rinpoche* qua vách tường tụng niệm các dòng cầu nguyện này liên tục. Dường như đây là những cầu nguyện và thực hành chính của Ngài. Hãy để tâm chúng ta được truyền cảm hứng bởi những dòng này và sử dụng chúng như một cầu khẩn mạnh mẽ về *Guru Rinpoche*.

MANTRA CỦA GURU RINPOCHE

TỤNG NIỆM HAY HÁT VÀ lặp lại *mantra*[83] siddhi (thành tựu) như sự cầu nguyện, tôn kính, như hơi thở, tư duy, và thiền định. Niệm *mantra* giống như tiếng khóc của đứa bé cần sự quan tâm của người mẹ, *Guru Rinpoche*.

Niệm *mantra* cầu nguyện như một bài hát của sự tôn vinh và công bố sự hoan hỷ được ở trong sự hiện diện ấm áp của *Guru Rinpoche* và được hợp nhất tâm linh với Ngài.

Hãy nghĩ rằng do tụng niệm *mantra*, tâm bi của *Guru Rinpoche* được gợi cảm hứng, và Ngài gửi những chùm tia sáng nhiều màu khác nhau để đáp lại. Chỉ nhờ tiếp xúc với ánh sáng, chúng ta cảm thấy an bình, nhiệt thành, cực lạc, và rộng mở trong mọi bộ phận cơ thể và trong mọi phương diện của nhận thức. Tất cả những che ám trí tuệ và cảm xúc của chúng ta đều được tẩy tịnh, và chúng ta được tràn đầy những kinh nghiệm giác ngộ của tâm *Guru Rinpoche*. Ánh sáng tràn đầy toàn thân chúng ta với an bình, cực lạc, ấm áp, và hoan hỷ. Sau đó thân chúng ta chuyển thành thân ánh sáng, sự ban phước của *Guru Rinpoche*. Toàn bộ thế gian tràn đầy ánh sáng ban phước của an bình, hoan hỷ, yên tĩnh và cực lạc.

Lặp lại nhiều lần sự quán tưởng, phát triển niềm tin, tiếp nhận ban phước trong dạng ánh sáng, sự tịnh hóa của toàn bộ thế gian, và sự đạt được kinh nghiệm giác ngộ nhờ tất cả chúng sanh.

BỐN QUÁN ĐẢNH

VÀO PHẦN CUỐI BUỔI thực hành, chúng ta tiếp nhận bốn quán đảnh từ *Guru Rinpoche*[84] trong dạng ánh sáng. Những ánh sáng ban phước này là ban phước thân của *Guru Rinpoche* cho thân chúng ta, ban phước ngữ cho ngữ chúng ta, ban phước ý cho ý chúng ta (hay tư duy), và ban phước trí tuệ *vajra* cho nền tảng phổ quát của chúng ta. Ánh sáng ban phước tịnh hóa mọi nhiễm ô và cho chúng ta có khả năng với những phẩm tánh và tâm *vajra* của *Guru Rinpoche*.

SỰ HỢP NHẤT

GIAI ĐOẠN KẾT THÚC của thực hành *Guru Yoga* là sự hóa tán hay hợp nhất. Thiền định về sự hóa tán không chỉ là bước quan trọng nhất dẫn đến nhận biết của *Dzogpa Chenpo*, mà theo Ngài *Gyalse Zhenphen Thaye* và các vị thầy khác, nó là phương tiện hùng mạnh và nhanh chóng để viên mãn sự nhận biết của *Dzogpa Chenpo*.[85]

Trước tiên, hãy thấy khuôn mặt nở hoa của *Guru Rinpoche* với nụ cười tươi và mắt Ngài chuyển động với lòng bi thương yêu. Như một kết quả, một ánh sáng đỏ rực rỡ với sự ấm áp từ *Guru Rinpoche* đến chúng ta. Chỉ nhờ tiếp xúc ánh sáng ban phước, chúng ta cảm thấy cực lạc trong tâm và thân. Ánh sáng làm chúng ta tan thành một quả cầu ánh sáng đỏ của đại lạc, có kích thước bằng hạt đậu, đó là sự bất khả phân của tâm và năng lượng. Giống như tia lửa, nó bắn lên và hòa nhập vào ngực *Guru Rinpoche* và chúng ta trở nên bất khả phân với tâm giác ngộ của Ngài, giống như giọt nước hòa vào biển cả.

Sau đó, với sức mạnh của lòng sùng kính và niềm tin, hãy cảm nhận và tin rằng tâm chúng ta trở thành một với tâm của *Guru Rinpoche* và nghỉ ngơi trong trạng thái tự nhiên của tâm không có bất kỳ niệm tưởng nào (vô niệm). Ở đây, chúng ta có thể thiền định về *Dzogpa Chenpo* tùy theo bất cứ hướng dẫn và kinh nghiệm rèn luyện nào chúng ta đã nhận trong quá khứ. Vì thiền định *Dzogpa Chenpo* phải tùy thuộc một cách nghiêm ngặt vào bản chất và kinh nghiệm riêng của chúng ta, và vì mỗi cá nhân đều khác nhau, nên việc cố gắng giải thích tóm tắt về cách thiền định như thế nào sẽ không ích lợi gì.

Sự sùng kính là rất quan trọng trong rèn luyện này. Nếu có niềm tin rất mạnh, chúng ta sẽ có rất nhiều năng lượng, để khi tự mình hòa tan vào *Guru Rinpoche* chúng ta có thể có một kinh nghiệm tuyệt diệu, như cảm giác giải thoát, rộng mở, cực lạc và sảng khoái, giống như một người được giải thoát sau khi bị mắc kẹt trong nhà một thời gian dài.

KẾT LUẬN

THIỀN ĐỊNH *Ngöndro* bao gồm sự hồi hướng công đức và lập nguyện khao khát. Là những người di theo con đường Bồ Tát của Phật giáo Đại thừa, chúng ta khởi đầu thiền định *Ngöndro* với sự phát triển tâm *Bồ-đề*, tức là ý nguyện tu tập vì lợi ích của tất cả bà mẹ chúng sanh. Bây giờ, chúng ta kết thúc bằng việc hồi hướng hay cúng dường mọi công đức chúng ta đã có được trong quá khứ, công đức chúng ta sẽ tạo ra trong tương lai, và nhất là công đức hiện nay chúng ta tích lũy nhờ giới thiệu thiền định *Ngöndro* cho mỗi một và tất cả bà mẹ chúng sanh. Chúng ta làm như vậy không có bất kỳ sự vị kỷ và mong đợi đền đáp nào.

Cho đi công đức khó kiếm được của chúng ta đến tất cả một cách công bằng với tình thương và sự rộng lượng có ba kết quả chính. Thay vì làm giảm công đức, sự hồi hướng trong thực tế gia tăng công đức lên rất nhiều lần. Sự hồi hướng công đức làm lợi ích cho tất cả chúng sanh nào rộng mở với hiệu quả của nó. Nhờ hồi hướng công đức, chúng ta bảo tồn công đức không bị hủy hoại bởi các lực cảm xúc tiêu cực và việc làm sai trái của chúng ta. Ngoài ra, chúng ta có thể cúng dường công đức của mình đến chư Phật. Do làm như vậy, công đức sẽ tăng trưởng và điều quan trọng là được bảo vệ không bị hư hoại.

Với sự hồi hướng công đức như hạt giống, chúng ta phải lập nguyện khao khát rằng điều này sẽ đem lại mọi hạnh phúc và giác ngộ cho tất cả bà mẹ chúng sanh và cho chính chúng ta một cách không ích kỷ. Kết quả của công đức tùy thuộc vào nguyện khao khát chúng ta đã lập. Ngài *Dodrupchen đệ tam* khai thị: "Đừng khiêm tốn trong việc lập nguyện khao khát." Đại lễ công khai và quan trọng nhất ở Tây Tạng thường là lễ *Monlam* (nguyện khao khát) ở *Lhasa*. Trong suốt nghi lễ này, hàng ngàn vị tăng tụng niệm nhiều bài nguyện mong ước khác nhau và thiền định về chúng trong nhiều tuần. Sự hồi hướng và nguyện khao khát hùng mạnh thậm chí chuyển một công đức nhỏ nhất thành một hạt giống của vô số kết quả hạnh phúc, an bình và trí tuệ cho số lớn rất nhiều chúng sanh.

11.

Ý NGHĨA BÀI NGUYỆN VAJRA BẢY DÒNG ĐẾN GURU RINPOCHE [86]

Chương này là tóm tắt của một luận giảng về *Bài nguyện Vajra bảy dòng* có tựa đề là *Padma Karpo (Hoa sen trắng)* của Ngài *Mipham Namgyal* (1862 - 1912), một học giả nổi tiếng của truyền thống *Nyingma* thuộc Phật giáo Tây Tạng. Bản luận giảng nguyên thủy tiếng Tây Tạng của Ngài *Mipham* rất uyên thâm và khó hiểu, khó phiên dịch, và tôi đã tóm tắt những điểm căn bản trong bản văn vào chương này.

Bài nguyện Vajra bảy dòng là bài nguyện quan trọng và thiêng liêng nhất trong truyền thống *Nyingma*. Bài nguyện ngắn này bao gồm các phần giáo lý bên ngoài, bên trong và sâu thẳm nhất của sự tu tập Phật giáo Mật tông. Nhờ thực hành *Bài nguyện Vajra bảy dòng* theo bất kỳ một trong các phần tu tập này, hành giả sẽ đạt được kết quả cụ thể của phần tu tập đó.

Trong tóm tắt này có năm trình độ giải thích. Đó là: (1) ý nghĩa chung hay phổ thông; con đường của ý nghĩa ẩn giấu (*sBas Don*), bao gồm ba trình độ kế tiếp; (2) ý nghĩa tùy theo con đường giải thoát (*Grol Lam*); (3) ý nghĩa tùy theo giai đoạn hoàn thiện (*rDzog Rim*); (4) ý nghĩa tùy theo *Nyingthig* của *Dzogpa Chenpo*: sự nhận biết trực tiếp của hiện diện tự nhiên (*Lhun Grub Thod rGal*); và (5) ý nghĩa tùy theo sự thành tựu của kết quả.

Trong số những trình độ ý nghĩa này, mỗi một hành giả sẽ tụng niệm bài nguyện *vajra* để học và thực hành theo trình độ thích hợp, đúng với khả năng họ.

Tôi đã soạn lại phần tóm tắt này với hy vọng có thể chỉ rõ rằng bài nguyện văn tắt này bao gồm nhiều trình độ ý nghĩa và tu tập khác nhau, vì có nhiều người đi theo giáo lý *Nyingma* đã quen thuộc với *Bài nguyện Vajra bảy dòng* thường không nhận biết được ý nghĩa sâu xa hơn của nó. Nhưng để hiểu được trọn vẹn ý nghĩa của bài nguyện, tôi khuyến khích người đọc nên đọc bản văn nguyên thủy của Ngài *Mipham Rinpoche*.

Ở Tây Tạng, người theo *Nyingma* tụng niệm *Bài nguyện Vajra bảy dòng* hướng đến *Guru Rinpoche* ba lần trước khi tụng các bài nguyện khác, hoặc thiền định hay thực hiện bất cứ nghi lễ nào. Nhiều người sùng đạo lặp lại bài nguyện hàng trăm lần, tụng niệm suốt thời gian lúc thức của họ, dùng bài nguyện như cầu nguyện chính, như hơi thở, cuộc sống và thiền định.

CẤU TRÚC CỦA BẢN VĂN

VÌ CẤU TRÚC PHỨC TẠP của bản văn, một số tiêu đề, tiêu đề phụ, chữ nghiêng và trong ngoặc đã được áp dụng; do đó, một ghi chú giải thích có thể là lợi ích cho người đọc.

Bản luận giảng của Ngài *Mipham* phân chia mỗi trình độ giải thích *Bài nguyện Vajra bảy dòng* thành một lời mở đầu, cách phát âm chủng tử tự, đối tượng của bài nguyện, sự cầu nguyện, *mantra* cầu thỉnh ban phước (chỉ dành cho trình độ giải thích ban đầu), và nội dung của bài nguyện.

Dựa theo sự giải thích trong luận giảng của Ngài *Mipham* cho mỗi trình độ, tôi đã rút ra một ý nghĩa gốc cho *Bài nguyện Vajra bảy dòng*, và người đọc sẽ thấy rằng với mỗi trình độ giải thích, ý nghĩa gốc được đưa ra trước tiên, tiếp theo là luận giảng của Ngài *Mipham* (với các phân chia phụ).

Về định dạng, những chữ in nghiêng được sử dụng trong ba trường hợp. Trước hết, trong toàn bộ phần chính của bản văn, chữ in nghiêng thỉnh thoảng được dùng cho những chữ Tây Tạng không quen thuộc (được viết theo dạng phát âm), theo sau là một chữ tiếng Anh tương đương, hoặc đôi lúc là tiếng Sanskrit tương đương (được chỉ rõ bằng từ viết tắt *Skt.*) trong ngoặc đơn. Thứ hai, chữ tiếng Anh in nghiêng xuất hiện trong luận giảng để chỉ rằng chúng là những từ được dịch từ chính *Bài nguyện Vajra bảy dòng*. Khi đọc luận giảng, độc giả được khuyến khích tham khảo lại phần nghĩa gốc để hiểu những từ được in nghiêng bao hàm ý nghĩa gốc đến mức độ nào. Thứ ba, bắt đầu với trình độ giải thích ý nghĩa ẩn giấu (thứ hai) trở đi, ý nghĩa mật truyền trong phần ý nghĩa gốc được đi kèm bởi những cụm từ tương ứng của *Bài nguyện Vajra bảy dòng*, được in nghiêng trong ngoặc ở dạng phiên âm chữ Tây Tạng.

Suốt bản văn, những dấu ngoặc vuông đôi khi được dùng để chỉ những chữ được thêm vào để giúp ý nghĩa được rõ hơn. Cuối cùng để giảm tối thiểu số lượng các chú thích, những thuật ngữ Tây Tạng then chốt được đặt trong ngoặc đơn ở dạng chuyển tự.

Có những khác biệt trong cách phát âm bằng tiếng Tây Tạng ở hai chỗ của *Bài Nguyện Vajra Bảy Dòng*. Với chữ cuối của dòng 6, tôi thường dùng *kyee* (*Kyis*) theo luận giảng của Ngài *Mipham*, trong khi một số bản văn khác dùng chữ *kyi* (*Kyi*). Với chữ thứ ba của dòng thứ bảy, tôi dùng chữ *lab* (*brLab*) như trong bản văn của *Longchen Nyingthig*, vì là bản dịch thường được tụng niệm, mặc dù Ngài *Mipham* và một số vị khác dùng chữ *lob* (*rLobs*).

LỊCH SỬ CỦA BÀI NGUYỆN VAJRA BẢY DÒNG

NGƯỜI TA NÓI RẰNG NHỮNG dòng này là bài nguyện cầu thỉnh *Guru Rinpoche* (*Padmasambhava*) đến tập hội của bữa tiệc cúng dường[87] bởi *Dorje Khandroma* (Sanskrit: *Vajra Ḍākinī*).

Có lần, những vị thầy ngoại đạo uyên bác về ngôn ngữ và lý luận đã tìm đến tu viện *Nālandā* và phỉ báng Giáo Pháp. Những học giả đạo Phật không đủ sức bác bỏ họ. Sau đó, phần lớn các vị học giả đều có cùng một giấc mộng. Trong mộng, *Ḍākinī Zhiwa Chog* (An bình Siêu phàm) tiên tri như sau:

"Các người không thể đánh bại những kẻ ngoại đạo. Nếu không mời thỉnh đến đây người anh trai của Ta, *Dorje Thöthreng Tsal* (Năng lực Tràng hoa Sọ người *Vajra*, *Guru Rinpoche*), sống tại Hắc Mộ địa, thì Giáo Pháp có thể bị hủy diệt."

"Làm sao chúng tôi có thể mời được Ngài, khi chỗ đó quá khó đến?" Những học giả hỏi.

Vị *Khandroma* trả lời: "Hãy bày một lễ cúng dường lớn trên mái nhà của tu viện, với âm nhạc và trầm hương, và tụng niệm bài nguyện *vajra* cùng một giọng." Và bà ban cho họ *Bài nguyện Vajra bảy dòng*.

Những học giả cầu nguyện theo đó, và trong chốc lát *Guru Rinpoche* từ bầu trời hiện đến một cách kỳ diệu. Ngài chủ trì các học giả đạo Phật đánh bại những thầy dị giáo bằng những lập luận trí tuệ và trích dẫn từ kinh điển. Khi Ngài bị đe dọa bởi năng lực huyền thuật của những kẻ dị giáo, Ngài mở tráp mà vị *Ḍākinī* Mặt Sư Tử đã cho, và Ngài tìm thấy trong đó *mantra "mười bốn chữ"*.[88] Nhờ tụng niệm *mantra*, Ngài loại trừ kẻ xấu trong những người dị giáo với một trận mưa sấm chớp. Người ta nói rằng bài nguyện này có nguồn gốc từ sự kiện đó.

Sau này, khi *Guru Rinpoche* đến Tây Tạng vào thế kỷ tám, Ngài ban nó cho nhà vua và các thần dân. Với ý định dành cho những đệ tử có khả năng tu tập trong tương lai, Ngài chôn giấu bài nguyện này trong nhiều *Ter*.[89] Sau này, *Bài nguyện Vajra bảy dòng* được phát hiện nhiều lần trong hầu hết những *Ter* của một trăm vị đại *Tertön* trong mười thế kỷ qua của dòng truyền *Nyingma*, như trọng tâm của các bài nguyện, giáo lý, và thiền định.

Ý NGHĨA CHUNG

Nghĩa gốc

HŪṂ - cầu khẩn tâm của *Guru Rinpoche*.
1. Ở phía tây bắc xứ *Oḍḍiyāṇa*.
2. Sinh trên nhụy hoa sen
3. Được phú cho sự thành tựu kỳ diệu nhất;
4. Lừng danh là Đức Liên Hoa Sanh
(*Padmasambhava*);

5. Nhiễu quanh bởi quyến thuộc nhiều *Khadro*[90]
6. Đi theo Ngài con thực hành:
7. Xin Ngài đến đây ban phước.

VỊ THẦY (GURU) *Padmasambhava* (PEMA), xin ban (HŪṂ) thành tựu (SIDDHI) [trên chúng con].

DẪN NHẬP

Đây là trình độ thực hành *Bài nguyện Vajra bảy dòng* liên quan đến cách *Guru Rinpoche* xuất hiện trong cõi thế gian này như một thân hóa hiện (Sanskrit: *Nirmāṇakāya*).

Trong thực tế, *Guru Rinpoche* không cách biệt với *Samantabhadra* (Toàn thiện Phổ quát), Ngài đã giải thoát từ ban sơ như *Dharmakāya* (Pháp Thân) tự hiện (trạng thái tối thượng). Không rời khỏi lãnh vực của *Dharmakāya*, Ngài thành tựu tự nhiên trong *Sambhogakāya* (Báo Thân - thân hoan hỷ trong tướng thanh tịnh), có năm phẩm tánh tuyệt đối.[91] Ngài cũng là hiện thân của sự tự hiện trong nhiều phô diễn khác nhau của *Nirmāṇakāya* (Hóa Thân - thân hóa hiện trong tướng bất tịnh), sự tự phản chiếu của lòng bi. Đây là cách thực tế mà *Guru Rinpoche* an trụ và xuất hiện. Đó là sự phô diễn chư Phật, và chỉ riêng các ngài mới có thể nhận thức tất cả mọi khía cạnh sự phô diễn của *Guru Rinpoche*.

Khoảng tám (hay mười hai) năm sau khi Đức Phật *Thích-ca Mâu-ni* nhập *Niết-bàn*, *Guru Rinpoche* xuất hiện trên một hoa sen trong hồ *Dhanakosha* của xứ *Oḍḍiyāṇa* cho những chúng sanh bình thường có thiện nghiệp trên thế gian này. Ngài giữ theo nhiều giới luật mật tông khác nhau và đạt được rất nhiều thành tựu như thân ánh sáng của đại chuyển di (*’Ja’ Lus ’Pho Ba Ch’en Po*). Ngài cứu giúp những người sùng mộ ở Ấn Độ, *Oḍḍiyāṇa* và Tây Tạng qua vô số hóa thân, như tám tướng hóa thân của *Guru Rinpoche* (*Guru mTshan brGyad*).

Trình độ giải thích này là cách mà chúng ta, những đệ tử bình thường, cầu nguyện đến *Guru Rinpoche*, một đối tượng phi thường của lòng sùng kính.

CÁCH ĐỌC CỦA CHỦNG TỬ TỰ

BÀI NGUYỆN BẮT ĐẦU với sự cầu khẩn tâm giác ngộ của *Guru Rinpoche* nhờ phát âm chữ HŪṂ, chủng tử tự tâm của tất cả chư Phật.

ĐỐI TƯỢNG CỦA BÀI NGUYỆN

DÒNG 1: Nơi miền tây của châu lục *Jambu*, tại hướng tây bắc xứ *Oḍḍiyāṇa*, xứ sở của các *Khadro* (*Ḍāka và Ḍākinī*) trong hồ *Dhanakosha*, tràn đầy nước của tám phẩm tánh thanh tịnh.

Dòng 2: Trên nhánh được trang hoàng bằng nhụy, lá và những cánh của một hoa sen, *Guru Rinpoche* được sinh ra.

Tất cả phẩm tánh và ân phước của ba bí mật (thân, khẩu và ý) của tất cả chư Phật cùng đến trong hình tướng của chữ HRĪḤ, và chữ này tan hòa vào tâm đức Phật *A-di-đà*. Từ tâm Ngài, ánh sáng ngũ sắc tỏa ra và đi xuống nhụy hoa sen. Ánh sáng chuyển thành thân tướng của *Guru Rinpoche*, và Ngài thọ sanh trong cách Liên Hoa Sanh [sinh ra kỳ diệu].

Dòng 3: Ngài thành tựu tự nhiên hai phần lợi ích (tự lợi và lợi tha) và phô bày thân tướng kỳ diệu, như tám hóa thân của *Guru*. Ngài không chỉ đạt thành tựu thông thường mà còn đạt được thành tựu phi thường của trạng thái *Vajradhara* (Kim Cương Trì).

Dòng 4: Danh hiệu Ngài lừng lẫy là Liên Hoa Sanh (*Padmasambhava*).

Dòng 5: Và Ngài được vây quanh bởi các quyến thuộc *Khadro* nhiều bậc (*Ḍāka và Ḍākinī*).

CẦU NGUYỆN

DÒNG 6: Hành giả nên cầu nguyện với ba loại niềm tin,[92] hãy nghĩ: "Ôi, Đấng Bảo hộ, con sẽ đi theo Ngài, và sẽ thực hành một cách phù hợp."

Dòng 7: "Để bảo vệ chúng sanh như chính con, đang chìm đắm trong đại dương của ba đau khổ, Ngài, bậc toàn giác, quyền năng, *xin hãy đến* nơi đây để *ban phước* cho thân, khẩu và ý của con với thân, khẩu và ý của Ngài, như sắt được biến thành vàng."

MANTRA CẦU KHẨN BAN PHƯỚC

GURU có nghĩa là vị thầy hay sự hướng dẫn tâm linh, người với phẩm tánh xuất sắc phong phú; không ai siêu vượt hơn.

PADMA là phần đầu danh hiệu của *Guru Rinpoche*.

SIDDHI là những gì chúng ta muốn thành tựu - thông thường và phi thường.

HŪṂ có nghĩa là sự khẩn cầu ban thành tựu.

Do vậy, [cả câu có nghĩa là:] *O Guru Padma, xin ban thành tựu.*

NỘI DUNG CỦA BÀI NGUYỆN

ĐỐI TƯỢNG CỦA BÀI NGUYỆN

Dòng 1. Nơi sinh ra
Dòng 2. Cách sinh ra.
Dòng 3. Sự vĩ đại của phẩm tánh Ngài.
Dòng 4. Danh hiệu riêng của *Guru Rinpoche.*
Dòng 5. Quyến thuộc.

CẦU NGUYỆN

DÒNG 6. Cầu nguyện với lòng khao khát đạt được sự bất khả phân với *Guru Rinpoche* hoặc phát triển tín tâm nơi Ngài.

Dòng 7. Sự thành tựu bất khả phân với *Guru Rinpoche* dựa vào chính chúng ta.

MANTRA ĐỂ CẦU KHẨN BAN PHƯỚC

CON ĐƯỜNG CỦA Ý NGHĨA ẨN GIẤU

CON ĐƯỜNG CỦA GIẢI THOÁT

HŪM - đánh thức trí tuệ tự hiện, bản tánh tối thượng.

1. Tâm[93] (orgyen yul) là sự giải thoát (tsam) [từ những cực đoan] của luân hồi (nub) và Niết-bàn (chang).

2. Đó là sự nhận biết của hợp nhất (dongpo) của lãnh vực tối thượng thanh tịnh bổn nguyên (pema) và quang minh, giác tánh vajra nội tại (kesar) và (la) ...

3. Đó là Đại Viên Mãn, sự kỳ diệu (yatsen). Nó là sự đạt được (nye) thành tựu cao nhất (chogki ngödrub), trạng thái của Vajradhara.

4. Đây là trí tuệ của bản tánh tuyệt đối, lừng danh như (zhesu trag) nền tảng tối thượng (jungne) của chư Phật (pema).

5. Trí tuệ này với (kor) vô số năng lực hóa thân (mangpo) của nó lưu xuất (dro) trong lãnh vực tối thượng (kha) như những thuộc tính (khortu).

6. Con phát triển tự tin vững chắc (dag drub kyee) vào bản tánh của trí tuệ nguyên sơ bất nhị (khye kyi je su).

7. Để (chir) tịnh hóa mọi bám luyến vào hình tướng như trí tuệ nguyên sơ (chinkyee lob), cầu mong con nhận ra (shegsu sol) bản tánh tối thượng.

Trí tuệ nguyên sơ là tánh không trong tinh túy của nó (*Dharmakāya*) (*GURU*), trong sáng trong bản tánh (*Sambhogakāya*) (*PADMA*), và tỏa khắp trong lòng bi [năng lực] (*Nirmāṇakāya*) (*SIDDHI*) với năm bậc trí tuệ (HŪṂ).

LUẬN GIẢNG

SỰ PHÁT ÂM CHỦNG TỬ TỰ

Bài nguyện bắt đầu với sự phát âm chủng tử tự tâm, HŪM, làm đánh thức trí tuệ nguyên sơ tự hiện, thật tánh của sinh tử và Niết-bàn.

ĐỐI TƯỢNG CỦA BÀI NGUYỆN

DÒNG 1. Xứ sở *Oḍḍiyāṇa* là một suối nguồn đặc biệt của mật tông. Về mặt con đường thực tế, tâm của chính hành giả là suối nguồn đặc biệt của mật tông, nên đó là ý nghĩa của *Oḍḍiyāṇa*.

Tâm hay bản tánh tối thượng của tâm là sự giải thoát khỏi bị chìm đắm trong sinh tử và vươn tới Niết-bàn, vì nó chẳng chấp trụ hay thiên vị đến hai cực đoan- sinh tử và niết bàn.

Dòng 2. Pema, hoa sen, biểu tượng lãnh vực tối thượng (*Dharmadhātu -* Pháp Giới), bản tánh được nhận ra. Nó không trụ ở bất cứ đâu và thanh tịnh từ khởi thủy, giống như hoa sen không bị ô nhiễm bởi bất kỳ bất tịnh nào. "*Kesar*," nhụy hoa, biểu thị tánh quang minh, giác tánh *vajra* nội tại (*Rig Pa'i rDo rJe*), đó là phương tiện của bản tánh nhận biết. Sự thành tựu tự nhiên, tánh giác nội tại tự tỏa sáng, trí tuệ bổn nguyên, được nở hoa với sự trong sáng; do vậy, nó tương đồng với nhụy của một hoa sen.

Khi cuống hoa (*Dongpo*) giữ nhụy và những cánh của một hoa sen với nhau, trí tuệ bổn nguyên đại cực lạc, tự hiện an trụ như sự hợp nhất của lãnh vực tối thượng (*dBying*) và trí tuệ bổn nguyên (*Ye Shes*), và nó là bản tánh tối thượng của tâm, hoặc tánh quang minh sẵn có của tâm.

Dòng 3. Tâm là sự sinh ra tự nhiên, tánh quang minh Đại Viên Mãn (*Dzogpa Chenpo*), trí tuệ bổn nguyên của bản tánh tuyệt đối, ý nghĩa của quán đảnh thứ tư, đó là sự kỳ diệu. Nó hiện diện tự nhiên như nền tảng của tâm tất cả chư Phật, sự đạt được thành tựu tối thượng, trạng thái của *Vajradhara*.

Dòng 4. Tâm là nền tảng của tất cả chư Phật ba đời, các bậc đã nở rộ như hoa sen, bản tánh tối thượng, nên được lừng danh như nền tảng của *Pema*, chư Phật. Đây là sự nhận biết của *Pema Jungne* như vị Phật tuyệt đối.

Dòng 5. Trong trí tuệ bổn nguyên đó có những phẩm tánh phi thường của sự thành tựu mà nếu phân chia thành những đa dạng của chúng, là bao gồm năm loại trí tuệ bổn nguyên (*Ye Shes lNga*).[94] Do vậy, trong không gian không che đậy của lãnh vực tối thượng, vô số năng lực hóa thân của trí tuệ bổn nguyên của tánh giác nội tại được lưu xuất như những thuộc tính bất tận của nó.

CẦU NGUYỆN

DÒNG 6. Để nhận ra bản tánh của trí tuệ bổn nguyên bất nhị (*Ye Shes*) và để hoàn thiện nó qua thiền định với tự tin bất biến, đó là đại trí (*Shes Rab*), được diễn tả là "Con sẽ theo sau Ngài, và con sẽ thực hành."

Dòng 7. Nếu hành giả đã có kinh nghiệm và xác quyết trong bản tánh tối thượng này (*gNas Lugs*) bằng sự nhận ra cái thấy (*lTa Ba*) và hoàn thiện nhận biết đó qua thiền định, hành giả sẽ chuyển hóa mọi bám luyến vào hình tướng bất tịnh thành tinh chất[95] của trí tuệ bổn nguyên (*Ye Shes*).

Hoặc, nếu hành giả không thể đạt được trí tuệ bổn nguyên, thì để tiếp nhận được sự ban phước của con đường trong chính tâm thức mình, hành giả mong ước như sau: "Cầu mong con nhận ra[96] bản tánh tối thượng (*Ch'os Nyid*) bằng việc tan hòa tính nhị nguyên chủ thể-đối tượng vào nó, như sóng của nước hòa vào nước, qua năng lực ban phước của các hướng dẫn của *Lama* và qua sự học tập và quán chiếu."

MANTRA ĐỂ CẦU THỈNH BAN PHƯỚC

TRÍ TUỆ BỔN NGUYÊN là bản chất rỗng không (*Ngo Bo sTong Pa*), Pháp Thân, và vì nó không ở dưới bất cứ đặc tính có thể nhận thức nào, nó là bậc cao nhất, GURU.

Bản tánh của trí tuệ bổn nguyên là quang minh (*Rang bZhin gSal Ba*). Nó là sự thành tựu Báo Thân tự nhiên, với năng lực phô diễn bất tận. Song, nó không tách rời khỏi lãnh vực tối thượng. Nên nó là PADMA, hoa sen, có nghĩa không bị nhiễm ô bởi các đặc tính tương đối.

Sự bất khả phân của tinh túy và bản tánh đó[97] là lòng bi phổ quát, xuất hiện trong sự phô diễn (*Rol Pa*) của luân hồi và niết bàn, đáp ứng mong ước của tất cả chúng sanh bất tận đó là SIDDHI hay sự thành tựu.

HŪṂ biểu thị trí tuệ bổn nguyên tự hiện, chủng tử tự của tâm, người sở hữu năm trí tuệ bổn nguyên.

CON ĐƯỜNG CỦA PHƯƠNG TIỆN THIỆN XẢO (THABS LAM) THEO GIAI ĐOẠN HOÀN THIỆN

Nghĩa gốc

HŪM - đánh thức trí tuệ bẩm sinh tự hiện.

1. Tại trung tâm (tsam) của kinh mạch roma (nub) và kyangma (chang) của thân vajra (ogyen yul),

2. Tại (la) luân xa tám cánh nơi ngực (pema), trong "tinh chất" (Thig Le) (kesar), trong uma, kinh mạch trung ương (dongpo),

3. An trụ (nye) sự kỳ diệu (yatsen), tâm trí tuệ bổn nguyên không nhiễm ô, đại cực lạc - bản tánh quang minh bất động, sự đạt được thành tựu cao nhất (chogki ngödrub).

4. Nó là sự lừng danh (zheshu trag) như hiện diện tự nhiên, Padmasambhava tuyệt đối (pema jungne).

5 Tinh chất trí tuệ bổn nguyên này (kor) với nhiều (mangpo) loại năng lượng (rLung) và tinh chất (Thig Le), đó là sự hiện thân trong lãnh vực rỗng không (khadro) của kinh mạch như tính linh hoạt, nhiệt tình (khortu).

6. Theo bản tánh thiện xảo của thân vajra (khyekyi jesu), con sẽ rèn luyện trong trí tuệ bổn nguyên (dag drub kyee) qua các giai đoạn của rèn luyện mật tông.

7. Để (chir) chuyển hóa mọi hiện hữu vào lãnh vực của đại cực lạc (chinkyee lab), cầu mong con đạt được đại cực lạc của thân vajra (kim cương thân) (shegsu sol).

Trí tuệ bổn nguyên cao nhất (GURU) và sự không nhiễm ô, đại cực lạc tự hiện (PADMA) đem lại trí tuệ bổn nguyên vĩ đại, tối thượng (SIDDHI), Tâm linh thiêng của chư Phật (HŪṂ).

LUẬN GIẢNG

GIỚI THIỆU

Với những người không thể nhận ra trí tuệ bổn nguyên tuyệt đối (*Don Gyi Ye Shes*) qua sự tu tập đã giải thích trong con đường giải thoát, vẫn có thể đạt được qua sự tu tập phi thường nhất của con đường phương tiện thiện xảo.

SỰ PHÁT ÂM CHỦNG TỬ TỰ

CHỮ HŪṂ BIỂU THỊ SỰ tỉnh thức của trí tuệ bổn nguyên bẩm sinh, tự hiện.

ĐỐI TƯỢNG CỦA BÀI NGUYỆN

DÒNG 1. Xứ sở *Oḍḍiyāṇa* biểu thị thân *vajra*, nền tảng phi thường của *tantra*.

Trong thân *vajra* đó, bên phải là kinh mạch *roma* màu đỏ (*Sanskrit: rasana*) trong đó là năng lượng mặt trời (*Nyi Ma'i rLung*) chuyển động vòng quanh, làm giảm tinh chất (*Tạng: Thig Le*, Sanskrit: *Bindu*). Ở bên trái là kinh mạch *Kyangma* màu trắng (Sanskrit: *lalanā*) trong đó là năng lượng mặt trăng (*Zla Ba'i rLung*) chuyển động vòng quanh, làm gia tăng, tẩy tịnh, làm mát và an định tinh chất.

Giữa các kinh mạch này, tại trung tâm [nơi năng lượng trí tuệ bổn nguyên trôi chảy]

Dòng 2. Hoa sen (*pema*) biểu thị Luân Xa Pháp Tám Cánh tại ngực (*sNying Ka Ch'os Kyi 'Khor Lo*). Nhụy hoa (*kesar*) biểu thị tinh chất (hay tinh dịch), tinh chất cần cho sự sống của năm yếu tố (*ngũ đại*). Cuống hoa (*dongpo*) biểu thị *uma* (Sanskrit: *avadhūti*) hay kinh mạch trung ương trong đó là năng lượng trí tuệ bổn nguyên (*Ye Shes Kyi rLung*) trôi chảy vòng quanh.

Dòng 3. Bên trong chu trình của kinh mạch, năng lượng, và tinh chất đó - tinh chất sinh lực phi thường (*Dvangs Ma*) của thân *vajra* - và sự khởi nguyên cùng lúc với chúng từ khởi thủy, giống như long não và mùi của long não, trụ trong bản chất quang minh (*'od gSal Ba'i Thig Le*), đó là đại cực lạc không nhiễm ô, trí tuệ bổn nguyên tự hiện.

Thế nên nó rất *kỳ diệu*. Bản chất quang minh này là sự hợp nhất bất khả phân của cực lạc và tánh không siêu vượt tư duy và mô tả, và nó là sự thành tựu tự nhiên của *siddhi* cao nhất, *Vajradhara* (Kim Cương Trì).

Dòng 4. Trí tuệ bổn nguyên của sự nhận biết rằng bản chất quang minh đó lừng danh như sự tuyệt đối, *Pema Jungne*, tự hiện (*Padmasambhava*).

Dòng 5. Bản chất quang minh của trí tuệ bổn nguyên đó, *Padmasambhava*, với nhiều tinh chất và năng lượng (*rLung*) như năng lực hiện thân (*rTsal*) đại tinh chất của tự thân trí tuệ bổn nguyên. Đó là sự hiện thân trong không gian trống rỗng của kinh mạch trung ương và các kinh mạch nhỏ hơn như sinh khí của nó. Nếu hành giả áp dụng sự rèn luyện về phương tiện thiện xảo, thì chu trình của thân *vajra* xuất hiện như trí tuệ bổn nguyên đại cực lạc của bản chất quang minh.

CẦU NGUYỆN

DÒNG 6. "Con sẽ theo sau Ngài, và con sẽ thực hành" trước hết biểu thị rằng đó là rèn luyện trên hiểu biết và hoàn thiện bản tánh của thân *vajra*; và thứ hai; trí tuệ bổn nguyên đại cực lạc qua sự rèn luyện thâm sâu với các đặc tính (*mTshan bChas Kyi rNal 'Byor*) của giai đoạn hoàn thiện (*rDzogs Rim*), bao gồm thực hành về *yoga* nội hỏa (*gTum Mo*), sự rèn luyện qua sự hỗ trợ của vị phối ngẫu *vajra* bên trong hay bên ngoài. Các rèn luyện này sẽ đem lại kết quả cho phép năng lượng nghiệp và tâm thức đi vào kinh mạch trung tâm, và nhận ra trạng thái của thân huyễn, thể nhập tánh sáng, và *yoga* giấc mộng, vì sức lực của luyện tập thân thể, rèn luyện của năng lượng, và tập trung tâm thức về tinh chất vi tế (*Phra Mo'i Thig Le*).

Dòng 7. Qua sự rèn luyện của phương tiện thiện xảo, hành giả chuyển hóa mọi hiện hữu vào sự đạt được của bản tánh đại cực lạc thuần tịnh của thân *vajra*, và chuyển chúng thành *maṇḍala* của thân, khẩu và ý của chư Phật.

Để đạt được đại cực lạc của kim cương thân, tất cả khuynh hướng thói quen của năng lượng nghiệp thay đổi - nguyên nhân của hình tướng sinh tử, tùy thuộc tâm nhiễm ô do tư duy với những đặc tính - được tan hòa vào kinh mạch trung ương của trí tuệ bổn nguyên bất động, và được buộc vào tinh chất đại bất động, lãnh vực tối thượng thật sự của nền tảng. Do vậy, Đến (đạt được) tới *Dharmakāya*, lãnh vực tối thượng của nền tảng.

MANTRA CẦU THỈNH BAN PHƯỚC

TRÍ TUỆ BỔN NGUYÊN của con đường, đó là sự đạt được qua con đường rèn luyện phi thường, là cao nhất; vì thế là GURU (vị thầy).

Mọi bất tịnh, như năm cảm xúc phiền não, xuất hiện như sự hỗ trợ của đại cực lạc thuần tịnh và sự tự giải thoát; vì thế là PADMA (hoa sen).

Như kết quả cuối cùng, trí tuệ bổn nguyên vĩ đại sẽ nhanh chóng đạt được; vì thế là SIDDHI (thành tựu).

Trong sự sửng sốt vào lúc xuất hiện của trí tuệ bổn nguyên qua rèn luyện của con đường phương tiện thiện xảo xảy đến từ chủng tử tự Tâm của chư Phật - HŪṂ.

THEO NYINGTHIG CỦA DZOGPA CHENPO: SỰ NHẬN BIẾT TRỰC TIẾP CỦA HIỆN DIỆN TỰ NHIÊN

Ý NGHĨA GỐC

HŪṂ - cầu khẩn trí tuệ tự hiện đem lại sự nhận biết của khuôn mặt trí tuệ bổn nguyên tối thượng.

1. Ánh sáng của tâm (ogyen yul) và lãnh vực tối thượng bên trong (nub) của nó (kyi), lãnh vực tối thượng bên ngoài (chang), và ánh sáng nước của mắt (tsam), và

2. Ánh sáng của lãnh vực thanh tịnh tối thượng và ánh sáng của rỗng không thig-le (pema) với chuỗi vajra - năng lực của giác tánh nội tại - (kesar) được hiện diện cho chúng ta. Nhờ vào (la)

giác tánh nội tại ổn định vững chắc trên chúng qua thiền định (dongpo).

3. Hành giả đạt được (nye) sự kỳ diệu (yatsen) ba cái thấy trước tiên (sNang Ba) và đạt được siddi cao nhất (chogki ngodrup), cái thấy thứ tư.

4. Sự đạt được này lừng danh (zhesu trag) như sự đạt được của Phật tánh bổn nguyên (pema jungne).

5. Sau đó ánh sáng của trí tuệ tự hiện chiếu ra (kor) nhiều (mangpo) tia sáng và thig-les như năng lực biểu hiện của nó (rTsal) (khortu) chuyển động vòng quanh trong không gian (khadro).

6. Con thiền định (dag drub kyee) về cái thấy tự nhiên của thanh tịnh bổn nguyên (khye kyi jetsu).

7. Để (chir) đạt được thân vajra cầu vồng của đại chuyển di (shegsu sol), cầu mong con tịnh hóa mọi hiện tượng vào sự rộng mở của trí tuệ bổn nguyên (chinkyee lab).

Sự vĩ đại nhất này (GURU), không nhiễm ô (PADMA), và thành tựu tối thượng (SIDDHI) là kỳ diệu (HŪṂ).

LUẬN GIẢNG

GIỚI THIỆU

TRÍ TUỆ BỔN NGUYÊN tự hiện, tự nhiên an trụ từ ban sơ như bản tánh tối thượng (*Ch'os Nyid*) của tâm. Tuy nhiên, vì sự tác động của nghiệp và cảm xúc phiền não, bản tánh tối thượng bị che phủ và khuôn mặt của nó (*Rang Zhal*) không được quán sát.

ĐỐI TƯỢNG CỦA BÀI NGUYỆN

HŪM BIỂU THỊ TINH TÚY của thành tựu tự nhiên *thögal*, trí tuệ bổn nguyên tự hiện. *Thögal* đem lại cái thấy của khuôn mặt thật (bản lai diện mục) của trí tuệ bổn nguyên tự hiện từ trạng thái thành tựu tự nhiên thể nhập quang minh, ngay cả cho người bình thường chúng ta, nếu đi theo hướng dẫn của thừa cao nhất này.

Dòng 1. Ogyen yul biểu thị ánh sáng của tâm (*Tsita Sha Yi sGron Ma*). Thân trẻ trung trong một bình (tịnh bình thân trẻ trung) (*gZhon Nu Bum sKu*), *thig-le* chiếu sáng rực rỡ của trí tuệ bổn nguyên, an trụ vô hình (*nub*) trong không trung của kim cương thân, lãnh vực nền tảng nội tại (*Nang Gi dByings*).

Chang là lãnh vực nền tảng bên ngoài, không gian xuất hiện trong sáng, bầu trời không mây. *Tsham*, kinh mạch của hai lãnh vực bên ngoài và bên trong, là nước ánh sáng của mắt (*rGyang Zhag Ch'u Yi sGron Ma*).

Dòng 2. Qua nước ánh sáng của mắt, trong lãnh vực nền tảng bên ngoài, xuất hiện bầu trời thanh tịnh - xanh dương, trong sạch, với mạng lưới cầu vồng đẹp đẽ bởi *thig-le* tuần hoàn, giống như gương. Tất cả điều này là ánh sáng của lãnh vực thanh tịnh nền tảng (*dBying rNam Dag Gi sGron Ma*).

Sau đó, nhờ đạt được kinh nghiệm này, ánh sáng của *thig-le* rỗng không (*Thigs Le sTong Pa'i sGron Ma*) trong màu đỏ - rõ ràng, tròn và trong sạch - sẽ xuất hiện giống như phác họa trên nước khi ném một hòn đá vào mặt hồ. Hai ánh sáng này (*sGron Ma*) hoạt động như nền tảng, một thùng chứa, hay một căn nhà. Cả hai được biểu hiện bằng *pema* (hoa sen).

Kesar (nhụy hoa) biểu thị chuỗi *vajra* (*rDo rJe Lu Gu rGyud*), đó là năng lực của giác tánh nội tại (*rig gDangs*). Nó là tinh hoa của ánh sáng trí tuệ tự hiện (*Shes Rab Rang Byung Gi sGron Ma*) và sự tự-tỏa sáng của giác tánh nội tại thực sự, trí tuệ bổn nguyên.

Dongpo (cuống hoa) biểu thị sự ổn định của lãnh vực nền tảng (*dBying*) và giác tánh nội tại (*Rig Pa*) nhờ giới hạn năng lực của giác tánh nội tại (*Rig gDangs*) trong cõi giới của lãnh vực nền tảng và lúc thúc bách (*gNad gZhi Ba*) qua cách thức giải thoát tư duy của giác tánh nội tại (*Rig Pa Rang Bab rTog Med*). Bằng việc đạt được kinh nghiệm trong (*la*) phương tiện thiện xảo đó.

Dòng 3. Hành giả sẽ đạt được bốn niềm tự tín một cách dần dần và sẽ thành tựu những thị kiến kỳ diệu của nhận biết trực tiếp bản tánh tuyệt đối

(*Ch'os Nyid mNgon gSum*), sự phát triển kinh nghiệm (*Nyams Gong 'Phel*), và sự viên mãn giác tánh nội tại (*Rig Pa Tshad Phebs*). Sau đó, hành giả sẽ đạt được trạng thái hòa tan của (tất cả các Pháp vào) bản tánh nền tảng (*Ch'os Nyid Zad Pa*) - sự thành tựu cao nhất, trạng thái của *Vajradhara* - trong chính kiếp sống này.

Dòng 4. Sau đó hành giả sẽ được bất khả phân với Tâm của *Pema Jungne*, là vị Phật nguyên thủy (*Samantabhadra*). Do đó, "Ngài lừng danh là *Pema Jungne*".

Dòng 5. Dù không di chuyển khỏi trạng thái bình đẳng của ánh sáng trí tuệ tự hiện, vẫn sẽ có sự lưu xuất tự nhiên của năng lực hóa hiện (*rTsal*) của trí tuệ tự hiện đó, trong tướng dạng của nhiều tia sáng cầu vồng di chuyển rõ ràng, *thig-le* và các *thig-le* nhỏ trong không trung.

Dòng 6. Vào lúc đó, mọi phát triển này chỉ là năng lực của giác tánh nội tại. Do đó, hành giả thiền định về tánh quang minh thể nhập của bốn thiền quán (*Chog bZhag bZhi*) trong sự bất biến của cái thấy tự nhiên của thanh tịnh bổn nguyên (*Ka Dag*).

Dòng 7. Nhờ thực hành như vậy, cầu mong con tịnh hóa mọi hiện tượng phát sinh do năng lượng nghiệp bất tịnh vào sự rộng mở của trí tuệ bổn nguyên bất hoại để đạt được thân *vajra* cầu vồng của đại chuyển di (*'Ja' Lus 'Pho Ba Ch'en Po*).

MANTRA CẦU THỈNH BAN PHƯỚC

CON ĐƯỜNG TINH TÚY sâu thẳm nhất của thể nhập quang minh là sự rèn luyện phi thường, vì nó thiền định về kết quả - tự thân của Phật tánh - như là con đường của sự rèn luyện. Do vậy, nó là cao nhất (GURU), tinh khiết (PADMA) và đạt được sự tối thượng trong chính cuộc sống này (SIDDHI). Kỳ diệu thay (HŪṂ)!

SỰ THÀNH TỰU CỦA KẾT QUẢ

Ý NGHĨA GỐC

HŪṂ - cầu khẩn trí tuệ bổn nguyên.

1. Sự rèn luyện mật truyền đánh thức dòng truyền mật tông (ogyen yul) của Tâm hành giả làm (kyi) siêu vượt mối nối (tsam) của sự chìm đắm (nub) trong sinh tử và giải thoát (chang) khỏi nó,

2. Qua sự đạt được khẩu (pema), ý (kesar), và thân (dongpo) của chư Phật, và (la)

3. [Trí tuệ bổn nguyên của sự đạt được] là kỳ diệu (yatsen). Đây là sự đạt được (nye) của thành tựu cao nhất (chogki ngödrub), trạng thái của Vajradhara.

4. Được lừng danh (zhesu trag) như Padmasambhava tự hiện xác thực (pema jungne).

5. Trí tuệ này với (kor) vô số (mangpo) hóa thân, bao la như hư không (kha), hoạt động (dro) như năng lực của nó (khortu).

6. Con duy trì (dagdrub kyee) trong trạng thái nhận biết (jesu) của bản tánh không nỗ lực, sự thanh tịnh bổn nguyên (khyekyi).

7. Để (chir) hiện tượng hiện hữu xuất hiện như maṇḍala của bốn vajra (chinkyee lab), cầu mong con đạt được (shegsu sol) maṇḍala của nền tảng ban sơ.

Đây là sự nhận biết (HŪṂ) của con đường và trí tuệ, đó là siêu việt nhất (GURU), không nhiễm ô (PADMA), thành tựu tối thượng (SIDDHI).

LUẬN GIẢNG

GIỚI THIỆU

HŪṂ - TRÍ TUỆ BỔN NGUYÊN thiêng liêng.

ĐỐI TƯỢNG CỦA BÀI NGUYỆN

DÒNG 1. XỨ SỞ *Oḍḍiyāṇa* (*ogyen yul*) là suối nguồn của mật tông, và sự định nghĩa chữ *Oḍḍiyāṇa* là "*đi bằng sự bay*". Trong *tantra*, sự đánh thức dòng truyền *tantric* của chính tâm hành giả (*sNgags Kyi Rigs Sad Pa*) và đạt giải thoát khỏi bị sa lầy trong những hình tướng nhị nguyên (*gNyis sNang*) của sinh tử là rất nhanh chóng, giống như bay.

Nhờ đánh thức tâm, hành giả siêu việt sự việc (*Tsam*) của luân hồi và *Niết-bàn* bằng sự giải thoát (*chang*) khỏi bị chìm đắm (*nub*) trong sình lầy của sinh tử, tịnh hóa nó khỏi mọi nhiễm ô và hóa tán những hình tướng huyễn ảo vào lãnh vực nền tảng.

Dòng 2. Sự thành tựu của thanh tịnh tất cả âm thanh như *maṇḍala* của *khẩu* (*Pema*), sự viên mãn tất cả tư duy như *maṇḍala* của *ý* (*kesar*), và sự chín muồi của tất cả hình tướng như *maṇḍala* của *thân* (*dongpo*) - ba phương diện bí mật (*gSang B gSum*) của Phật tánh - và (*La*)

Dòng 3. Trí tuệ bổn nguyên của sự thành tựu, đó là nhất như và bình đẳng, là sự kỳ diệu (*yatsen*).

Khi hành giả nhận ra điều này, nó là sự đạt được bất khả phân của nền tảng và kết quả, sự thành tựu cao nhất (*chogkyi ngödrub*), trạng thái của *Vajradhara*.

Dòng 4. Sự đạt được này lừng danh (*zhesu trag*) là *Padmasambhava* tuyệt đối (*pema jungne*),

Dòng 5. Và bản tánh của nó là không lệch khỏi nền tảng bổn nguyên. Tuy nhiên, từ trí tuệ ban sơ, có vô số (*mangpo*) hoạt động (*dro*) xuất hiện (*kor*) của những hiện thân của luân hồi và niết bàn, bao la như bầu trời (*kha*), xuất hiện như năng lực của nó (*khor*).

CẦU NGUYỆN

DÒNG 6. Nếu, đã nhận ra ý nghĩa bản tánh và thực tại của sự đạt được này, sau đó hành giả vẫn ở trong nó không xao lãng, giống như không thể kiếm được đá sỏi trong một hòn đảo toàn bằng vàng ròng. Do vậy mọi hình tướng bất tịnh sẽ đi đến kết thúc và chỉ còn những hình tướng thanh tịnh bổn nguyên xuất hiện. Hành giả sẽ đạt giải thoát khỏi tất cả ràng buộc của nghiệp và cảm xúc phiền não. Tất cả phẩm tánh thiện sẽ thành tựu tự nhiên và không cần nỗ lực, và hành giả sẽ đạt được *Dharmakāya* giai đoạn vĩnh viễn. Do vậy, nó là *sự duy trì (dag drub kyee) trong trạng thái nhận biết (jesu) của thanh tịnh bổn nguyên (khyekyi)*.

Dòng 7. Tất cả hiện tượng hiện hữu đều xuất hiện trong tướng dạng *maṇḍala* của bốn *vajra*[98] (*chinkyee lab chir*), sự ban phước của trí tuệ bổn nguyên của chính tâm hành giả. Sự thành tựu này xuất hiện như kết quả của việc đạt được (*shegsu sol*) nền tảng bổn nguyên, chân lý tối thượng.

MANTRA CẦU THỈNH BAN PHƯỚC

ĐÂY LÀ SỰ NHẬN BIẾT (HŪṂ) của con đường và trí tuệ, đó là cao nhất (GURU), không nhiễm ô (PADMA), thành tựu tối thượng (SIDDHI).

KẾT THÚC THỰC HÀNH

TRƯỚC TIÊN, VIỆC THỰC hành *Bài nguyện Vajra bảy dòng* như *Guru Yoga*, theo ý nghĩa thông thường, sẽ gây ra sự xuất hiện của trí tuệ bổn nguyên uyên thâm. Do học tập những điểm trọng yếu của con đường giải thoát, phương tiện thiện xảo, hay Đại Viên Mãn từ một vị *Lama* đủ phẩm tánh và thực hành siêng năng, hành giả sẽ đạt được tự tin trong nhận biết, tự thân kết quả như đã giải thích chi tiết trong giáo lý, và sẽ đạt tới trạng thái của *Vidyādhara* (Bậc Trì Minh).

Với niềm tin không dao động, hãy quán tưởng *Guru Rinpoche* trên đỉnh đầu của hành giả, hiện thân của tất cả sự quy y. Hãy cầu nguyện mạnh mẽ đến Ngài bằng *Bài nguyện Vajra bảy dòng*. Nhờ cam lồ rót xuống từ thân *Guru*, mọi tật bệnh, ác nghiệp, và đau khổ của thân, khẩu, và ý hành giả đều được tẩy sạch trong dạng máu, mủ, côn trùng, muội khói và rác rưởi. Vào lúc cuối, chính thân thể hành giả tan hòa, giống như muối tan trong nước, và sau đó chất lỏng này chảy vào miệng của *Yamarāja*, Tử Thần, và các chủ nợ nghiệp khác bị chôn dưới đất. Tin tưởng rằng nó đã thỏa mãn tất cả bọn họ và mọi nghiệp đã được xóa sạch. Vào lúc cuối, hành giả nên xem tất cả đều biến mất vào hư không.

Một lần nữa, hãy quán tưởng chính thân thể bạn trong dạng thân ánh sáng rực rỡ của một thần thánh - bất cứ dạng nào mà bạn thích. Nơi ngực của vị thánh, tại trung tâm của một hoa sen tám cánh, vị *Lama* đi xuống đỉnh đầu bạn và trở thành một với tinh chất bất hoại (*bindu*), trí tuệ bổn nguyên. Sau đó hành giả nên trụ trong cực lạc của trí tuệ bổn nguyên.

Giai đoạn hậu thiền định phải được ứng xử như sau: mọi hình tướng đều được thấy như một tịnh độ và như các thần thánh, thực phẩm và nước uống như sự cúng dường, và các hoạt động được thấy như đi, ngồi, đảnh lễ và đi nhiễu quanh. Khi ngủ, bạn nên quán tưởng *Guru* trong ngực bạn. Trong tất cả hoạt động hằng ngày, bạn phải cố gắng chuyển hóa mọi sự vào các thực hành đạo đức không gián đoạn. Việc quán tưởng *Lama* trong bầu trời phía trước bạn và bày tỏ cúng dường, dâng cúng tán thán, cầu khẩn tâm Ngài, và tiếp nhận sự ban phước thân, khẩu, và ý của Ngài là điều quan trọng. Nói chung, đây là vì các phẩm tánh thiện của cảnh giới cao của sự giải thoát, và nhất là sự phát triển nhận biết của con đường thâm sâu, chỉ tùy thuộc sự ban phước của *Guru* đi vào tâm của chính hành giả.

Để đạt được trí tuệ bổn nguyên tuyệt đối trong chính tâm hành giả, hành giả phải được quen thuộc với các giáo lý đã cho trong *sutra* và *tantra* nói chung, và nói riêng là với sự giới thiệu trực tiếp (*Ngo 'Phrod*) đến trí tuệ bổn nguyên xác thực (*Don Gyi Ye Shes*). Và, tùy theo kinh nghiệm, nhận biết và khả năng, hành giả nên thiền định về bất cứ con đường giải thoát hoặc phương tiện thiện xảo nào thích hợp với chính hành giả. Nhờ làm điều này, hành giả sẽ đủ điều kiện đạt được cả hai thành tựu thông thường và tối thượng.

12. SỰ TIẾP NHẬN BỐN QUÁN ĐẢNH CỦA THIỀN ĐỊNH NGÖNDRO[99]

Bốn quán đảnh hay *wang* được tiếp nhận vào lúc cuối của *Ngöndro. Con đường toàn giác xuất sắc* của truyền thống *Longchen Ningthig*, được phát hiện bởi Ngài *Rigdzin Jigme Lingpa* và được Ngài *Dodrupchen Rinpoche đệ nhất* soạn thảo. Bốn quán đảnh được tiếp nhận qua năng lực ánh sáng ban phước của *Guru Rinpoche*. Chúng ta quán tưởng ánh sáng ban phước phát ra từ những nơi thiêng liêng khác nhau của thân *Guru Rinpoche* và sau đó hòa nhập vào những điểm năng lượng khác nhau của chính thân chúng ta. Kết quả là, chúng ta thấy, cảm nhận, và tin tưởng rằng ta được quán đảnh và đạt được tịnh hóa, thành tựu khác nhau.

Trong những dòng liên quan đến những quán đảnh trong con đường toàn giác xuất sắc, có nhiều thuật ngữ kỹ thuật, trong thực tế bao trùm toàn bộ phạm vi của rèn luyện và kết quả mật tông, sự quán đảnh là phương pháp cho chúng ta nhập môn vào tất cả rèn luyện mật tông và thành tựu.

Trong bản văn, các phân chia phụ của rèn luyện và thành tựu của mật tông được sắp xếp theo trình tự của bốn quán đảnh, và việc đưa ra sự giải thích theo trình tự này sẽ rất phức tạp. Do đó, tôi sẽ thảo luận bằng cách sắp xếp chúng với nhau, như bốn chủng tử tự, bốn *vajra*, bốn ánh sáng, bốn trung tâm năng lượng, bốn nghiệp nhiễm ô, sự tịnh hóa bốn che ám, bốn giai đoạn của thành tựu và bốn thân Phật. Trong phần mở đầu, tôi sẽ giải thích ý nghĩa riêng biệt của các phân chia phụ này, và vào cuối bài viết tôi sẽ giải thích phương thức để kết hợp chúng chặt chẽ như các phần của bốn quán đảnh.

Quán đảnh, hay sự nhập môn, được phân loại thành ba trình độ khác nhau, như đã nhắc đến trước đây. Thứ nhất là quán đảnh của nguyên nhân (hay nền tảng). Khi chúng ta lần đầu tiếp nhận quán đảnh, sự quán đảnh bắt đầu mở ra năng lượng thân thể, cảm xúc và hệ thống tri thức của chúng ta đến sự tu hành, kinh nghiệm và thành tựu của mật tông.

Thứ hai là sự quán đảnh của con đường. Sau khi bắt đầu trên con đường mật truyền, qua rèn luyện như *Ngöndro* và bằng việc nhận quán đảnh nhiều lần, bao gồm những tu hành mật tông được thảo luận trong những trang sau đây, sự nhận biết và kinh nghiệm của chúng ta sẽ tiến bộ.

Thứ ba là sự quán đảnh của kết quả. Nó là sự hoàn thiện của mục tiêu quán đảnh, trí tuệ tối thượng với sự đạt được các thân được thảo luận trong các trang sau đây.

Sự tiếp nhận quán đảnh trong thực hành *Ngöndro* chủ yếu là quán đảnh con đường. Nhưng, dĩ nhiên, nó có thể là quán đảnh nguyên nhân nếu chúng ta chưa thực sự nhập môn hoặc chưa có bất kỳ kinh nghiệm tâm linh mật truyền nào, và chúng ta tiếp nhận quán đảnh như điểm khởi đầu của mình. Ngoài ra, nếu có nhận biết của trí tuệ nền tảng, nó sẽ viên mãn nhận biết của chúng ta. Thế nên nó là sự quán đảnh kết quả.

Nói chung, có ba giai đoạn của tâm thức và điều kiện tâm linh của chúng ta. Chúng là các giai đoạn tiêu cực, tích cực và hoàn thiện. Qua cái thấy, sống và thiền định đúng, chúng ta có thể chuyển hóa cuộc sống thế gian tiêu cực của mình thành một cuộc sống công đức tích cực, và cuối cùng hoàn thiện cuộc sống chúng ta thành một với trí tuệ toàn giác. Ở đây, mặc dù kết quả hay mục tiêu tối hậu của chúng ta là sự chứng ngộ hay viên mãn trí tuệ tối thượng (trong đó toàn bộ hiện tượng là một trong tánh giác ngộ và toàn thể pháp giới là một như năng lực biểu hiện của tánh giác ngộ đó), nhưng chúng ta chưa sẵn sàng để nhảy vọt từ tiêu cực đến hoàn thiện, vì phần lớn chúng ta là những cá nhân với các thói quen tiêu cực của phân biệt và cảm xúc.

Vậy chúng ta đang ở giai đoạn nào? Chúng ta đang ở trong mớ hỗn độn tiêu cực của trận chiến khái niệm, tâm thức, thân thể, và cảm xúc. Tất cả khái niệm và cảm xúc của chúng ta là tiêu cực. Phần lớn thời gian thức và ngủ của chúng ta đầy dẫy sự phân biệt, cảm xúc phiền não, hành động phòng vệ và tấn công, lo lắng, căng thẳng và đấu tranh.

Giờ đây, bằng vào sự tu tập, chẳng hạn như việc tiếp nhận bốn quán đảnh, chúng ta đang cố gắng chuyển hóa cuộc sống của thói quen tiêu cực thành tinh thần tích cực. Những kinh nghiệm tích cực có thể phát triển qua lòng bi hay thiền định trên lòng bi, sùng kính, hoặc nhận thức thanh tịnh, v.v...

Lòng bi thông thường v.v... không là sự thiền định của nhất như, bất nhị. Trái lại, lòng bi, sùng kính và thanh tịnh tối thượng thì không khác biệt với sự toàn giác hay trí tuệ bổn nguyên, sự nhất như. Song, trong lòng bi thông thường vẫn có cái thấy và kinh nghiệm hùng mạnh khiến tạo ra nhiều thiện nghiệp, công đức, ân phước, năng lượng và lợi ích cho chính mình và người khác. Những chuyển hóa như vậy xảy ra nhờ sự thay đổi cuộc sống chúng ta từ tiêu cực đến tích cực, vì thế mà sự quán đảnh của con đường là một trong các thực hành mạnh mẽ nhất.

Nếu chúng ta có năng lực tích cực và sức mạnh thì sự chứng ngộ viên mãn, vốn là trí tuệ tối thượng, là điều hoàn toàn có thể, và sự chứng ngộ đó là quán đảnh kết quả. Sự hoàn thiện là việc trở thành một hoặc tái phát hiện bản tánh tuyệt đối của chính chúng ta - sự thấy biết toàn khắp, cực lạc, an bình của Phật tánh. Sự hoàn thiện là mục tiêu của chúng ta, nhưng không nên tham vọng chỉ hướng về mục tiêu tối thượng mà quên đi việc chuyển hóa cuộc sống tiêu cực của chúng ta thành tích cực, nếu không thì sự tu tập sẽ không có hiệu quả.

MƯỜI MỘT PHÂN CHIA CỦA TIẾP NHẬN BỐN QUÁN ĐẢNH

BA (HAY BỐN) CHỦNG TỰ (YI GE GSUM)

TRONG BỐN QUÁN ĐẢNH, chúng ta quán tưởng chữ OṂ màu trắng tại trán của *Guru Rinpoche*, chữ ĀḤ màu đỏ nơi cổ họng Ngài, và chữ HŪṂ màu xanh dương nơi ngực như những chủng tử tự hay âm gốc biểu thị hay đại diện cho thân *vajra*, khẩu *vajra*, ý *vajra*, và trí tuệ *vajra* của Ngài để nhận được quán đảnh.

Trước tiên tôi muốn nói vài lời về ý nghĩa của những chữ hay âm tiết. Bạn có thể học trong các nghi quỹ thiền định mật tông rằng âm tiết luôn luôn giữ một vai trò quan trọng khi bạn tạo ra hay hóa tán sự quán tưởng. Trong các nghi quỹ mật tông (không quá nhiều trong thực hành *Guru Yoga*) sự phát triển thiền định chi tiết của giai đoạn phát triển và hoàn thiện, như là *Rigdzin Dupa* và *Yumka Dechen Gyalmo*, trước tiên, trong một lãnh vực rộng mở rỗng không, chúng ta quán tưởng một chữ, chủng tử tự, và sau đó chủng tự chuyển thành hình ảnh của Bổn tôn. Hoặc đôi khi chúng ta quán tưởng trước tiên một chủng tự, sau đó chủng tự chuyển thành một cõi tịnh độ, sau đó quán tưởng chủng tự khác trong cõi tịnh độ rồi chuyển thành một ngai hoa sen; và trên hoa sen đó chúng ta quán tưởng chủng tự khác, và sau đó chuyển thành Bổn tôn với các chủng tự tại những trung tâm năng lượng của Ngài. Do vậy, chủng tự là hạt giống (chủng tử) của sự quán tưởng trong giai đoạn phát triển và là trung tâm của suối nguồn năng lực. Ngoài ra, trong giai đoạn hoàn thiện, mọi hiện tượng tan hòa vào các Bổn tôn, và Bổn tôn tan hòa vào chủng tự, và cuối cùng chủng tự tan hòa vào rỗng không. Thế nên, chủng tự có một vai trò rất đặc biệt trong giai đoạn phát triển cũng như trong giai đoạn hoàn thiện.

Tại sao những chủng tự lại quan trọng đến thế? Khi chúng ta suy nghĩ về hoặc thấy điều gì đó, chẳng hạn một ngọn núi, tiến trình tư duy của chúng ta đi theo cách này: "Ồ, đây là một ngọn núi." Hoặc, "Cái này đang ở đây." Thậm chí nếu chúng ta không biết đó là một ngọn núi, chúng ta vẫn nghĩ, "Cái này ở đây", "Đây là một vật màu xanh lục," hoặc những câu gì đó tương tự. Chúng ta lập tức gán một nhãn hiệu, từ ngữ hay tên gọi cho nó. Không có sự gán nhãn với một số giải thích, chúng ta không thể tham gia vào tiến trình của tư duy. Sự gán nhãn là gốc rễ hay là một trong những khía cạnh quan trọng nhất trong việc tạo ra ảo tưởng thế gian cũng như trong sự hòa tan và quay lại vào giai đoạn không có gì.

Thế nên bây giờ, khi thực hành chúng ta quán tưởng những chữ trong dạng chủng tự (hay đôi lúc trong dạng biểu tượng pháp khí cầm tay của Bổn tôn) vì lợi ích của thiền định. Những chữ trong hình dạng hay nét vẽ là không thực sự là từ ngữ hay chữ viết nguyên thủy. Những chữ trong thực tế là khái niệm gán nhãn đặt lên đối tượng tinh thần để diễn tả những khái niệm của ta hay tạo dấu ấn cho những ý tưởng của chúng ta. Đó có thể là những ý tưởng như *"núi," "bạn,"* hay *"tôi,"* là sự diễn tả những khái niệm phàm tục; hoặc giống như OṂ, ĀḤ, và HŪṂ bày tỏ những diễn tả tâm linh hay không thể mô tả, hoặc ý nghĩa tối thượng vượt khỏi các diễn tả dựa trên khái niệm.

Để chú tâm vào sự chuyển hóa những hoàn cảnh tiêu cực thành tích cực qua sự quán tưởng hay giao tiếp, chúng ta quán tưởng hay thấy những chữ trong các hình tướng. Những chữ hay âm tiết trong thực tế chỉ là sự dán nhãn của tâm thức chúng ta, và đó là gốc rễ, khởi nguyên và bắt đầu của việc phát sinh khái niệm và cảm xúc. Đó là lý do tại sao việc thấy và tịnh hóa những chủng tự được đề cập với gốc rễ, sự khởi đầu của khái niệm, bằng việc sử dụng hình tướng.

(Ngay cả trong văn phạm, theo hệ thống Tây Tạng, âm tiết (chủng tự) hay chữ. Như "*ka*" và "*a*" là nền tảng của ngôn ngữ. Chúng không truyền đạt được bất cứ ý nghĩa nào. Sự kết hợp nhiều chữ như thế tạo thành một danh từ. Sự kết hợp nhiều danh từ hay từ ngữ như chủ từ, động từ, túc từ và tính từ tạo thành một câu. Do vậy, những chữ như "*ka*" và "*a*" là hình thể đầu tiên, là gốc rễ của mọi phức tạp trong giao tiếp hoặc cấu trúc diễn tả, và chúng là cốt lõi cho việc hoàn tất một tiến trình tư duy.)

Tại sao chúng ta quán tưởng chúng trong dạng hình tướng? Có hai mục đích chính: với người mới bắt đầu như chúng ta, quán tưởng dạng những chữ nguyên thủy giúp rèn luyện tâm để thấy và tập trung vào điểm thích hợp. Điều này đem chúng ta trở lại điểm khởi đầu của tâm thức tiến hóa, có thể đưa chúng ta vượt đến Niết-bàn.

Làm thế nào chúng ta sử dụng thực sự những chữ trong quán đảnh? Trong thực hành *Ngöndro*, chữ OṂ màu trắng tại trán của *Guru Rinpoche* là hạt giống hay chủng tử tự gốc của thân *Guru Rinpoche*; chữ ĀḤ màu đỏ tại cổ họng Ngài là cho khẩu *vajra*, chữ HŪṂ màu xanh dương tại ngực Ngài là cho ý *vajra*; và cũng có một chữ HŪṂ màu xanh dương thứ hai nơi ngực Ngài là cho trí tuệ *vajra*. Chúng ta kết hợp chặt chẽ những chữ của ánh sáng thanh tịnh này như năng lực hay trung tâm năng lượng của *Guru Rinpoche* và suối nguồn ban phước cho thiền định của chúng ta.

Tại sao chỉ có những chữ này? Thay vào đó, có thể là bất kỳ chữ hay biểu tượng nào, vì mọi hiện tượng đều là sự diễn đạt của bản tánh nền tảng, là năng lực ban phước của Phật quả. Tuy nhiên, đối với sự rèn luyện của người chưa nhận biết, việc tập trung chú tâm vào một cấu trúc và mục tiêu đặc biệt là điều quan trọng, một kết cấu của sự tích cực, sự diễn tả tâm linh và năng lượng không theo chân lý quy ước.

Những chữ OṂ, ĀḤ, HŪḤ và HŪṂ được đưa ra trong kinh điển là các biểu tượng hạt giống của thân, khẩu, ý và trí tuệ của chư Phật. Để sử dụng những chữ này như một đối tượng của thiền định nhằm đem lại sự tập trung, xây dựng khuôn phép và nhận thức tích cực trong tâm chúng ta, và chúng trở thành một nguồn ban phước, năng lực và giác ngộ. Ví dụ, nếu một vị thầy vĩ đại đã giác ngộ an trụ và thiền định ở một nơi nào đó và phô diễn rất nhiều sự kỳ diệu của sự chứng ngộ, sau này chúng ta nghĩ rằng nơi đó có một năng lực và năng lượng ban phước đặc biệt, và chúng ta gọi đó là một nơi hành hương. Cũng giống như vậy, những chữ OṂ, ĀḤ, HŪḤ và HŪṂ đã được ban phước bởi hàng trăm ngàn bậc thánh, nhà hiền triết và chư Phật như tinh túy hay như những chữ hạt giống (*chủng tử tự*), là điểm tạo ra đầu tiên của thân, khẩu, ý và trí tuệ *vajra* giác ngộ. Do vậy, những chữ này không chỉ được thiết kế như các chữ biểu tượng của thân, khẩu, ý, và trí tuệ - vì khi chúng ta nói "*núi*", hình ảnh và ý niệm về một ngọn núi xảy ra trong tâm thức chúng ta - mà những chữ này thực sự có năng lực và năng lượng ban phước.

Theo kinh điển, một chữ được ban phước, giống như chữ OṂ, có thể biểu tượng hóa nhiều ý nghĩa; chẳng hạn, OṂ là từ ghép của A, O, và M, biểu tượng thân, khẩu và ý *vajra*. Ngoài ra, A là bản tánh bổn nguyên, suối nguồn của mọi diễn tả. A là chữ biểu tượng của sự bất nhị, bất sinh và rỗng không. Chữ HŪṂ có năm phần, được biểu tượng hóa là năm trí, v.v... Có nhiều cách biểu tượng hóa khác nhau và thấy chúng theo những cách khác nhau.

BA (HAY BỐN) VAJRA

BA *vajra* là các trung tâm năng lượng ban phước thân *vajra* của *Guru Rinpoche* để nhận được sự quán đảnh trong thiền định của chúng ta. Chúng là trán (giữa hai chân mày) của *Guru Rinpoche* như điểm trung tâm cho thân *vajra*, cổ họng cho khẩu *vajra*, ngực Ngài cho ý *vajra* và trí tuệ *vajra*

Tại sao các điểm trọng tâm riêng biệt này lại tiêu biểu thực sự cho thân, khẩu, ý, và trí tuệ *vajra* của *Guru Rinpoche*? Trong thiền định, thân *Guru Rinpoche* là toàn bộ thân *vajra* từ đầu tới chân. Khẩu *vajra* của Ngài là toàn bộ năng lượng và biểu hiện của Ngài xuất phát hay hiện diện trong tất cả năng lượng kinh mạch của thân *vajra* của Ngài. Ý *vajra* là tâm bi mẫn và toàn giác, thoát khỏi khái niệm và giới hạn. Trí tuệ *vajra* là sự hiểu thấu chân lý tuyệt đối đúng thật như nó đang hiện hữu và chân lý quy ước đúng thật như nó xuất hiện.

Tuy nhiên, trong thiền định, vì mục đích tập trung rèn luyện, chúng ta định vị tại trán, cổ họng, và ngực như các điểm trọng tâm về năng lượng ban phước của thân, khẩu, ý và trí tuệ *vajra* của Ngài. Nếu đang thiền định, chúng ta cần tập trung chú tâm và phải định vị một nơi để tập trung. Khi thấy thân *vajra* của *Guru Rinpoche*, chúng ta thấy chủ yếu là khuôn mặt trẻ trung, hùng mạnh và từ ái. Với đôi mắt của một tâm tinh thần, phần quan trọng hay thu hút nhất khi thấy thân là khuôn mặt và có thể đặc biệt là trán. Khẩu *vajra* có thể dễ hiểu hơn, vì chúng ta nói từ miệng hoặc qua cổ họng, và đó là lý do tại sao miệng hay cổ họng lại là điểm trọng tâm cho khẩu *vajra*. Ý *vajra* cũng như trí tuệ *vajra* thì dễ nhận biết, cảm nhận, kinh nghiệm hơn từ sâu trong ngực, và ngực là trung tâm của toàn bộ cấu trúc thân thể; do vậy ngực được thiết kế như điểm trọng tâm của ý *vajra* và trí tuệ *vajra*.

Thân *vajra*, khẩu *vajra*, ý *vajra* và trí tuệ *vajra* là gì? Chúng là các phương diện đầy đủ của một vị Phật (cũng như của một người bình thường). Tuy nhiên, ở đây chúng ta nói về thân, khẩu, ý và trí tuệ *vajra* của *Guru Rinpoche*.

Thân *vajra* trong hai dạng: *Guru Rinpoche* là một vị Phật và trong tướng thân *vajra* thật sự của Ngài tự nó hiện diện như một thân hoan hỷ (Báo Thân) (*Longs sKu*), thân thanh tịnh cực điểm với các phẩm tánh của năm chắc chắn. Nhưng với chúng ta thì không thể thấy thân hoan hỷ của Ngài, tướng thanh tịnh của Phật, chúng ta thấy Ngài trong hóa thân (*sPrul sKu*) như *Guru Rinpoche*, thân tướng mà bất cứ người nào cũng đều có thể nhận thức được vì có nhiều đặc tính trần tục. Trong thiền định, chúng ta quán tưởng thân Ngài trong dạng ánh sáng rực rỡ với năng lực, vẻ đẹp và năng lượng làm kinh ngạc.

Khẩu *vajra* của *Guru Rinpoche* là sự biểu hiện của năng lượng, phẩm tánh và sự truyền đạt với sáu mươi âm điệu hài hòa của Giáo Pháp.

Ý *vajra* của *Guru Rinpoche* thoát khỏi mọi khái niệm nhị nguyên cũng như hai che ám - sự che ám bản tánh bổn nguyên và sự che ám của những nhiễm ô từ bên ngoài. Do vậy, nó thanh tịnh trong bản tánh và cũng thanh tịnh với những bất tịnh xuất hiện đột ngột.

Trí tuệ *vajra* của *Guru Rinpoche* là thấu biết hai chân lý - biết chân lý tối thượng đúng thật như nó đang hiện hữu, và biết chân lý quy ước, mọi sự xảy ra trong thế gian, một cách tự phát và cùng lúc.

ÁNH SÁNG BAN PHƯỚC ('OD ZER)

HIỂU ĐƯỢC ÁNH SÁNG là gì là điều rất quan trọng và đáng quan tâm. Với những phàm phu chúng ta, *"ánh sáng"* có nghĩa là cái gì đó như ánh sáng mặt trời, ánh sáng cầu vồng hay ánh sáng phát ra từ đồ vật bằng pha lê. Các loại ánh sáng này rất đẹp và là một trong những dạng vi tế nhất mà mắt thường có thể thấy. Nhưng, sau đó, theo kinh điển đạo Phật, ở giai đoạn của một người đã nhận biết cao hay trong trạng thái của Phật quả, tâm của Đức Phật, cũng như hiện tượng ở trước Đức Phật lại không hoạt động như chủ thể và đối tượng, mà hiện diện như sự nhất như. Ngài thấy hoặc đúng hơn là nhận biết và thấu suốt tất cả mọi thứ cùng lúc không có sự phân chia vị trí chủ thể và đối tượng, vốn là giới hạn về thời gian và hạn chế về không gian hay chiều kích. Tất cả đều hiện diện như *rangnang (Rang sNang)*, hiện tượng tự hiện, hay như *rigtsal (Rig sTsal)*, năng lực của tự thân trí tuệ giác ngộ. Đôi khi cũng được gọi là *rang-ö*, ánh sáng tự thân, hay sự tự tỏa sáng, có nghĩa đối tượng và hiện tượng vật chất không là hai vùng tách biệt mà là một trong ánh sáng thanh tịnh - sự tỏa sáng của tự thân bản tánh giác ngộ.

Khi nói, "*tự sinh*" hay "*tự tỏa sáng*", lập tức chúng ta có thể nghĩ rằng đó là một trí tuệ trong trung tâm như người sáng tạo và ánh sáng bên ngoài đó như sự sáng tạo. Chúng ta lập tức đặc tính hóa và phân loại mọi thứ vì nó thích hợp với tâm phàm tục thông thường của chúng ta. Nhưng không có sự phân loại của người sáng tạo, sự tạo tác của tâm và vật chất như vậy, và tất cả đều hiện diện một cách tự nhiên, giống như hư không và sự rộng mở của hư không. Chúng ta không thể đưa ra bất cứ ví dụ tương đồng nào về nó vì tất cả những gì một tâm khái niệm suy nghĩ hay dự định đều dưới dạng nhị nguyên và khái niệm bám chấp. Và đó là điểm chính, đó là chân lý tối hậu, là Phật tánh, được mô tả như *nangtong yerme (sNang sTong dByer Med)*, sự bất khả phân giữa hình tướng và tánh không. Trong sự hợp nhất của tánh không và ánh sáng tự hiện của Phật tánh không có những khái niệm nhị nguyên, không giới hạn, không biên giới, không hạn chế, và không phân biệt giữa bạn và tôi - tất cả đều ở trong cái một (nhất như): nhất như của an bình, hoan hỷ và ánh sáng. Khi chúng ta nói rằng hiện tượng xuất hiện như bản tánh của ánh sáng hay ánh sáng tự xuất hiện của Phật tánh, chúng ta không nói về ánh sáng thông thường, giống như ánh sáng cầu vồng hay ánh sáng trong dạng chiếu sáng, lóe sáng, và hiện tượng ánh sáng lung linh, mà là ánh sáng thanh tịnh trong sáng bất biến của bản tánh thanh tịnh.

Ánh sáng thông thường không phải là mục tiêu thực sự chúng ta theo đuổi. Tuy nhiên, như một phương tiện thiện xảo vì lợi ích của thiền định, chúng ta thấy *Guru Rinpoche* và sự ban phước của Ngài trong dạng ánh sáng thông thường (sự vi tế nhất trong mọi hiện tượng thông thường có thể nhìn thấy được), và trong lúc này nó giúp chúng ta nhìn thấy sự vật ít cứng rắn, ít thô nặng, tự do, trong sáng, an bình và yên tĩnh. Thế nên, loại cái thấy, cảm nhận được tạo bởi ánh sáng sẽ giúp dẫn dắt chúng ta đến ánh sáng thanh tịnh cực điểm của sự hiện diện bất nhị của Phật tánh trong tương lai tối hậu.

Như các bạn biết, đối với chúng ta, do những cảm xúc và khái niệm nhị nguyên, cố chấp, nên mọi hiện tượng trước tâm khái niệm của chúng ta luôn xuất hiện và hoạt động như sự thô nặng, bền vững, cứng chắc và rõ rệt, và như một nguồn thay đổi bất tận của đau khổ và kích động. Khi chúng ta loại bỏ được những khái niệm và cảm xúc nhị nguyên cố chấp và đạt được trạng thái toàn giác thì mọi hiện tượng sẽ trở thành nhất như trong sự an bình, rộng mở, tĩnh lặng và nhẹ nhàng, và đó là sự thành tựu của ánh sáng thanh tịnh hay ánh sáng tối thượng. Nhưng trong thiền định *Ngondrö*, vì chưa giác ngộ nên chúng ta sử dụng dạng ánh sáng thông thường như phương tiện để rèn luyện.

Một quyển kinh *Dzogpa Chenpo* nói rằng, đối với phàm phu thì tất cả những hiện tượng vật thể xuất hiện như sự cấu thành của năm yếu tố (ngũ đại), nhưng trong Phật tánh chúng hiện diện như ánh sáng thanh tịnh trong năm màu, ánh sáng tự hiện của Phật trí. Năm màu là năm trí của Phật tánh, vì không có vật chất nào mà không là trí tuệ Phật. Nhưng với người bình thường như chúng ta, vì thật tánh bị che ám, ánh sáng năm màu lại nhận theo dạng vật chất của thế gian, cứng chắc, thô nặng, và hiện tượng thay đổi bao gồm năm yếu tố thô. Kết quả là tâm thức cố chấp này trở thành nguồn đau khổ và kích động vì những phiền não của tham lam, thèm khát và thù hận, vốn có nguồn gốc từ sự chấp ngã.

Nếu đọc một vài quyển sách về những kinh nghiệm cận tử, bạn sẽ thấy không chỉ người giác ngộ mà ngay cả người bình thường cũng đều có những kinh nghiệm cận tử trải qua ánh sáng thanh tịnh. (Kinh điển Phật giáo Mật tông đồng ý rằng mọi người đều kinh nghiệm một tia chớp lóe của bản tánh tối thượng và ánh sáng thanh tịnh vào lúc chết.) Điều này không phải là một đối tượng bên ngoài, mà là sự bất nhị, và ánh sáng đó không phải là một sự vật, mà là cảm nhận của an bình và cực lạc. Ánh sáng đó không chỉ là ý niệm của chúng ta, mà là ánh sáng của cảm nhận, ánh sáng của kinh nghiệm, ánh sáng của an bình và đại lạc.

Tôi nghĩ, những gì chúng ta đang nói chỉ là một cái nhìn thoáng qua của ánh sáng thanh tịnh. Ngoài ra, sự an bình và cực lạc không phải là những gì mà phàm phu chúng ta khái niệm hóa về sự an bình và cực lạc, mà nó vượt lên sự mô tả, thời gian và chiều kích. Vì thế, ngay cả những người đang trải qua kinh nghiệm cận tử cũng có một vài thoáng nhìn về ánh sáng thanh tịnh.

Hãy quán tưởng *Guru Rinpoche* trong thân ánh sáng của Ngài và tiếp nhận sự ban phước trong dạng ánh sáng là một tiến trình đem lại năng lượng ban phước vào tâm chúng ta để có thể tịnh hóa và chuyển cái thấy và cảm nhận trong tâm thức của chúng ta thành Phật trí tối thượng, đó là sự hợp nhất của rộng mở và ánh sáng thanh tịnh. Dĩ nhiên chúng ta cũng có thể sử dụng bất cứ phương tiện nào khác hơn ánh sáng, như là cam lồ, lửa, hay gió như phương tiện của sự tịnh hóa và hoàn thiện; nhưng trong pháp quán đảnh này, chúng ta sử dụng ánh sáng như phương tiện của rèn luyện.

Theo Ngài *Khenpo Ngagchung*,[100] khi bạn tiếp nhận ánh sáng trắng của thân, hãy quán tưởng nó như ánh sáng mặt trăng; khi tiếp nhận ánh sáng đỏ của khẩu, hãy quán tưởng nó như chớp lóe; khi bạn nhận ánh sáng xanh dương của ý, hãy quán tưởng nó như khói hương trầm (không phải khói màu tối, mà là khói thanh tịnh màu xanh nhạt thanh tịnh); và với trí tuệ ban phước là một chữ HŪṂ màu xanh.

BỐN (HAY BA) TRUNG TÂM CỦA THÂN
(GNAS GSUM)

Đó là đỉnh đầu, cổ họng ngực, và trái tim, là bốn điểm năng lượng trọng yếu của thân, nơi chúng ta tiếp nhận ánh sáng ban phước. Lý do chọn lựa những nơi này đã được để cập đến trước đây.

BỐN NGHIỆP (LAS BZHI)

Chúng ta tịnh hóa bốn nghiệp bất thiện bằng phương tiện tiếp nhận bốn ánh sáng ban phước từ *Guru Rinpoche*. Bốn nghiệp bất thiện là những nghiệp bất thiện của *thân, khẩu, ý* và *nền tảng phổ quát*.

Có rất nhiều loại nghiệp bất thiện phạm vào bởi thân, khẩu và ý của chúng ta, nhưng tất cả được xác định và phân chia thành mười hành động bất thiện. Mười bất thiện nghiệp là: ba nghiệp bất thiện của thân: giết hại, trộm cắp và tà dâm; bốn nghiệp bất thiện của khẩu: nói dối, nói lời phỉ báng, nói lời đâm thọc, gây chia rẽ, và nói lời vô nghĩa; và ba nghiệp bất thiện của ý: tham lam, sân hận và sai lầm, tà kiến do vô minh.

Loại nghiệp thứ tư là nghiệp của nền tảng phổ quát. Để giải thích nền tảng phổ quát, tốt hơn chúng ta nên nói đôi lời về tám loại (hay bảy loại) thức.[101] Hệ thống tám thức chủ yếu thuộc về sự giải thích của *Du-già hành phái* (*Yogācāra*) thuộc Phật giáo Đại Thừa, những người đi theo các kinh điển thuộc về lần chuyển Pháp luân thứ ba của Đức Phật. Tuy nhiên, hệ thống tám thức cũng là một quan điểm phổ biến trong kinh điển Mật tông. Tám thức không phải là tám ý thức riêng biệt khác nhau, mà là tám giai đoạn khác nhau của tiến trình tâm linh chúng ta, vì nó phát triển thành một tâm có đầy đủ khả năng hoạt động hình thành một nghiệp và kinh nghiệm kết quả.

Nền tảng phổ quát là một trạng thái không hoạt động và trung tính, giống như khi ngủ, hoặc có thể nói là một trạng thái vô thức trong đó không có tư duy, vì tâm bạn chưa hướng về bất cứ đối tượng nào. Tuy vậy, nó là nền tảng, căn bản, hay nguyên cớ từ đó các khái niệm và cảm xúc của luân hồi tăng trưởng, và đau khổ được tạo ra như là kết quả. Cũng vậy, bằng cách siêu việt hay thoát ra khỏi trạng thái đó, thông qua trí tuệ chứng ngộ thật tánh, hành giả đạt đến Phật quả.

Với những chúng sanh của luân hồi, từ nền tảng phổ quát đó xuất hiện tám thức, và nghiệp được hình thành, làm nhiên liệu cho chu trình sinh ra.

(1) Thức của nền tảng phổ quát là thức trong đó tâm thấy rõ ràng (mThong) phạm trù đối tượng mơ hồ nói chung. Tâm tiếp cận hay cởi mở với phạm trù đối tượng chung, nhưng không có tư duy nhận thức (rTog Pa) bất cứ điều gì như là đối tượng.

(2 - 6) Năm thức của giác quan là những thức mà tâm trở nên nhận biết rõ ràng (Rig Pa) về năm đối tượng giác quan riêng biệt, xuất hiện trước tâm thông qua những thức cụ thể của các giác quan: nhãn thức để thấy, thiệt thức để nếm, tỉ thức để ngửi, nhĩ thức để nghe, và thân thức để xúc chạm hay cảm nhận. Ở đây có vẻ như là năm thức khác nhau, nhưng chỉ có một tâm, và tâm đó tiếp cận với các đối tượng thông qua một trong năm cửa, mỗi lần một cửa. Điều này cũng giống như là bạn nhốt một con khỉ trong căn nhà có năm cửa sổ. Con khỉ nhìn ra ngoài qua một cửa sổ và rồi lại đến một cửa sổ khác. Bạn có thể tưởng là có năm con khỉ, nhưng thực tế chỉ có một con duy nhất chạy quanh và nhìn ra qua những cửa sổ khác nhau.

(7) Tâm thức (Mạt-na thức). Trong những giai đoạn trước đó, tâm bạn trước tiên thấy được các phạm trù đối tượng, sau đó thấy rõ ràng phạm trù riêng biệt của từng giác quan cụ thể. Và giai đoạn giờ đây là khoảnh khắc đầu tiên xuất hiện một khái niệm hay tư duy (rTog Pa) của việc nhận hiểu những gì tâm đang thấy nói chung, như một (ý niệm) chung chung về đối tượng (gZungs Ba), và ta nghĩ: "Cái này là thế này..."; và ngay khi ấy đã hình thành người nhận hiểu (hay người chấp bám), tức là chủ thể. ('Dzin Pa).

(8) Tâm thức nhiễm ô. Ngay khi chúng ta có một khái niệm phân biệt nhị nguyên kiểu "Cái này là thế này," theo sau đó liền có ngay tất cả những khái niệm chi tiết hay phân tích (dPyod Pa) về tốt, xấu, cao, của tôi, của bạn - với các cảm xúc phiền não của việc ưa thích, ghét bỏ hay trung lập.

Do đó, sự kết hợp tám thức này cấu thành tiến trình của một khái niệm nhị nguyên và phân biệt, với các cảm xúc phiền não, và điều này hoàn tất việc kết thành một nghiệp.

Trong số những yếu tố này, ý thức của tâm và năm giác quan là phương tiện hay công cụ để tạo thành nghiệp. Ý thức của một tâm nhiễm ô, có nghĩa là những tâm thiện, ác và không thiện không ác, chính là tác nhân tạo thành nghiệp. Thức nền tảng phổ quát cung cấp không gian hay cơ hội để tạo thành, làm tăng thêm hay giảm nhẹ nghiệp. Nền tảng phổ quát là nơi các nghiệp được chứa giữ hay duy trì cho đến khi chúng không còn nữa vì đã hiển lộ trọn vẹn thành những kinh nghiệm trong đời sống (kết quả) hoặc được tịnh hóa bởi các nghiệp đối trị.

Như vậy, giờ đây đã có thể dễ dàng nhận hiểu khi chúng ta nói đến nghiệp của thân, khẩu và ý. Nghiệp của nền tảng phổ quát là nghiệp được lưu trữ trong nền tảng phổ quát, hay theo Ngài *Khenpo Ngagchung*[102] thì nó là nghiệp được tạo ra bởi thức của nền tảng phổ quát, vốn có các khái niệm nhị nguyên (một sự che ám trí tuệ) với những dấu vết.

BỐN CHE ÁM (sGrib Pa bZhi)

PHẠM TRÙ NÀY LIÊN QUAN đến việc tịnh hóa những bất tịnh của kinh mạch, khí hay năng lượng, tinh chất và trí tuệ của chúng ta. Trước hết chúng ta sẽ nói về kinh mạch, khí và tinh chất.[103]

Theo kinh điển [Mật tông], những kinh mạch thân thể là phương diện quan trọng nhất, giống như nền tảng, căn bản, ngôi nhà hay đường xá. Khí hay năng lượng gây ra sự thay đổi, tiến triển, gia tăng hay suy giảm trong năng lực của sự diễn tả, giống như khía cạnh trú ngụ trong nhà hay đi xe trên đường. Tinh chất là cái cần để tiến triển, giống như ông chủ ngụ trong nhà này và đi trên đường. Trong thực hành mật tông, tinh chất giác ngộ (*Bồ-đề tâm*) được nhận ra, tinh luyện và hoàn thiện qua con đường của việc tịnh hóa kinh mạch nhờ lực chân chính của khí hay năng lượng.

1. Các kinh mạch (rTsa):

THÂN THỂ LÀ MỘT PHỨC hợp của các kinh mạch. Việc các kinh mạch cụ thể này hiện hữu một cách vật chất trong thân người bình thường hay chúng là kết quả được tạo ra bởi thiền định là một nghi vấn. Ngài *Jigme Lingpa* đặt tên chúng là các kinh mạch được phát triển nhờ thiền định (*sGom Byung Gi rTsa*). Với một thiền giả thành tựu cao, những kinh mạch này trở thành kinh mạch thực sự trong thân thể và chúng đem lại năng lực và nhận biết của mật tông.

Có ba kinh mạch chính, *uma* ở trung tâm, *roma* bên phải, và *kyangma* bên trái. Với phụ nữ thì *kyangma* ở bên phải và *roma* bên trái.

Uma đi thẳng từ đầu xuống bộ phận sinh dục. Hai kinh mạch kia nằm ở bên phải và trái. (Theo thực hành mật tông, *roma* và *kyangma* buộc quanh *uma* với hai mươi mốt nút thắt, và khi các nút thắt này được mở ra qua lực của thực hành, sự nhận biết sẽ đạt được. Nhưng ở đây chúng ta chỉ nên thấy chúng thẳng đứng, kinh *uma* không bị buộc).

Có năm *chakra* (*luân xa* hay trung tâm) quanh ba kinh mạch, giống như những nan hoa của một cái dù. Tại đỉnh đầu là *chakra đại cực lạc* có ba mươi hai cánh, tại cổ họng là *chakra hỷ lạc* có mười sáu cánh, tại ngực là *chakra pháp*, có tám cánh, tại rốn là *chakra của sự hình thành* có sáu mươi bốn cánh, và tại bộ phận sinh dục là *chakra duy trì cực lạc* có bảy mươi hai cánh. (Cũng có những thực hành sử dụng sáu hay bảy *chakra*).

Cấu trúc và số lượng của các kinh mạch và *luân xa* tùy thuộc vào thực hành riêng (hay bản văn) mà bạn đi theo. Với sự tịnh hóa *Vajrasattva*, luận giảng của Ngài *Patrul Rinpoche* hướng dẫn hành giả quán tưởng kinh mạch *uma* với bốn luân xa đầu tiên. Trong thực hành *phowa*, kinh *uma* được quán tưởng kết thúc ở dưới rốn.

Kinh *uma* có bốn đặc tính. Nó màu xanh dương nhạt; rất mỏng, giống như cánh hoa sen; sáng sủa giống như ánh sáng của ngọn đèn; và thẳng, giống như một mũi tên bằng tre.

Bên phải là *roma*, màu trắng, tràn đầy dịch tinh chất. Bên trái là *kyangma*, màu đỏ, đầy máu, các kinh mạch này có kích cỡ bằng phân nửa kinh trung ương. Chúng đi thẳng lên và sau đó vòng quanh lỗ tai, đi qua lỗ mũi. Tại đáy, khoảng chiều ngang bốn ngón tay dưới rốn (tức là dưới rốn khoảng 5 cm) chúng gặp kinh *uma*, hình thành một dạng tương tự như chữ "*ch'a*" Tây Tạng. Chúng đi qua năm *chakra* (hoặc bốn, sáu, hay bảy).

Với người bình thường, ba kinh mạch này là biểu tượng của ba độc: *Uma* là si (vô minh)., *roma* là tham, và *kyangma* là sân. Trong đặc tính thanh tịnh của chúng, chúng là ba thân Phật: *Uma* là Pháp Thân, *roma* là Báo Thân và *Kyangma* là Hóa Thân.

2. Khí (rLung):

KHÍ GIỐNG NHƯ MỘT CÔNG cụ khiến gây ra hay cho phép sự vật thay đổi, di chuyển, tăng hay giảm. Khí là phương tiện truyền bá của khẩu. Những kinh mạch giống như một con đường, khí hay năng lượng và tinh chất giống như một con ngựa mù, kết hợp với tâm, giống như một người khập khiễng. Do đó khí thúc đẩy tinh chất thay đổi và di chuyển qua các kinh mạch. Khí có thể được phạm trù hóa thành ba khía cạnh năng lượng: bên ngoài, bên trong và bí mật.

Khí bên ngoài là cách hiểu thông thường về khí như đã giải thích trong hệ thống y học Tây Tạng. Có năm loại khí:

1. Sinh lực, làm duy trì hay kéo dài cuộc sống, vị trí ở tim.

2. Khí di chuyển lên trên, đó là khía cạnh của hơi thở và giọng nói di chuyển lên trên, vị trí trong phần trên cơ thể.

3. Khí tỏa khắp thâm nhập và kéo dài mọi phần của cơ thể.

4. Khí nóng, cung cấp hơi ấm và sự tiêu hóa, vị trí tại rốn.

5. Khí khai thông bên dưới, giúp thải bỏ vật chất, vị trí ở phần dưới cơ thể.

Khí bên trong được mô tả trong kinh điển [Mật tông] như năm loại khí phù hợp với năm màu. Khí năm màu đi trở lại giai đoạn nguyên thủy, như chúng ta đã thảo luận trong trường hợp ánh sáng năm màu. Khí năm màu tương ứng với năm yếu tố và năm cảm xúc. Yếu tố đất (địa đại) và cảm xúc kiêu mạn trong dạng khí màu vàng. Yếu tố nước (thủy đại) và cảm xúc sân hận trong khí màu trắng. Yếu tố lửa (hỏa đại) và cảm xúc tham dục trong khí màu đỏ. Yếu tố gió (phong đại) và cảm xúc ganh tị trong khí màu xanh lục. Yếu tố hư không và si (*vô minh*) trong khí màu xanh dương.

Khí bí mật là khí của năm trí tuệ. Năm màu của khí biểu thị màu sắc tự xuất hiện, như chúng ta đã đề cập trong trường hợp của ánh sáng. Màu vàng là trí tuệ của bình đẳng (*Bình đẳng tánh trí*) - trạng thái của chân như, hợp nhất và không thiên vị. Màu trắng là trí tuệ như gương (*Đại viên cảnh trí*), biểu thị tất cả như sự tự hiện, như một gương cung cấp cho tất cả sự vật có khả năng xuất hiện như sự phản chiếu. Màu đỏ là trí tuệ phân biệt (Diệu quán sát trí), thấu suốt tất cả và từng cái cùng lúc, không nhầm lẫn. Màu xanh lục là trí tuệ của sự thành tựu (*Thành sở tác trí*), sở hành của đức Phật đáp ứng mọi nhu cầu. Màu xanh dương là trí tuệ của lãnh vực tối thượng (*Pháp giới thể tánh trí*), hoàn toàn thanh tịnh và rộng mở, giống như hư không.

Ngoài ra, trong thiền định, có ba loại khí hay hơi thở thiền quán. Chúng là khí hít vào, lưu giữ, và thở ra trong chu trình của thiền định.

3. Tinh chất (Thig Le):

ĐÂY LÀ TINH CHẤT CỦA thân vật chất cũng như tinh túy hay kinh nghiệm của giác ngộ tâm linh (*Bồ-đề* tâm), sự hợp nhất của cực lạc và tánh không. Nó giống như ông chủ hay hành khách trong chiếc xe năng lượng trên con đường kinh mạch. Trong chân lý tương đối, nó là nền tảng của tâm, và trong chân lý tuyệt đối nó chính là tâm giác ngộ. Tinh chất có hai khía cạnh: tinh chất tương đối và tinh túy tuyệt đối.

Tinh chất tương đối là tinh chất thô - chất dịch trắng và đỏ. Các kinh mạch của thân chứa đầy tinh chất trắng hoặc đỏ.

Tinh túy tuyệt đối là các kinh mạch của ánh sáng thanh tịnh (như đã để cập ở trên) tràn đầy với gió năm trí tuệ trên năng lượng (của năm màu) tinh túy ánh sáng thanh tịnh của trí tuệ trong năm màu. Tinh chất (cũng như các kinh mạch và khí) của ánh sáng ngũ sắc là năm trí tuệ Phật, sự hiện diện bất nhị của Phật tánh và năng lực tự biểu hiện của nó. Điều đó có nghĩa tinh túy của ánh sáng thanh tịnh năm màu là những trí tuệ Phật.

Trong phương pháp thực hành này, hãy thấy và quán tưởng kinh mạch trung ương *uma* ở giữa thân thể, bên phải và trái của nó là kinh mạch *roma* và *kyangma*, khởi đầu từ hai lỗ mũi và kết thúc tại kinh *uma* ở dưới rốn. Quán tưởng chữ HAM trong dạng một tinh chất trắng với bản tánh cực lạc tại phần cuối trên đỉnh của kinh *uma*. Hãy thấy như thể chữ HAM gần như tan chảy và nhỏ giọt cực lạc. Quán tưởng chữ ĀḤ màu đỏ tại nơi hai kinh *roma* và *kyangma* gặp nhau trong kinh *uma*. Nó là bản tánh của lửa-trí tuệ - một ngọn lửa với sức nóng. Chữ HAM trắng đại diện cho tính thiêng liêng của phái nam, và chữ AH đỏ tiêu biểu cho tính thiêng liêng của phái nữ. Chữ ĀḤ đỏ có bốn đặc tính - nó là một ngọn lửa của cực lạc, sức nóng, trong sáng và một điểm lửa sắc nhọn ở đỉnh. Ngoài ra, lửa này không phải là lửa hủy diệt hay thiêu đốt, mà là ngọn lửa ấm áp của cực lạc và tịnh hóa.

Nhờ hít gió vào qua kinh *roma* và *kyangma* làm thổi bùng ngọn lửa của cực lạc, và lửa trở nên lớn hơn, lớn hơn nữa. Ngọn lửa đi lên và tiếp xúc mọi phần của cơ thể, gửi đến những làn sóng nhiệt cực lạc, và chạm chữ HAM trắng. Khi chữ HAM trắng này, do bản tánh, hầu như tan chảy và nhỏ giọt với cực lạc, sự tiếp xúc của lửa làm nó quay xuống dưới và một dòng tinh chất cam lồ trắng vô tận của cực lạc chảy hay nhỏ giọt từ đỉnh của chữ HAM. Dần dần, nó làm đầy năm (bốn, sáu hay bảy) luân xa, phát sinh trí tuệ của bốn bậc cực lạc: cực lạc, cực lạc cao nhất, cực lạc phi thường và cực lạc bẩm sinh.

Khi cam lồ tràn đầy luân xa đầu, bạn kinh nghiệm trí tuệ của cực lạc. Khi nó đầy cổ họng bạn cảm nhận trí tuệ của cực lạc cao nhất. Khi nó tràn đầy luân xa ngực, bạn cảm thấy cực lạc phi thường. Khi nó đến luân xa rốn, bạn kinh nghiệm cực lạc bẩm sinh.

Hoặc khi cam lồ từ luân xa đầu đến luân xa cổ họng bạn cảm nhận cực lạc, từ cổ họng đến luân xa ngực là cực lạc cao nhất, luân xa ngực đến rốn là cực lạc phi thường, và từ rốn đến luân xa bí mật là cực lạc bẩm sinh.

Ngoài ra, hãy gửi ánh sáng cực lạc đến tất cả chư Phật như những cúng dường, và tiếp nhận trở lại ánh sáng cực lạc ban phước của các Ngài, hòa nhập chúng vào chữ HAM của cực lạc. Hãy gửi ánh sáng của cực lạc đến toàn thể thế gian, và hãy để chúng tỏa sáng rực rỡ trong nhất như của đại cực lạc, sự hợp nhất của cực lạc và tánh không.

Trong *Ngöndro*, bạn thường không nhất định phải thực hành thiền định về kinh mạch, khí và tinh chất như tôi vừa giải thích, nhưng khi chúng ta nhận được những ánh sáng ban phước, ta sẽ thấy và cảm nhận được rằng tất cả những gì là bất tịnh trong các yếu tố đó đều được tịnh hóa và chúng trở thành trong sạch cũng như có khả năng làm những kinh mạch trong sự thực hành các pháp tu tập mật truyền.

4. Trí năng (Shes Bya):

ĐÂY LÀ SỰ TỊNH HÓA che ám của trí tuệ *(sở tri chướng)*. Trí năng là tâm nhị nguyên, hay nó cũng được mô tả như cái thấy nhận thức sự vật có ba đặc tính: chủ thể, đối tượng và hành vi. Sự che ám trí tuệ là một trong hai che ám, cái kia là bị che ám bởi cảm xúc phiền não *(phiền não chướng)*. Các cảm xúc che ám là thô nặng, dễ nhận ra và tịnh hóa, nhưng che ám trí tuệ thì khó hơn, vì nó là khía cạnh của khái niệm nhị nguyên, là vi tế và là gốc rễ của mọi khái niệm phàm tục. Khi thoát khỏi hai che ám, chúng ta siêu vượt nghiệp quả, đạt tới Phật tánh, và trở thành toàn giác.

BỐN BAN PHƯỚC VAJRA (rDo rJe bZhi)

BỐN BAN PHƯỚC *vajra* này là sự tiếp nhận các ban phước của thân, khẩu, ý, và trí tuệ *vajra* của *Guru Rinpoche*, Đức Phật.

Thân *vajra (sKu rDo rJe)* là hai tướng thân của Đức Phật. Đó là tướng thanh tịnh của thân hoan hỷ và tướng bất tịnh của hóa thân. Trong lúc đang thực hành, bạn thấy thân *vajra* này trong dạng một hình ảnh sáng, quyền năng và truyền cảm hứng, với nhận thức thanh tịnh và niềm tin vào đó như suối nguồn tuyệt đối của sự tịnh hóa và quán đảnh. Ở đây, chúng ta không chỉ thực hành cái thấy và có niềm tin nơi thân *vajra* của *Guru Rinpoche* như thân Phật, mà toàn bộ pháp giới đều là tịnh độ của Phật, trong tướng ánh sáng thanh tịnh.

Khẩu *vajra* (*gSung rDo rJe*) có sáu mươi phẩm tánh hài hòa. Trong chân lý tương đối, nó là chân thật, thanh bình, hoan hỷ, khai sáng, bất diệt, tỏa khắp, và tất cả những phô diễn của Giáo Pháp. Trong chân lý tuyệt đối, nó là âm thanh tự hiện và sự hiện diện tự nhiên, thành tựu tự sinh, không tách rời khỏi trí tuệ của chính bản tánh tối thượng.

Ý *vajra* (*Thugs rDo rJe*) có bản tánh của hai thanh tịnh - thanh tịnh trong bản tánh bổn nguyên và thanh tịnh trong bất cứ sự bất tịnh ngẫu nhiên hoặc đột ngột nào.

Trí tuệ *vajra* (*Ye Shes rDo rJe*) là hai bậc trí tuệ - rõ biết chân lý tuyệt đối của tất cả đúng thật như đang hiện hữu và rõ biết mọi sự xảy ra trong chân lý tương đối cùng lúc như chúng đang xuất hiện.

(Kế tiếp là tự thân bốn quán đảnh trong thực tế, nhưng chúng ta sẽ bàn đến trong phần cuối, như phần kết thúc.)

BỐN THỰC HÀNH MẬT TÔNG

BỐN QUÁN ĐẢNH CHO PHÉP chúng ta thực hành và thành tựu bốn thực hành sau đây. Đó là các thực hành của giai đoạn phát triển, sự tụng niệm, *yoga* sức nóng của cực lạc tánh không, và Đại Viên Mãn. Trong bốn thực hành này, đầu tiên là giai đoạn phát triển, và ba thực hành tiếp theo tạo thành giai đoạn hoàn thiện trong hai giai đoạn của thực hành mật tông.

1. Giai đoạn phát triển (bsKyed Rim):

TRONG THỰC HÀNH NÀY bạn thấy hay tạo ra mọi hiện tượng như ba thanh tịnh hay sự chuyển hóa (*Dag Pa gSum* hoặc *'Khye So gSum*): (1) Bạn nhận thức, cảm thấy và tin tưởng thân tướng của chúng sanh là thân tướng chư Phật và đất đai hay bản tánh đều là tịnh độ của Phật. (2) Bạn nghe âm thanh như âm thanh thuần tịnh của đức Phật, như âm thanh phô diễn giáo pháp, các bài cầu nguyện, *mantra*, sự an bình, hoan hỷ và trí tuệ. (3) Bạn nhận ra tư duy là tư duy thanh tịnh của đức Phật, những tư duy của thanh tịnh, an bình, lòng bi, hoan hỷ, rộng mở, nhất như, cực lạc, trí tuệ và ánh sáng. Do vậy, cả ba phần này là ba thực hành tạo thành giai đoạn phát triển.

Thông thường chúng ta có thể nghĩ rằng giai đoạn phát triển bao gồm sự quán tưởng. Điều này vừa đúng vừa không đúng. Sự quán tưởng đúng là một phần quan trọng trong giai đoạn, nhưng không chỉ những hình ảnh quán tưởng mà tâm tạo ra để nhìn thấy bên ngoài như một đối tượng để chơi đùa và vui thú. Khi tâm chúng ta quán tưởng, thấy và nhận biết các sắc tướng, âm thanh và tư duy như là thanh tịnh và tập trung vào hoặc hợp nhất với sự quán tưởng về sắc tướng, hình ảnh và tư duy thanh tịnh này, sau đó vì nhận thức thanh tịnh của tâm chúng ta, toàn bộ thế giới trở thành thế giới của trí tuệ, an bình, rộng mở và ánh sáng Phật. Nếu chúng ta có tâm bi mẫn, toàn thể thế giới trở thành thế giới của lòng bi. Nếu chúng ta có tâm hoan hỷ, thì toàn bộ thế giới trở thành cảnh giới của hoan hỷ. Do đó, nếu chúng ta có nhận thức thanh tịnh và chứng nghiệm được sự thanh tịnh đó thì toàn bộ thế giới trước mắt chúng ta sẽ trở thành một thế giới của Phật trí. Đây không chỉ là vấn đề nhận thức, mà là sự chứng ngộ chân lý có được nhờ nhận thức thanh tịnh, như sự phô diễn tự nhiên của bản tánh tuyệt đối của tâm.

Giai đoạn hoàn thiện (*rDzogs Rim*) là gì? Giai đoạn hoàn thiện (sự hóa tán hay giai đoạn hoàn tất) là khía cạnh kết quả của sự rèn luyện mật truyền - sự trải nghiệm hay chứng ngộ chân lý tuyệt đối, đại cực lạc và trí tuệ bẩm sinh.

Có nhiều loại trí tuệ. Nhưng ở đây chúng ta để cập đến hai trí tuệ, trí tuệ biểu tượng nguyên nhân (*dPe'i Ye Shes*) được nhập môn bằng sự quán đảnh, và trí tuệ ý nghĩa kết quả (*Don Gyi Ye Shes*), được nhận biết, phát triển, và hoàn thiện qua con đường của ánh sáng thanh tịnh và bốn bậc cực lạc nhờ sử dụng đúng cách các kinh mạch, khí hay năng lượng và tinh chất của chính thân *vajra* của hành giả. Giai đoạn hoàn thiện có hai phương tiện rèn luyện: con đường của giải thoát (*Grol Lam*) và con đường của phương tiện thiện xảo (*Thabs Lam*).

Trong rèn luyện thông thường về giai đoạn hoàn thiện, bạn sử dụng các kinh mạch khí và tinh chất của thân kim cương để đem lại kết quả là sự hợp nhất giữa cực lạc và tánh không, vì chúng rất hiệu quả và là một phương tiện mạnh mẽ, và vì chúng thân thiết với bạn.

2. Sự tụng niệm (bZlas brJod):

TỤNG NIỆM LÀ MỘT DANH từ chưa thỏa đáng trong bối cảnh này. Ở đây, chúng ta tụng đọc *mantra* nhiều lần, nhưng cũng bao gồm cả việc quán tưởng, cầu thỉnh, tịnh hóa, và có kinh nghiệm nhiều lần; và đó là sự luyện tập trong việc phát sinh, tăng trưởng và làm mạnh mẽ các kinh nghiệm thiền định và sự nhận biết của trí tuệ. Do đó, *"sự tụng niệm"* là một phần quan trọng, và vì thế nên phần này được đặt tên như vậy, nhưng không chỉ là tụng niệm mà còn nhiều khía cạnh khác nữa.

Trong nhiều thực hành mật tông (không có trong *Guru Yoga*) bạn quán tưởng chính mình như vị Bổn tôn chính với chủng tự tâm (hay chủng tử tự) nơi ngực bạn được xoay vòng quanh bởi chuỗi những chữ của *mantra*. Do được thúc đẩy bởi việc tụng niệm *mantra*, năng lượng tỏa ra và phát triển thành ánh sáng hay cam lồ ban phước từ chuỗi *mantra* tại ngực bạn, giống như dòng điện phát sinh từ sự quay của mô-tơ, và chúng chuyển hóa thế gian thành một tịnh độ của cực lạc và ánh sáng. Điều này đòi hỏi chính bạn hoàn toàn tận tụy với sự thực hành một cách liên tục, đầy đủ và hoàn thiện, cũng như đem toàn bộ thế gian vào trong sự thực hành. Sự tụng niệm có bốn phạm trù như sau.

(1) *Nyenpa (bsNyen Pa)*: Đây là sự tập trung chủ yếu vào *mantra*. Trước tiên hãy quán tưởng chính bạn như Bổn tôn. Trên một dĩa tại ngực bạn hãy quán tưởng chuỗi *mantra*. Tập trung chú tâm một điểm trên *mantra* đó, tụng niệm *mantra* nhiều lần.

(2) *Nye-nyen (Nye bsNyen)*: Tụng niệm *mantra*, quán tưởng những chùm tia sáng xuất phát từ chuỗi *mantra*. Chúng ra ngoài miệng bạn và đi vào miệng của vị phối ngẫu và, tạo thành dòng chảy qua thân vị phối ngẫu, chúng trở lại thân bạn qua điểm của sự hợp nhất. Nó quay vòng trong dạng một vòng ánh sáng, giống như khúc củi đang cháy (*mGal Me*).

Hoặc, quán tưởng Bổn tôn trí tuệ (Bổn tôn thực tế, *Ye Shes Pa*) trong bầu trời phía trước và Bổn tôn *samaya* (Bổn tôn được quán tưởng, *Dam Tshig*

Pa) từ chuỗi *mantra* bên trong bạn, các chùm tia sáng xoay quanh bạn và Bổn tôn trí tuệ (thay vì vị phối ngẫu).

(3) *Drubpa (sGrub Pa)*: Tụng niệm *mantra*, quán tưởng từ chuỗi *mantra*, ánh sáng chiếu ra tất cả các phương và tiếp xúc đến tất cả chư Phật, và các Ngài tràn đầy cực lạc. Sau đó, các Ngài gửi lại ánh sáng cực lạc như sự ban phước hòa nhập vào bạn. Hãy cảm thấy cực lạc và tin rằng bạn, Bổn tôn *samaya* đã nhận được tất cả ban phước của chư Phật. Một lần nữa, bạn gửi ánh sáng ra ngoài tiếp xúc tất cả chúng sanh và toàn bộ thế gian. Toàn thể thế gian được tràn đầy đại cực lạc và chuyển thành *maṇḍala* của Bổn tôn.

(4) *Drupchen (sGrub Ch'en)*: Sau đó từ thân bổn tôn *samaya* của bạn và từ chuỗi *mantra*, vô số tia sáng chiếu ra mọi hướng và chuyển hình tướng của toàn bộ thế gian thành hình tướng của Bổn tôn, tất cả âm thanh thành âm thanh của *mantra*, và tất cả tư duy thành trí tuệ của cực lạc, trong sáng, và vô niệm. Tụng niệâm *mantra* với sự nhất như của chính hành giả và toàn bộ vũ trụ như *maṇḍala* của Bổn tôn.

3. Sự hợp nhất của cực lạc và tánh không và yoga sức nóng (Tạng: bDe sTong, Sanskrit: chandali):

NHƯ TÔI ĐÃ NHẮC ĐẾN trước đây, trong sự tịnh hóa của bốn che ám, đây là thực hành đem lại sự nhận biết của việc hợp nhất của cực lạc và tánh không qua phương tiện của bốn bậc cực lạc nhờ sử dụng các kinh mạch, năng lượng và tinh chất của thân *vajra* với lực mạnh mẽ của lửa cực lạc tại rốn.

4. Đại Viên Mãn (rDzogs Pa Ch'en Po):

TRONG ĐẠI VIÊN MÃN, điểm quan trọng là phân biệt hay tách rời tâm thức và bản tánh nội tại của tâm, tức Phật tánh. Trước tiên, nhờ thâm nhập bằng luyện tập và nhờ năng lực của một người có nhận biết cao, hành giả có thể được đánh thức hay giới thiệu vào thật tánh của tâm, và vào lúc đó hành giả có một cái nhìn thoáng qua của bản tâm. Sau đó hành giả nên thiền định về kinh nghiệm nhìn thoáng qua của bản tâm đó và sẽ được viên mãn thành giải thoát và tỉnh thức hoàn toàn. Thế nên, không chỉ là bản tâm mà còn là thật tánh của toàn bộ pháp giới, sẽ được hợp nhất thành sự nhất như đó, và đó là Đại Viên Mãn.

Trong Đại Viên Mãn có hai phân chia chính của thực hành: *Thregchö* (*Khregs Ch'od*) là sự thiền định về sự nhận biết của bản tánh nội tại của tâm, đó là thanh tịnh bổn nguyên, nhờ cắt đứt mọi khái niệm nhị nguyên. *Thögal* (*Thod rGal*) là sự thiền định về sự viên mãn của mọi hình tướng như ánh sáng thanh tịnh thành tựu tự nhiên, đó là một với năng lực biểu hiện của Phật trí (các thân và tịnh độ của Phật), qua con đường tiếp cận trực tiếp của sáu ngọn đèn hay ánh sáng (*sGron Ma*) và đạt được bốn giai đoạn của các thị kiến (*sNang Ba*).

Trong *Ngöndro*, bạn không phải làm bốn thực hành tôi đã giải thích ở trên, nhưng nhờ tiếp nhận ánh sáng ban phước, thấy, cảm nhận và tin tưởng mà bạn trở nên có đủ khả năng thực hành các rèn luyện mật truyền đó.

BỐN GIAI ĐOẠN CỦA SỰ THÀNH TỰU (Rig 'Dzin bZhi)[104]

TRONG TRUYỀN THỐNG Phật giáo theo Giáo tông, có mười giai đoạn và năm con đường đi qua để đạt tới Phật quả. Trong truyền thống Mật tông, các giai đoạn được phân chia hay xếp loại theo những cách khác nhau. Phần lớn kinh điển Mật tông của phái *Nyingma* có bốn thành tựu, được gọi là "các bậc trì minh" (Tạng, *Rig 'Dzin, Phạn, Vidyadhara*).

1. Bậc Trì Minh hữu dư *(rNam sMin Rig 'Dzin):*

SỰ THÀNH TỰU NÀY LÀ với nghiệp còn sót lại.

Ở đây người ta có thể nghĩ rằng sự thành tựu này không phải là một thành tựu tốt đẹp và có thể thoáng khởi lên một thái độ tiêu cực. Nhưng, trong thực tế đây là một thành tựu rất cao và khó đạt được cho những người như chúng ta, những người thậm chí chưa thể nhận ra ý nghĩa của vô thường ở bình diện tâm linh hay bên trong, tâm cũng chưa dốc sức nhiều và sống với ý nghĩa tâm linh như vậy.

Được gợi cảm hứng bằng sự thành tựu có ấn tượng cao là điều quan trọng, nhưng cũng quan trọng không kém, hoặc thậm chí là hơn nữa, là phải biết thực tế và thiết thực. Về điều này, tôi muốn kể cho các bạn nghe một câu chuyện. Khi tôi sống tại *Shantiniketan* ở Ấn Độ, tôi có gặp một vị giáo sư về hưu, khoảng bảy mươi đến tám mươi tuổi, là một nghệ sĩ nổi tiếng. Ông ta không phải một thiền giả tinh cần, nhưng là người rất khó chịu đối với bất cứ ai. Có một hôm, tôi nghe ông ta hỏi rất nghiêm túc: "Tôi đang ở giai đoạn nào của sự chứng ngộ?" Ông ta dường như thật lòng mong đợi [được nhận] là người chứng ngộ cao. Nếu bạn nói với ông ấy: "Ông là một bậc Trì Minh hữu dư," ông ta có thể cảm thấy bị xúc phạm. Cũng vậy, chúng ta rất có thể có kiểu cảm nhận này, vốn chỉ thỉnh thoảng gây cười mà thôi.

Bậc Trì Minh hữu dư có ba đặc tính. Tâm Ngài đã viên mãn hay chín muồi như Bổn tôn, nhưng nghiệp quả của thân vật chất thô nặng còn sót lại vẫn chưa hết, và ngay lập tức sau khi rời bỏ thân đã chết vị ấy sẽ đạt được bậc Trì Minh của đại biểu tượng, bậc thành tựu thứ ba, chúng ta sẽ bàn luận dưới đây.

(Thậm chí trong trường hợp của Đức Phật Thích-ca Mâu-ni cũng có những tranh luận. Theo truyền thống Tiểu thừa, Đức Phật Thích-ca Mâu-ni vẫn là hữu dư cho đến khi Ngài đạt được Đại Niết-bàn, vì trước khi đạt được Đại Niết-bàn Ngài vẫn có thân thô nặng, họ cho đó là Ngài còn sót lại một ít nghiệp quả. Những người Đại Thừa không đồng ý như vậy.)

2. Bậc Trì Minh kiểm soát cuộc sống (Tshe dBang Rig 'Dzin):

TRONG SỰ THÀNH TỰU này không chỉ có tâm đã viên mãn như Bổn tôn mà ngay cả thân thô nặng cũng được viên mãn, Ngài cũng có các phẩm tánh của sự giải thoát khỏi bốn nhiễm ô (*Zag Pa*). Bốn nhiễm ô là (1) các cảm xúc phiền não của tà kiến, (2) mất thân (chết) không có sự kiểm soát hay lựa chọn, (3) không kiểm soát được sự hài hòa các yếu tố của thân (sức khỏe), và (4) thọ tái sanh theo nghiệp mà không có sự kiểm soát hay chọn lựa.

Cả hai sự thành tựu hữu dư và thành tựu với sự kiểm soát cuộc sống là ngang nhau về mặt thành tựu. Không cần thiết đạt được cái này rồi đến cái kia. Nếu là một người ít khả năng bạn sẽ đạt được bậc Trì Minh hữu dư, và sau đó thực hiện đến thành tựu thứ ba, bậc Trì Minh với đại biểu tượng. Nếu là người có nhiều khả năng hơn bạn có thể đạt được bậc Trì Minh kiểm soát được cuộc sống và sau đó đi đến bậc Trì Minh thứ ba.

Cả hai bậc Trì Minh đầu tiên và thứ hai này tương đương với con đường của thiền quán (*mThong Lam*), phần thứ ba trong năm con đường, và là địa vị đầu tiên của hệ thống Thập địa theo truyền thống Giáo tông. Trong các bậc thành tựu này, bạn loại bỏ được những che ám của cảm xúc phiền não (*Nyon sGrib*), sự che ám đầu tiên (phiền não chướng), và còn lại là che ám trí tuệ (sở tri chướng).

3. Bậc Trì Minh của đại biểu tượng (*Phyag rGya'i Rig 'Dzin*):

THÂN CĂN BẢN CỦA NGÀI (hay thân chính) là trong tướng Bổn tôn. Vì lợi ích của chúng sanh, Ngài có khả năng lưu xuất nhiều hóa thân khác nhau. Năng lực biết trước của Ngài là rõ ràng hơn, thanh tịnh hơn và ổn định hơn bậc Trì Minh kiểm soát sinh mạng và tương tự (nhưng không tương đương) với những phẩm tánh của thân hoan hỷ.

Sự thành tựu này tương đương với các giai đoạn chứng ngộ lên đến địa vị thứ chín (trong Thập địa) và con đường của thiền định, con đường thứ tư trong truyền thống Giáo tông.

4. Bậc Trì Minh của sự thành tựu tự nhiên (*Lhun Grub Rig 'Dzin*):

ĐÂY LÀ GIAI ĐOẠN CHÓT của thành tựu, trước khi lập tức trở thành một vị Phật toàn giác. Thân tướng của Ngài tương tự như thân hoan hỷ (Báo Thân) và sự nhận biết, hoạt động của Ngài tương tự như Đức Phật.

Sự thành tựu này là tương đương với địa vị thứ mười (trong Thập địa) và tương đương với con đường của thiền định, con đường thứ tư trong truyền thống Giáo tông. Ngoài ra, trong hai thành tựu cuối này, bạn loại bỏ được những che ám trí tuệ (sở tri chướng) và các vết tích của chúng.

BỐN THÂN PHẬT (sKu bZhi)

SAU KHI HOÀN TẤT SỰ thành tựu của bốn bậc Trì Minh, bạn trở thành một vị Phật toàn giác. Phật quả đó bao gồm bốn thân Phật:

1. Hóa Thân (Tạng: sPrul sKu, Sanskrit: Nirmāṇakāya):

ĐÂY LÀ THÂN HÓA HIỆN xuất hiện trong thế gian vì lợi ích của người khác, tùy theo nhận thức của chúng sanh. Thân này xuất hiện tùy theo nguyện lực và lòng từ bi của Đức Phật và vì thiện nghiệp của những chúng sanh tiếp nhận. Đây là một thân thô nặng bình thường, có ba phạm trù:

(1) *Thân của nghệ thuật (bZo)* là bất kỳ dạng thức nào của nghệ thuật hay thiên nhiên, như một hình ảnh, pho tượng, cây cối, nước... có lợi ích [cho chúng sanh].

(2) *Thân của sự tái sanh (sKye Ba)* là sự biểu hiện bất cứ thân của chúng sanh nào, như thân người, thân loài vật, chim, cá... Thân này có thể xuất hiện như một người thiện, một người ác, một người đẹp, một người xấu, hay một người xinh xắn, và trong bất cứ hình dạng hay nghề nghiệp nào; mà mục tiêu cuối cùng là giúp đỡ người khác. Những vị *Tulku* Tây Tạng thuộc về sự hiện thân này.

(2) *Hiện thân siêu việt (mCh'os Gi sPrul sKu)* là trong dạng một bậc giác ngộ, như Đức Phật *Thích-ca Mâu-ni*. Ngài thọ tái sanh như một người xuất sắc, đi qua tất cả tiến trình đúng cách hay hoàn thiện của một cuộc sống tâm linh, biểu hiện nhận biết cao nhất của Ngài, và sau đó giảng dạy điều đó cho người khác và phô bày một hiện thân siêu việt như một khuôn mẫu tối ưu cho người khác. Một hiện thân siêu việt bao giờ cũng trong dạng thức của một thân Giáo Pháp và viên mãn.

2. Thân hoan hỷ (Tạng: Longs sKu, Sanskrit: Sambhogakāya):

ĐÂY LÀ THÂN THANH TỊNH hay thân thực tế của chư Phật. Nó là sự hiện diện tự nhiên hay thân tự hiện, và chỉ có chư Phật mới thấy được. "Thấy" ở đây có nghĩa là không qua tính nhị nguyên của chủ thể và đối tượng, mà trong sự nhất như. Thân hoan hỷ sở hữu phẩm tánh của năm sự xác quyết *(Nges Pa lNga)*: (1) cõi Tịnh độ là bao la, vô hạn, và là lãnh vực cao nhất không chiều kích. (2) Các vị thầy hay thân tướng là sự vĩnh cửu và ánh sáng giác ngộ thanh tịnh. (3) Các tùy tùng là bất nhị, vì tất cả vị thầy và tùy tùng là hợp nhất. (4) Giáo lý là sự tỏa khắp, Giáo Pháp siêu việt. (5) Thời gian là phi thời gian vì nó vượt ra khỏi những điều kiện của thời gian.

3. Thân tối thượng (Tạng: Ch'os sKu, Sanskrit: Dharmakāya):

ĐÂY LÀ TÁNH TOÀN GIÁC của trí tuệ Phật. Có hai Phật trí - trí tuệ của sự thấu biết thực tánh tuyệt đối của tất cả đúng thật như đang hiện hữu và trí tuệ biết tất cả và mọi hiện tượng tương đối một cách đồng thời, không nhầm lẫn.

Có những sự kiện đơn giản nhưng kỳ lạ trong các kinh nghiệm cận tử cho thấy được sự nhất thể, phi thời gian tính .v.v... Chẳng hạn, trong các sách của Bác sĩ *Raymond Moody* và theo những gì tôi được nghe từ những nguồn khác, có những người trải qua kinh nghiệm cận tử chỉ trong vài phút, và trong thời gian ngắn ngủi đó họ nhớ lại tất cả mọi việc với từng chi tiết - tất cả những gì đã xảy ra trong đời họ, từ lúc sinh ra cho đến lúc kinh nghiệm cận tử. Nhưng họ không cần phải tuần tự trải qua các kinh nghiệm này, và thậm chí là họ không thấy bằng mắt, không nghe bằng tai hay suy nghĩ bằng ý thức, vì mọi thứ hiển bày trong tâm họ như một [khối duy nhất]. Điều đó có nghĩa là họ có một kinh nghiệm về một chiều kích nhận thức khác và của việc đồng thời nhận biết nhiều sự việc.

Khi thành Phật bạn có thể thấy mọi sự cùng lúc, vì tâm bạn trong trạng thái bất nhị, không có giới hạn, chướng ngại và hạn chế.

4. Thân tự nhiên (Tạng: Ngo Bo Nyid sKu, Sanskrit: Svabhāvikakāya):

THÂN NÀY BAO GỒM HAI thanh tịnh của Đức Phật. Trước tiên, Phật quả là thanh tịnh từ trong bản tánh bổn nguyên. Sự thanh tịnh của Phật quả không phải là điều gì đó không thanh tịnh mà trở thành thanh tịnh, hoặc ở đâu đó bên dưới vẫn còn sót lại sự bất tịnh. Đó là sự thanh tịnh từ bổn nguyên và thuần khiết. Thứ hai, Phật quả là thanh tịnh đối với những nhiễm ô từ bên ngoài. Rất nhiều loại nhiễm ô thuộc khái niệm và cảm xúc nhiễm ô khác nhau thường xuyên sinh khởi trong chúng ta, chúng đột nhiên hiện ra từ đâu đó hoặc chẳng từ đâu cả và che chướng bản tánh chúng ta. Nhưng trong Phật quả không có sự xuất hiện đột ngột của các nhiễm ô từ bên ngoài.

BỐN QUÁN ĐẢNH

TRONG VẤN ĐỀ NÀY CÓ hai phương diện. Trước tiên là sự tiếp nhận bốn quán đảnh hay năng lực ban phước của *Guru Rinpoche*. Thứ hai là sự hợp nhất tâm bạn với tâm Phật của *Guru Rinpoche*. Trong phạm vi giải thích bốn quán đảnh, tôi muốn bao gồm toàn bộ ý nghĩa của các dòng truyền liên quan đến sự tiếp nhận bốn quán đảnh mà chúng ta đã thảo luận trước đây.

Phương tiện quan trọng nhất để tiếp nhận quán đảnh là sự sùng kính và niềm tin vào *Guru Rinpoche* - vào sự thực hành của chúng ta và vào chính bản thân bạn - Đó là niềm tin vào Guru Rinpoche: ta thấy Ngài như hiện thân của tất cả chư Phật, Bồ Tát, thánh nhân, nhà hiền triết, bản tánh thanh tịnh tối thượng và năng lượng của pháp giới, với lòng bi, năng lực và trí tuệ. Đó là niềm tin vào sự thực hành của chúng ta: ta thấy sự thực hành này như là phương tiện hùng mạnh và ý nghĩa nhất của rèn luyện, đưa ta đến mục đích tối thượng. Đó là niềm tin vào chính bản thân bạn, nhờ thấy được và cảm nhận cơ hội may mắn cũng như tiềm năng tâm linh và các phẩm tánh giác ngộ mà bạn sẵn có. Với lòng sùng kính và niềm tin như vậy, hãy tiếp nhận những ban phước trong dạng ánh sáng từ các trung tâm *vajra* của *Guru Rinpoche* với sự tin tưởng hoàn toàn rằng đây không chỉ là ánh sáng, mà là ánh sáng thanh tịnh, năng lực ban phước từ *Guru Rinpoche*, và cảm nhận sự ấm áp, cực lạc, năng lực, sức nóng, rộng mở và thanh bình của ánh sáng. Sau đó hãy để ánh sáng ban phước, chính bạn và các kinh nghiệm tâm linh (những thành tựu) hòa nhập làm một. Và đắm mình trong sự hợp nhất của rộng mở, trong sáng, và sự tỏa khắp của chính sự nhất như đó, không hề có khái niệm nhị nguyên hay bám chấp, và không hề có những cảm xúc tham lam hay sân hận.

Trong pháp tu *Ngöndro* chúng ta không cần thiết theo đuổi trực tiếp sự thực hành của các phạm trù liên quan đến bốn quán đảnh mà chúng ta đã thảo luận ở trước, như là bốn rèn luyện mật tông và bốn thành tựu. Vậy tại sao tôi lại giải thích chi tiết bốn quán đảnh như vậy? Nếu bạn có sự thôi thúc muốn biết được ý nghĩa của những tham chiếu đa dạng được đề cập trên những đi vào tụng niệm và thực hành *Ngöndro*, một ý tưởng có thể lóe lên trong đầu bạn: "Tôi không biết điều này! Đó là gì vậy?" Trạng thái tâm lý này hình thành một chướng ngại tiêu cực và ngăn cản sự tăng trưởng tâm linh của bạn, đồng thời tạo ra một năng lượng không lành mạnh trong tâm bạn.

Tôi đã giải thích những điều này là để chúng ta có thể có một cảm giác thoải mái [vì đã] hiểu rõ về chúng.

Tuy nhiên, sự hiểu biết chi tiết đôi khi cũng tạo ra một loại chướng ngại khác nhau - sự vội vã hình thành các khái niệm, luôn suy nghĩ: "Điều này là như thế này; còn điều này là như thế kia... Vấn đề này có ba phần. Vấn đề đó có bốn phần, .v.v..." Sau đó, thay vì đắm mình trong kinh nghiệm của an bình, hoan hỷ, và sự ban phước - năng lực của quán đảnh - bạn có thể trở thành một nhà mỹ học hay kế toán tâm linh, quá dựa trên khái niệm và suy luận, và điều này có thể làm sai lệch tiến trình kinh nghiệm tâm linh của bạn. Do vậy, điều quan trọng là sử dụng sự thông tin để tạo sự quân bình, hiểu biết vừa đủ để không phải lo nghĩ về ý nghĩa của những danh từ và không biến thông tin có được thành một kỹ năng di chuyển lúc kẹt xe.

1. Quán Đảnh Cái Bình:

ĐÂY LÀ SỰ TIẾP NHẬN năng lực hay quán đảnh của thân *vajra* Phật - trong trường hợp này là thân kim cương của *Guru Rinpoche* - trong thân chúng ta.

Hãy quán tưởng, thấy, cảm nhận và tin rằng sự ban phước trong dạng một chùm ánh sáng trắng đến từ chữ OṂ tại trán, giữa thân *vajra* của *Guru Rinpoche*. Nó đi vào đỉnh đầu, đến giữa thân và tràn đầy toàn thân với sự ấm áp, cực lạc, an bình và rộng mở. Nó tịnh hóa mọi nghiệp bất thiện của thân và những bất tịnh của kinh mạch bạn. Bạn đã tiếp nhận năng lực thân *vajra* của *Guru Rinpoche*. Bạn đã nhận được sự quán đảnh cái bình, *maṇḍala* thân *vajra* của *Guru Rinpoche*. Bạn đã được chuyển thành một kinh mạch thích hợp cho sự thực hành của giai đoạn phát triển. Hạt giống của sự thành tựu bậc Trì Minh hữu dư đã được gieo trồng trong bạn. Khả năng đạt được hóa thân của Đức Phật đã được thiết lập trong bạn.

Ngài *Khenpo Ngagchung* viết rằng, mục tiêu của Quán Đảnh Cái Bình là phát triển trí tuệ của sự hợp nhất hình tướng và tánh không; để giải thoát mọi hình tướng, âm thanh và tư duy thành tướng Bổn tôn, âm thanh của *mantra* và trí tuệ của *Guru Rinpoche*.[105]

2. Quán Đảnh Bí Mật:

ĐÂY LÀ SỰ TIẾP NHẬN quán đảnh khẩu *vajra* của *Guru Rinpoche*

Hãy quán tưởng, thấy, cảm nhận và tin rằng sự ban phước trong dạng một chùm ánh sáng đỏ xuất phát từ chữ ĀḤ đỏ tại cổ họng Ngài, trung tâm khẩu *vajra* của *Guru Rinpoche*. Nó đi vào cổ họng bạn, trung tâm của ngữ, và tràn đầy toàn thân với sự ấm áp, cực lạc, an bình và rộng mở. Nó tịnh hóa mọi nghiệp bất thiện của khẩu và những bất tịnh của gió và năng lượng bạn. Bạn đã nhận được năng lực của khẩu *vajra* của *Guru Rinpoche*. Bạn đã nhận được quán đảnh bí mật, *maṇḍala* khẩu *vajra* của *Guru Rinpoche*. Bạn đã chuyển thành một kinh mạch thích hợp cho sự thực hành tụng niệm. Hạt giống của sự thành tựu bậc Trì Minh kiểm soát sinh mạng đã được gieo trồng trong bạn. Khả năng đạt được thân hoan hỷ của Đức Phật đã được thiết lập trong bạn.

Ngài *Khenpo Ngagchung* viết rằng mục tiêu của Quán Đảnh Bí Mật là để phát triển trí tuệ của sự hợp nhất trong sáng và rỗng không, và để giải thoát sự hít vào, thở ra và giữ hơi của hơi thở thành chu trình của *mantra*.[106]

3. Quán Đảnh Trí Tuệ:

ĐÂY LÀ SỰ TIẾP NHẬN quán đảnh ý *vajra* của *Guru Rinpoche*

Hãy quán tưởng, thấy, cảm nhận, và tin rằng sự ban phước trong dạng một chùm ánh sáng xanh dương xuất phát từ chữ HŪṂ màu xanh dương tại ngực Ngài, trung tâm ý *vajra* của *Guru Rinpoche*. Nó đi vào ngực bạn, trung tâm của ý, và tràn đầy toàn thân với sự ấm áp, cực lạc, an bình và rộng mở. Nó tịnh hóa mọi nghiệp bất thiện của ý và những bất tịnh của tinh chất bạn. Bạn đã nhận được năng lực của khẩu *vajra* của *Guru Rinpoche*. Bạn đã nhận được quán đảnh trí tuệ, *maṇḍala* ý *vajra* của *Guru Rinpoche*. Bạn đã chuyển thành một kinh mạch thích hợp cho sự thực hành của cực lạc và tánh không, và *yoga* nhiệt. Hạt giống của sự thành tựu bậc Trì Minh với đại biểu tượng đã được gieo trồng trong bạn. Khả năng đạt được thân tối thượng của Đức Phật đã được thiết lập trong bạn.

Ngài *Khenpo Ngagchung* viết rằng mục tiêu của Quán Đảnh Trí Tuệ là để phát triển trí tuệ của sự hợp nhất cực lạc và rỗng không, và để giải thoát mọi khái niệm thành bản tánh của sự hợp nhất cực lạc và rỗng không.[107]

4. Quán Đảnh Ngữ:

ĐÂY LÀ SỰ TIẾP NHẬN quán đảnh trí tuệ *vajra* của *Guru Rinpoche*

Hãy quán tưởng, thấy, cảm nhận, và tin rằng sự ban phước trong dạng một chữ HŪṂ màu xanh dương xuất phát từ chữ HŪṂ xanh dương tại ngực Ngài, trung tâm trí tuệ *vajra* của *Guru Rinpoche*. Nó tan hòa vào ý bạn, và bạn cảm thấy an bình và rộng mở. Nó tịnh hóa mọi nghiệp bất thiện của ý thức của nền tảng phổ quát và những che ám trí tuệ khiến phân biệt dựa trên khái niệm chủ thể, đối tượng, và hành vi. Bạn đã nhận được năng lực của trí tuệ *vajra* của *Guru Rinpoche*. Bạn đã nhận được quán đảnh ngữ, chân lý tối thượng. Bạn đã chuyển thành một kinh mạch thích hợp cho sự thực hành Đại Viên Mãn. Hạt giống của sự thành tựu bậc Trì Minh thành tựu tự nhiên đã được gieo trồng trong bạn. Khả năng đạt được thân tự nhiên của Đức Phật đã được thiết lập trong bạn.

Ngài *Khenpo Ngagchung* viết rằng mục tiêu của Quán Đảnh Ngữ là để phát triển trí tuệ bẩm sinh xuất hiện tự nhiên, ý nghĩa tuyệt đối của sự quán đảnh.[108]

5. Sự hợp nhất

ĐÂY LÀ SỰ HỢP NHẤT giữa tâm bạn với tâm *vajra* của *Guru Rinpoche*, tâm Phật, và là một trong sự nhất như.

Sự hợp nhất không phải là một quán đảnh trong ý nghĩa tiếp nhận năng lực hay ban phước để cho phép chúng ta thực hành, nhận ra và thành tựu, như là sự nhận biết của Đại Viên Mãn, mà nó là sự thiền định thực tế về Đại Viên Mãn như kết quả của sự tịnh hóa, sùng kính, và nhận biết phát sinh bởi bốn quán đảnh trước đó. Thiền định Đại Viên Mãn phải được truyền dạy tùy theo nhu cầu và khả năng của cá nhân hành giả. Việc nói về Đại Viên Mãn như một bài giảng cho một nhóm tâm thức của những bản tánh khác nhau là không ích lợi gì.

Về sự thiền định của hợp nhất, bạn có thể thấy nguồn của quán đảnh ở một trong hai cách[109]. Trước tiên hãy thấy tất cả chư Phật, Bồ Tát, Bổn Tôn, *Ḍākinī* và *Lama* vây quanh *Guru Rinpoche* phía trước chúng ta là một tâm với *Guru Rinpoche* trong sự thiền định ban quán đảnh hợp nhất. Thứ hai, tất cả các Ngài đều tan thành ánh sáng và hòa nhập vào *Guru Rinpoche*.

Sau đó, năng lượng sùng kính mạnh mẽ đến *Guru Rinpoche* mở rộng tâm và thân bạn như kinh mạch cho sự tiếp nhận quán đảnh, và năng lượng sùng kính ấy cầu khẩn tâm bi mẫn của *Guru Rinpoche*. *Guru Rinpoche* mỉm cười hoan hỷ, nhìn bạn với đôi mặt trí tuệ thương yêu và lập tức, từ ngực Ngài, một ánh sáng đỏ với trái tim, chiếu sáng như mặt trời mọc, đi đến và chạm vào ngực bạn. Hãy cảm nhận rằng thân và tâm bạn tràn đầy với sức nóng của cực lạc. Bạn dần dần tan chảy thành ánh sáng đỏ của cực lạc, kích cỡ bằng một hạt đậu, từ đỉnh đầu và hai lòng bàn chân hướng đến giữa ngực bạn. Quả cầu ánh sáng nhỏ bé này là sự hợp nhất của tâm và năng lượng (*rLung*) bạn, và nó là sinh lực của lòng sùng kính. Sau đó, giống như một tia lửa, nó bắn lên và tan hòa vào ngực *Guru Rinpoche*. Thấy và cảm nhận rằng bạn đã được hòa nhập vào trái tim Ngài, trung tâm trí tuệ *vajra* của *Guru Rinpoche*, với sức lực và năng lượng của niềm tin và lòng sùng kính. Hãy tin rằng tâm bạn và tâm bi mẫn, giác ngộ của *Guru Rinpoche* đã trở thành một! Sau đó, ngay lập tức, trước khi niệm tưởng khởi lên, hãy xả bỏ mọi tư tưởng và buông lỏng trong tâm của *Guru Rinpoche*. Lặp lại nhiều lần. Nếu bạn có bất cứ hướng dẫn riêng nào từ một vị thầy Đại Viên Mãn chân chính và không chạy theo tư lợi thì hãy đi theo hướng dẫn đó. Còn nếu không có, hãy giữ thực hành này trong một cách buông lỏng. Sau đó, hãy thấy những kinh nghiệm gì bạn cảm nhận. Đừng tạo ra bất cứ mong cầu đạt được điều tốt đẹp hoặc sợ hãi phải đối mặt với những điều xấu nào. Chỉ buông xả. Buông xả trong sự rộng mở và nhẹ nhàng của trong sáng. Khi có nhiều tiến bộ hơn, những người thực hành riêng rẽ cần có thêm nhiều hướng dẫn hơn.

Trong thời gian không thiền định, giống như cá nhảy khỏi nước, một lần nữa hãy tự làm chính bạn xuất hiện trong dạng *Vajrayoginī*, và duy trì cái thấy của ba điểm nhận vào (tất cả vào thực hành), tức là thấy tất cả đều là biểu hiện thanh tịnh của *Guru Rinpoche*, nghe mọi thứ như diễn tả thanh tịnh của *ngữ* Ngài hoặc *mantra* và suy nghĩ tất cả như cái thấy giác ngộ của Ngài.

Ngoài ra, bạn không chỉ nhận được quán đảnh, mà sau đó bạn có thể và nên dâng hiến chính mình cho sự thực hành mật tông để có thể được nhập môn bằng sự quán đảnh đặc biệt. Sự rèn luyện cho Quán Đảnh Cái Bình là giai đoạn phát triển của tướng Bổn Tôn hiền minh và phẫn nộ của *Guru Rinpoche*. Sự rèn luyện cho Quán Đảnh Bí Mật là sự thực hành của năng lượng (*rLung*; khí, năng lượng, hay hơi thở) và nhiệt (*gTum Mo*). Sự rèn luyện cho Quán Đảnh Trí Tuệ là sự thực hành của phương tiện thiện xảo (*Thabs Lam*). Sự rèn luyện cho quán đảnh ngữ là sự thiền định trên *thregchö* (*Khreg Ch'od*, cắt đứt hết tất cả vào thanh tịnh bổn nguyên) và *thögal* (*Thod rGal*, sự tiếp cận trực tiếp đến thành tựu tự nhiên).

13.

MỘT THIỀN ĐỊNH VẮN TẮT VỀ GURU RINPOCHE, PADMASAMBHAVA

SỰ BUÔNG XẢ

Thở ra ba hơi thở sâu, hãy suy nghĩ và cảm thấy mọi năng lượng của lo nghĩ, áp lực và đau khổ được loại ra; chúng được hoàn toàn thải bỏ khỏi thân và tâm bạn với hơi thở. Cảm thấy rằng thân và tâm bạn được giải thoát khỏi áp lực. Cảm thấy thanh bình, buông lỏng và mạnh mẽ. Buông xả bằng việc đắm mình trong an bình chữa lành đó khoảng một vài phút.

CHUẨN BỊ

PHÁT TRIỂN TÂM *Bồ-đề*, tức khuynh hướng sẽ thiền định vì lợi ích của tất cả bà mẹ chúng sanh, để đem lại an bình, hạnh phúc và giác ngộ cho tất cả.

CHÁNH HÀNH PHÁP

QUÁN TƯỞNG *Guru Rinpoche* ở phía trước và bên trên bạn trong bầu trời xanh hoàn toàn rõ ràng, thanh tịnh, rộng mở, bao la, rỗng không, và không chướng ngại. Ngài ngồi trên một dĩa mặt trăng rõ ràng và tỏa sáng, bên trên một dĩa mặt trời sáng chói và ấm áp, ở giữa một hoa sen ngàn cánh - tươi tắn với hơi nước, nở rộ với màu sắc rực rỡ và tỏa hương thơm dịu ngọt.

Guru Rinpoche trong thân ánh sáng trí tuệ quang minh, trang phục bằng lụa và gấm thêu kim tuyến nhiều màu, giống như áo choàng bằng ánh sáng. Ánh sáng vượt lên những dấu vết của các đặc tính thô nặng, cứng rắn, hạn chế, chướng ngại và thay đổi.

Guru Rinpoche xuất hiện trẻ trung, như thể mười sáu tuổi. Khuôn mặt Ngài mỉm cười đầy hoan hỷ, và đôi mắt của lòng bi mẫn và năng lực thấy, vươn tới, khai sáng, trao quyền cho mọi hoạt động, trạng thái của tâm và mỗi tế bào, nguyên tử của thân chúng ta, và đem lại cảm giác an bình, tình thương, cực lạc, sức mạnh và rộng mở. Ngài là hiện thân của tất cả chư Phật, thánh nhân và hiền triết, với tình thương, năng lực và trí tuệ của các Ngài. Sự hiện diện huy hoàng của năng lực, an bình, đẹp đẽ và nồng ấm của Ngài đem lại cho chúng ta sự thoải mái, bình yên và rộng mở, như thể chúng ta ngồi gần lửa ấm trong cái lạnh lẽo của mùa đông.

MỘT SỐ CHI TIẾT VỀ SỰ QUÁN TƯỞNG VÀ Ý NGHĨA

GURU RINPOCHE được quán tưởng trong bầu trời xanh, biểu tượng rỗng không hay rộng mở, nền tảng của vũ trụ. Ngài ngồi trong tư thế hưởng thụ của hoàng gia, trang nghiêm trên một dĩa mặt trời và mặt trăng, bằng phẳng như một đệm ở giữa một hoa sen ngàn cánh. Những thuộc tính này biểu tượng Ngài được sinh bằng sự sinh ra tinh khiết trong gia đình Phật Liên Hoa (hoa sen) [Liên Hoa Bộ] của sự hợp nhất trí tuệ (mặt trời) và thiện xảo (mặt trăng).

Guru Rinpoche trong một thân của ánh sáng trí tuệ, vì ánh sáng không có dấu vết của đặc tính trần tục, thô nặng hoặc thay đổi. Ngài mười sáu tuổi, vì Ngài vượt lên cảnh giới của sự thay đổi và tuổi tác. Khuôn mặt Ngài mỉm cười tràn đầy hoan hỷ, vì đau khổ và phiền muộn không thể chạm được Ngài. Đôi mắt Ngài an định, thương yêu, trong sáng, mở rộng và quyền năng.

Ngài trang phục trong các áo choàng[110] bằng ánh sáng với những thiết kế và màu sắc khác nhau, biểu tượng sự viên mãn rất nhiều giới luật khác nhau. Áo choàng trắng bên trong (*gSang Gos*) và áo dài đỏ (*'Dung Ma*) biểu tượng sự viên mãn giới luật Bồ Tát. Áo dài màu xanh dương bên ngoài (*Phod Ch'en*) biểu tượng sự viên mãn của giới luật Mật tông. Khăn choàng tu viện (*Ch'os Gos*) biểu tượng sự viên mãn giới luật *prātimokṣ ha* (biệt giải thoát giới). Áo khoác không tay thêu kim tuyến (*Ber Ch'en*) có ý nghĩa giới luật của tất cả các thừa là một. Nón, áo khoác không tay thêu kim tuyến, giày cũng biểu tượng năng lực thành tựu của Ngài, vì chúng được Vua *Zahor* cùng với con gái và vương quốc dâng cúng Ngài, khi *Guru Rinpoche* chuyển hóa ngọn lửa sắp thiêu đốt Ngài thành nước.

Guru Rinpoche cầm các pháp khí, biểu tượng sự thành tựu và năng lực của Ngài. Chày *vajra* bằng vàng trong tay phải biểu tượng sự thiện xảo hay năng lực bất hoại của Ngài, nguyên lý nam. Sọ người tràn đầy cam lồ trong tay trái Ngài biểu tượng sự hợp nhất của hình tướng / cực lạc và tánh không.

Trong số người này, bình cam lồ trường thọ được trang hoàng bằng một cây như ý biểu tượng sự đạt được bất tử của Ngài.

Cây chĩa ba trong khuỷu tay trái Ngài biểu tượng vị phối ngẫu của Ngài hay trí tuệ, nguyên lý nữ, với các dấu hiệu đi theo. Ba điểm sắc nhọn của nó biểu tượng ba thật tánh của tâm - rỗng không, trong sáng, và lòng bi (năng lực). Ba đầu trong dạng còn trẻ, già, và bộ xương sọ biểu tượng ba thân Phật - Pháp Thân, Báo Thân và Hóa Thân. Chín vòng sắt biểu tượng chín thừa rèn luyện. Màn lụa treo năm màu biểu tượng năm trí tuệ Phật. Mái tóc biểu tượng năng lực thành tựu như kết quả của rèn luyện Mật tông trong các mộ địa.

Do đó, sự hiện diện huy hoàng của *Guru Rinpoche*, khả năng giảng dạy, năng lực, an bình, đẹp đẽ và ấm áp, tràn ngập tất cả pháp giới vì là hiện thân *vajra* của Phật quả tuyệt đối, bản tánh *vajra* của pháp giới.

Tình thương và lòng bi vô biên của Ngài hoàn toàn mở rộng đến toàn thể vũ trụ và đi tới từng chúng sanh, giống như tình thương của một người mẹ dành cho đứa con duy nhất. Trí tuệ vô hạn của Ngài biết mọi việc xảy ra trong vũ trụ một cách cùng lúc, không xao lãng khỏi bản tánh tuyệt đối đúng thật như đang hiện hữu - không hạn chế, không phân biệt, tỏa khắp mọi nơi và hoàn toàn rộng mở. Năng lực vô hạn của Ngài cung cấp mọi lợi ích và an định mọi rối loạn của vũ trụ và của mỗi chúng sanh, nếu họ mở rộng với cơ hội này, vì Ngài là suối nguồn vĩnh cửu của chữa lành và kết quả.

Guru Rinpoche không chỉ là một nhà đại hiền triết của thế kỷ tám với năng lực đáng kinh ngạc, mà Ngài còn là hiện thân của tất cả chư Phật, thánh nhân và các nhà hiền triết, vì trong bất cứ thân tướng nào và cách thấy, nhận lấy và cư xử với Ngài, Ngài đều trở thành như vậy. Đó là năng lực của tâm khiến tạo ra mọi hoàn cảnh. Đức Phật và cõi Phật là bản tánh của tâm giác ngộ và năng lực của nó, và sự bất tịnh của thế gian phàm tục chỉ là sự tạo tác và kinh nghiệm của tâm nhị nguyên.

Ngài là sự phản chiếu hay hiện thân của tâm Phật, chân lý, bản tánh thanh tịnh của chính tâm chúng ta, vì trong thật tánh, ánh sáng xuất hiện thanh tịnh của thật tánh, sự rộng mở duy nhất của an bình. Sự nương dựa vào *Guru Rinpoche* không phải gì khác hơn mà chính là một phương tiện thiện xảo để nhận ra và trao quyền năng cho chính chúng ta đến với những hiện tượng của nhận thức và kinh nghiệm thanh tịnh, hoan hỷ thanh tịnh và mạnh mẽ của chính mình, vốn được sinh khởi từ chính sự an bình của chúng ta và mở ra Phật tánh mà tất cả chúng ta đều sẵn có.

Sự quán tưởng có nhiều lợi ích. Nó truyền cảm hứng cho bạn hướng đến những mục tiêu tâm linh, tạo ra nếp suy nghĩ tích cực và theo khuôn phép. Nó ươm mầm cho một tính cách sùng tín và kiên định trong tâm thức và là con đường để ta tiếp nhận những ban phước và thành tựu của sự chứng ngộ và năng lực tâm linh.

Hãy thấy toàn thể thế gian đầy đủ mọi loại chúng sanh với lòng sùng kính, khuôn mặt hoan hỷ và đôi mắt hạnh phúc, và tất cả đang nhìn vào khuôn mặt thương yêu, đẹp đẽ, và quyền năng của *Guru Rinpoche.* Tất cả đều niệm *mantra* trong cùng một giọng, với âm điệu êm dịu và lớn nhất, như một cầu nguyện hay khẩn cầu đến *Guru Rinpoche,* như một phương tiện chữa lành những vấn để của chúng ta, như một luyện tập của năng lượng thân thể và tinh thần của chúng ta, như một lễ hội của sự hiện diện của *Guru Rinpoche* với chúng ta, và như một thiền định về âm thanh thuần tịnh - âm thanh của *mantra* trong bản tánh của nhất như, sự nhất như của toàn thể vũ trụ trong âm thanh của cầu nguyện.

Hãy thấy, cảm nhận và tin rằng sự quán tưởng và cầu nguyện mở ra hay sưởi ấm thân và tâm chúng ta trong sự sùng kính, nhiệt thành, an bình, hạnh phúc và rộng mở, và giờ đây trở thành kinh mạch thích hợp để tiếp nhận sự ban phước của *Guru Rinpoche.*

Như một kết quả của sự cầu nguyện khẩn cầu tâm giác ngộ của *Guru Rinpoche,* những chùm ánh sáng ban phước mạnh mẽ nhiều màu xuất phát từ *Guru Rinpoche* và chạm vào những phần khác nhau trong thân bạn. Chỉ nhờ ánh sáng chạm vào, cảm nhận cảm giác ấm áp, cực lạc, hơi nóng, và rộng mở trong thân và tâm chúng ta. Hãy kinh nghiệm cảm giác đó và buông lỏng. Sau đó qua mọi lỗ chân lông và các cửa, chùm ánh sáng ban phước đi vào thân chúng ta loại bỏ tất cả lo nghĩ, căng thẳng và đau khổ, giống như bóng tối bị loại bỏ bởi ánh sáng mặt trời. Hãy thấy rằng toàn thân chúng ta được chuyển thành một thân ánh sáng ban phước, và mọi cảm giác của chúng ta đều trở thành sự cực lạc, rộng mở, và sức mạnh.

Tin tưởng rằng chúng ta đã nhận được năng lực ban phước thân, khẩu và ý của *Guru Rinpoche* và mọi vấn để của thân tâm chúng ta đã được hoàn toàn an định. Hãy buông xả trong sự nhất như của cảm giác ấm áp, cực lạc và rộng mở - bản tánh phổ quát, *Guru Rinpoche* tối thượng.

Nếu chúng ta tin tưởng, thì *Guru Rinpoche* luôn luôn ở cạnh chúng ta. Ngài không phải là một người thuộc về một thời gian hay nơi chốn đặc biệt. Ngài là (hoặc tiêu biểu cho) Đức Phật, tánh Phật và những biểu hiện của tánh Phật. Nói khác đi, Ngài là thật tánh của vũ trụ và là đặc tính hay biểu hiện thanh tịnh của vũ trụ đó. Bất cứ khi nào chúng ta để tâm mình kết nối với chân lý nội tại của chúng ta, thì chân lý đó sẽ luôn ở đó để đạt tới, và sau đó sự biểu thị hay diễn cảm khởi lên từ chân lý đó sẽ luôn xuất hiện như những biểu hiện hoặc hình tướng thanh tịnh và thiêng liêng. Nếu chúng ta cho phép chính mình được nhận cảm hứng và thấy được chính chân lý và sự an bình tối thượng đó, mà tất cả chúng ta đều sẵn có, qua sự hỗ trợ của *Guru Rinpoche* và thấy mình như chính Ngài, chúng ta sẽ nhận ra và trở thành *Guru Rinpoche* và những phẩm tánh, biểu hiện của Ngài.

Cuối cùng, hãy thấy và cảm nhận rằng *Guru Rinpoche* đến gần hơn và hòa nhập vào bạn, cả thân và tâm, như nước hòa vào nước và ánh sáng vào ánh sáng. Bạn trở thành một với Ngài. Với năng lượng của cảm giác và niềm tin đó, chẳng còn bất cứ khái niệm nào, chỉ buông xả ở đó, nghỉ ngơi ở đó, và thư giãn ở đó.

KẾT THÚC

VỚI LÒNG BI TỪ TẬN đáy lòng, hãy hồi hướng mọi công đức, năng lượng ban phước mạnh mẽ mà chúng ta đã tiếp nhận đến tất cả bà mẹ chúng sanh vì mục đích hạnh phúc và giác ngộ của họ. Hãy thấy và cảm nhận rằng họ đã nhận được công đức của ánh sáng ban phước.

Hồi hướng công đức là một thực hành lớn. Không công đức nào khi hồi hướng là quá nhỏ. Thậm chí dù là một công đức nhỏ, nếu bạn hồi hướng thì công đức đó sẽ trở thành vĩ đại, vì tự thân sự hồi hướng là một cách mạnh mẽ để tăng trưởng công đức, vì nó mở rộng tâm chúng ta trong sự rộng mở của sự rộng lượng đến tất cả không phân biệt hay bám luyến. Việc hồi hướng giúp nới lỏng sự căng thẳng, phân biệt hay tính chất khép kín của tâm và làm mạnh mẽ năng lượng của sự rộng mở.

Sau đây là một vài lời khuyên: Hãy cố gắng quán tưởng, nhưng đừng cố sức quá nhiều về các chi tiết và sự hoàn thiện của quán tưởng này. Đôi lúc, nếu hoàn toàn khó quán tưởng, vậy chỉ cần cảm nhận sự hiện diện của *Guru*

Rinpoche và cảm thấy ánh sáng ban phước; hãy là một với nó và buông xả trong cảm giác của an bình, ấm áp và rộng mở.

Khi bạn đang thiền định, hãy làm những gì đang làm - trụ trong hiện tại, không lo nghĩ về những kết quả trong tương lai. Nếu không, khoảng cách cần vượt qua của bạn có thể chỉ gây ra sự chán nản và một trở ngại tinh thần.

Nếu bạn đã thực hành vào sáng sớm và có được cảm giác an bình, nhiệt thành, thì trong suốt ngày đó hãy cố hết sức gợi lại cảm giác của năng lượng đó càng nhiều lần càng tốt, mỗi lần trong khoảng một vài giây. Ngoài ra, hãy cố giữ cho cảm giác đó luôn sống động, như một nền tảng căn bản làm nền cho mọi hoạt động hằng ngày của bạn. Và như vậy, bạn không chỉ duy trì sự thực hành mà còn làm cho nó tăng tiến, biến cuộc sống hằng ngày của bạn thành các kinh nghiệm tâm linh, ngay cả lúc bạn đang làm việc.

Đừng mong đợi một dòng chảy của năng lượng hay cảm hứng, đừng sợ thiếu cảm hứng và động lực thúc đẩy. Chỉ thực hành như một phần trong các việc thông thường hằng ngày của bạn, hoặc [chậm rãi và vững chắc] như những bước đi của một con voi. Nếu bạn thực hành với ít sự mong đợi và khái niệm hơn, mọi việc sẽ dần dần được cải thiện một cách tự nhiên, như một phần của sự trở nên quen thuộc, rèn luyện và được củng cố nhờ sự thực hành.

MANTRA CẦU NGUYỆN CỦA GURU RINPOCHE

Trong tiếng Sanskrit:

OṂ ĀḤ HŪṂ VAJRA-GURU-PADMA-SIDDHI HŪṂ

Trong âm Sanskrit được Tây Tạng hóa:

OM AH HUNG BADZAR GURU PADMA SIDDHI HUNG

Hoặc:

OM AH HUNG BEDZAR GURU PEMA SIDDHI HUNG

Ý NGHĨA CHUYỂN DỊCH

(HIỆN THÂN CỦA) THÂN, khẩu, và ý (của chư Phật), Ôi, Kim Cương Sư Padma (sambhava), xin ban thành tựu

[hoặc: xin ban ân phước của Ngài (lên chúng con], cầu mong được thành tựu, hoặc cầu mong sự thành tựu được hoàn tất].

OṂ chủng tử tự của thân Phật

ĀḤ chủng tử tự của khẩu Phật

HŪṂ chủng tử tự của ý Phật

VAJRA kim cương (cứng rắn như kim cương), Dharmakāya (thân tuyệt đối)

GURU vị thầy (sự thịnh vượng), Sambhogakāya (thân hoan hỷ)

PADMA hoa sen (sự thanh tịnh), Nirmāṇakāya (thân biểu hiện)

SIDDHI thành tựu, kết quả thông thường và phi thường, sự hoàn tất

HŪṂ xin ban, cầu mong được. Sự khẩn cầu.

NHỚ LẠI CÁC PHẨM TÁNH CỦA GURU RINPOCHE

SỰ VĨ ĐẠI CỦA NHỮNG PHẨM TÁNH

CÁC PHẨM TÁNH CHUNG

OṂ ĀḤ HŪṂ là những chủng tử tự của ba vajra (thân, khẩu, và ý vajra) của tất cả các bậc giác ngộ.

OṂ: Về ý nghĩa chung nó là chủng tự tâm của thân vajra tất cả các đấng giác ngộ. Ý nghĩa đặc biệt của nó là trung tâm của cực lạc vĩ đại, trí tuệ bổn nguyên thành tựu tự nhiên, xuất hiện trong đặc tính của mạng lưới như huyễn, đó là sự hợp nhất thân của hình tướng và tánh không.

ĀḤ: Về ý nghĩa chung, nó là chủng tự tâm của khẩu vajra tất cả các đấng giác ngộ. Ý nghĩa đặc biệt của nó là tinh hoa của sự hợp nhất không thể mô tả của tánh giác và rỗng không, và sự biểu hiện của nó trong dạng âm thanh. Được hiểu theo cách thông thường nó trở thành nền tảng của mọi lời nói.

HŪṂ: Về ý nghĩa chung nó là chủng tự tâm của ý vajra tất cả các đấng giác ngộ. Ý nghĩa đặc biệt của nó là tinh hoa của Thân Vajra

Cầu Vồng, trí tuệ bổn nguyên tự hiện, sự hợp nhất của tánh giác và tánh không, sự thanh tịnh nguyên sơ.

Guru Rinpoche là hiện thân của tất cả phẩm tánh ba *vajra* này của các đấng giác ngộ.

Các phẩm tánh đặc biệt

VAJRA-GURU: Sự phong phú với các phẩm tánh của vajra (bất hoại, cứng rắn như kim cương, và tinh túy). VAJRA: chính là trí tuệ bổn nguyên cứng như kim cương của nền tảng qua phương tiện thiện xảo của con đường vajra, viên mãn thành bản tánh ba vajra thành tựu tự nhiên. GURU: Phong phú với những phẩm tánh, "vị thầy".

Danh hiệu, Bậc sở hữu những đặc tính này

PADMA: Danh hiệu Ngài chỉ rõ rằng Ngài sinh ra trong hoa sen; Ngài thuộc về gia đình Phật Liên Hoa. Ngài thành tựu trạng thái Vajradhara bởi sự hỗ trợ của các Dakini của Padma. Ngài giống như hoa sen trong tâm, Ngài xuất hiện trong sinh tử nhưng không bị nhiễm ô của sinh tử.

CẦU NGUYỆN BAN MONG ƯỚC VÀ THÀNH TỰU

MONG ƯỚC

SIDDHI: Về ý nghĩa chung, nó là sự đạt được hạnh phúc và thành công, cả hai thế gian và tâm linh. Ý nghĩa đặc biệt của nó là hoàn thiện con đường và các giai đoạn của con đường vajra không có bất cứ chướng ngại nào, và đạt được trạng thái của Vidyadhara bằng những bậc thang của bốn thực hành Vidyadhara.

Thành tựu

HŪṂ: Có ba chữ - H, Ū và. Ṃ dành cho việc cầu khẩn ba vajra. Ngoài ra, HŪṂ là ý vajra, và nó là phương tiện khẩn cầu tâm của Guru Rinpoche để ban sự thành tựu.

TÓM TẮT

THÂN, KHẨU, VÀ Ý (CỦA chư Phật): Ôi Kim Cương Sư Padma, xin ban thành tựu.

Hoặc:

Ôi Padma (Padmasambhava - Liên Hoa Sanh) - phong phú với các đức hạnh *vajra*, (hiện thân của) thân, khẩu, và ý (của chư Phật) - xin ban cho con sự thành tựu (thông thường và phi thường).

MỘT THIỀN ĐỊNH NGẮN

KHI KHÔNG CÓ NHIỀU thời gian hay năng lượng, bạn có thể thực hành chỉ khoảng mười hay mười lăm phút, hoặc thậm chí ít hơn. Hít thở sâu một hay hai lần, hãy suy nghĩ và cảm giác rằng bạn đang thải bỏ tất cả năng lượng chết. Hãy cảm thấy buông lỏng.

Sau đó thấy *Guru Rinpoche* đẹp đẽ ở phía trên trong bầu trời trong sáng, như hiện thân của tất cả chư Phật và công đức của vũ trụ. Hãy cảm nhận sự nồng nhiệt của sự hiện diện đó. Tụng niệm *mantra* (bằng miệng hay niệm thầm trong tâm) với năng lượng của sự cảm hứng và lòng sùng kính của thân và tâm bạn. Hãy tiếp nhận và là một với ánh sáng ban phước, và cảm nhận sự nhiệt thành, ấm áp, cực lạc và rộng mở. Hãy hồi hướng công đức cho tất cả bà mẹ chúng sanh.

Bạn có thể thực hành lúc mới thức dậy vào sáng sớm, trước khi rơi vào giấc ngủ, trong lúc nghỉ ngơi, giữa lúc làm việc hoặc bất cứ lúc nào. Và hãy vui thích với thực hành này.

14. ĐÁNH GIÁ SỰ TIẾN BỘ CỦA VIỆC THỰC HÀNH GIÁO PHÁP[111]

Để đánh giá sự tiến bộ tâm linh của chúng ta, điều quan trọng là phải nhận ra mục tiêu của mình, con đường dẫn đến mục tiêu đó và nền tảng hiện tại chúng ta đang đứng trên con đường của cuộc hành trình tâm linh.

Trong Phật giáo có rất nhiều con đường rèn luyện tâm linh. Mỗi con đường đều có mục đích, ý định và lợi ích duy nhất của nó cho chính chúng ta và người khác. Nhưng để có thể được lợi ích thật sự, điều quan trọng là phải hiểu được mục đính chính phía sau những thực hành này. Nếu chuyển hướng sai tại một ngã tư đường, mỗi bước đi của ta sẽ càng làm cho chúng ta rời xa đích đến. Tương tự như vậy, nếu không nhận ra thực chất của mục đích tâm linh và những gì chúng ta cần hướng đến, thì sự thực hành của chúng ta sẽ không có lợi ích, hoặc ít nhất cũng sẽ không phát huy được hết sự lợi ích.

Trọng tâm chính của tất cả rèn luyện trong Giáo Pháp là để lợi ích cho tâm chúng ta. Điều này nghe có vẻ như ích kỷ, nhưng không phải vậy. Trừ khi chúng ta hoàn thiện chính mình, bằng không chúng ta sẽ không thể thực sự giúp đỡ người khác hoặc thực hiện bất cứ hoạt động Giáo Pháp nào. Không được trang bị mà chỉ khao khát giúp đỡ người khác, cũng giống như thực hành bắn cung mà không biết cách bắn hoặc không có cung hay mũi tên. Cho dù có đặt ra hàng trăm mục tiêu, chúng ta cũng không thể trở thành một cung thủ giỏi.

Do đó, tôi không nói rằng chúng ta nên tự tôn trong việc tập trung vào chính mình. Thay vì vậy, tôi muốn nói rằng chúng ta nên hướng mọi cố gắng trong thực hành đến việc làm lợi ích cho tâm thức chúng ta, với một quan điểm rộng mở với người khác. Chúng ta càng thuần hóa những niệm tưởng cuồng dại và cảm xúc hỗn loạn của chính mình, ta càng trở nên an bình, giác ngộ và bi mẫn, trở thành người giải thoát khỏi sự ích kỷ. Thế nên, mục tiêu trong rèn luyện tâm nên là sự chuyển hóa [tâm mê muội] thành tâm giác ngộ vì lợi ích của mọi chúng sanh.

Những lợi ích của thực hành thiền định là không giới hạn trong phạm vi hiểu biết dựa trên trí năng hay khái niệm. Chúng cần phải bao gồm cả cảm giác của chúng ta. Điểm quan trọng nhất của thực hành Pháp là để rèn luyện hay hoàn thiện tâm thức bằng việc đưa nó đến một trạng thái hoàn toàn an bình, buông xả và trong sáng, bảo vệ tâm khỏi mọi cảm xúc phiền não. Để đạt được trạng thái này, chúng ta phải trau giồi cảm giác và kinh nghiệm an bình trong tâm mình.

Tuy nhiên, vấn đề gặp phải khi ta thực hành Pháp là chúng ta không đưa những hiểu biết của ta vào trong cuộc sống và không áp dụng những gì chúng ta đã học. Thật không may, sự hiểu biết của chúng ta thường trụ trong lãnh vực tưởng tượng, ở một nơi nào khác. Sự hiểu biết trở thành đối tượng khác của tâm, không được áp dụng vào chủ thể là chính chúng ta. Đó là lý do tại sao chúng ta thường muốn biết nhiều thứ, học nhiều môn. Nhưng ngay cả nếu tiêu tốn mười hay hai mươi năm trong việc học hay thực hành, chúng ta có thể chẳng đạt được gì hơn là một hiểu biết giả tạo, một sự quen thuộc mơ hồ với đối tượng của việc học.

Mặc dù mục đích của chúng ta là giác ngộ, là một điều không thể hiểu được vào lúc này, và nó cũng không dễ giải thích; nhưng nói một cách đơn giản thì mục đích của thực hành là để đạt đến tâm an bình cao nhất, đó là trạng thái buông xả nhất, kiên định mạnh mẽ và viên mãn. Nếu không cải thiện được tâm chúng ta thì bất chấp bao nhiêu hiểu biết về mười địa vị, năm con đường, nghi lễ, triết học, .v.v... tất cả sẽ trở thành đối tượng mà chẳng bao giờ chúng ta áp dụng vào chính mình. Có thể nói rất đơn giản, như khi chúng ta quay mặt về hướng đúng thì mỗi bước đi sẽ đưa chúng ta tới gần đích đến. Tương tự, khi bắt đầu thực hành - bất cứ thực hành nào chúng ta chọn - nếu sử dụng nó để lợi ích và rèn luyện tâm, thì thậm chí có là một thực hành nhỏ nhặt hay đơn giản, ngay cả khi chỉ kéo dài không hơn một giờ hay chỉ một ngày, nó vẫn sẽ giúp ích chúng ta. Nhưng nếu chuyển thực hành của chúng ta thành một đối tượng, một sự vui thích dễ chịu bên ngoài, nó sẽ chẳng thực sự lợi ích cho ta. Chúng ta có thể trở thành nhà văn hay học giả, có khả năng nhắc lại như vẹt nhiều thứ khác nhau; mà điều này chẳng thực sự giúp ích gì cho ta cả.

Vào thời Đức Phật còn tại thế, có một trong mười sáu vị *Arhat* (*A-la-hán*) hay hiền triết, tên là *Chullapanthaka*,[112] vô cùng trì độn và không thể nhớ nổi ngay cả một bài giảng chỉ bốn dòng. Do vậy, Đức Phật hướng dẫn ông quét bụi trong đại sảnh của tăng chúng và lau chùi dép của các vị *bhikshu (tỷ-kheo)*, trong lúc đó lặp đi lặp lại rằng: "Bụi đã được tẩy sạch. Nhiễm ô đã được tẩy sạch."

Chullapanthaka mất nhiều năm liền chỉ tập trung vào việc lau chùi và lặp lại cùng câu kệ trên. Có một ngày, ông tự suy nghĩ: "Ý nghĩa của câu Đức Phật nói 'quét bụi' và 'tẩy sạch cảm xúc' thực ra là gì? Có phải bụi là nhiễm ô của tâm thức hay của đại sảnh và những đôi dép?" Vào chính lúc đó, những dòng kệ sau đây xuất hiện trong tâm ông:

"Đây không phải là bụi của thế gian, mà là bụi của tham, sân và si.
Bụi là tên gọi của tham, sân và si, và chẳng phải của thế gian.
Người uyên bác là người đã tẩy sạch bụi
Đạt được tự tin trong giáo lý của Đức Phật."

Lập tức ông trở thành một vị *Arhat*, một bậc giác ngộ. Tại sao? Không vì ông có hàng trăm kỹ thuật khác nhau. Không vì ông là một đại học giả và tìm thấy con đường mật truyền để đạt tới mục đích. Mà đúng hơn là nhờ sự gìn giữ tâm ông trong một trạng thái đơn giản, an bình và hoan hỷ tột độ, và làm công việc công đức, ông chú tâm với sự tỉnh giác về những gì ông đang làm. Ông áp dụng toàn bộ tâm trí vào bất cứ những gì thân và tâm ông làm, nên cuối cùng ông được giác ngộ.

Để đạt được giác ngộ, không cần thiết phải biết nhiều thứ, cũng không cần phải thực hành theo nhiều cách. Việc tu tập đơn giản phải là vấn đề, mà có lẽ tốt hơn nên giữ cho được đơn giản - càng thực hành quá nhiều, ta lại càng lẫn lộn, rối rắm. Do vậy, hãy giữ sự tu tập đơn giản, và điều quan trọng nhất là phải vận dụng vào trong tâm bạn.

Nếu ta biết cách vận dụng thực hành của mình một cách thích hợp và nếu ta có một kinh nghiệm thiền định, sức mạnh, hay một số chứng ngộ, thì bước quan trọng kế tiếp là phát triển nhận thức thanh tịnh. Phần lớn mục đích thực hành của đạo Phật, dù hiển giáo hay mật giáo (giáo tông hay mật tông) là để tịnh hóa nhận thức của chúng ta. Thường chúng ta thấy và suy nghĩ trong giới hạn nhị nguyên, với một chủ thể và đối tượng. Chúng ta thường nghĩ: "Điều này là tốt," "Điều này là xấu," "Người ấy là bạn tôi,"

"Người kia là kẻ thù của tôi." Vì sự phân biệt liên tục này chúng ta phải trải qua những hạnh phúc và phiền muộn, và tạo ra các nghiệp thiện và ác.

Sự vận hành của tất cả những gì vừa nói được khởi đầu từ những nhận thức sai lầm của chúng ta, vì ta phân biệt theo cách sai lầm. Tất nhiên, cũng có đôi khi sự nhận thức phân biệt của chúng ta là đúng thật, như khi ta bị bệnh hay đói. Nhưng trong hầu hết trường hợp thì nhận thức phân biệt của chúng ta đều chỉ là sự tạo tác của tâm. Ví dụ, khi ông C gặp ông A, ông ta có thể nghĩ, "Người này là bạn của tôi," và cảm thấy hạnh phúc khi gặp ông ấy. Nhưng khi ông B gặp ông A, ông ta lại có thể nghĩ, "Đó là kẻ thù của tôi," và ông ta không vui, cho dù trong cả hai trường hợp vẫn là những con người đó. Sự đánh giá xếp loại của chúng ta, "*bạn*" hay "*thù*" có thể thay đổi liên tục, và cảm xúc của ta cũng thay đổi tương ứng, ngay cả khi đối tượng xếp loại vẫn không thay đổi. Nguyên nhân chỉ là nhận thức của chính ta thay đổi.

Chúng ta liên tục sàng lọc [những đối tượng trong] thế giới này qua lăng kính nhận thức của chính mình. Khi ta mang kính màu tối, mọi sự nhìn đều tối. Nhưng khi ta đeo kính trắng thì cũng cùng thế giới đó lại hiện ra rõ ràng. Đây là lý do tại sao việc thay đổi cách nhận thức của chính ta là quan trọng. Nhận thức thanh tịnh là phương pháp của đạo Phật để thấy sự vật một cách tích cực và đúng thật như chúng đang hiện hữu.

Như chúng ta biết, nhận thức thanh tịnh có thể được nhận hiểu theo nhiều mức độ. Trong thực hành mật tông, mọi sự được thấy như một cõi tịnh độ Phật. Hành giả chuyển hóa hiện tượng thành sự hỗ trợ cho thực hành và cuộc sống tinh thần qua nhận thức thanh tịnh. Nhưng điều đó lại là một chủ đề khác.

Với chư Phật toàn giác, bất kể là hình dạng hay thân tướng nào xuất hiện, các ngài đều không có những khái niệm nhị nguyên hay cảm xúc phiền não. Các Ngài sẽ không cảm thấy đau khổ hay khích động.

Với những bậc lão luyện chứng ngộ cao cũng vậy, hoàn cảnh vật chất không tạo ra bất cứ tác động tiêu cực nào về mặt cảm xúc hay khái niệm. Các vị ấy có thể trông giống như đang rất đau khổ, nhưng tâm họ vẫn luôn duy trì sự thanh thản và hoan hỷ. Trong thực tế, bệnh tật có thể là một nguồn hạnh phúc và an bình cho họ.

Câu chuyện kể về Ngài *Zhang Rinpoche*[113] là một ví dụ cho điều này. Ngài là một đại Lama và *yogi* của phái *Kagyupa*, đã thực hành đại cực lạc suốt cuộc đời. Một hôm, Ngài bị va đầu rất mạnh vào vách động đá. Mặc dù bị chấn thương nghiêm trọng và đầu Ngài chảy rất nhiều máu nhưng Ngài vẫn cảm thấy cực lạc, không đau đớn. Tại sao vậy? Xét cho cùng, Ngài cũng là người bằng xương thịt như tất cả chúng ta. Lịch sử Phật giáo Tây Tạng có rất nhiều vị đại *Lama* phô diễn phép mầu để ngăn chận và chuyển hóa những tai họa xảy đến với các Ngài. Nhưng ngài *Zhang Rinpoche* lại không cần phô diễn phép mầu để ngăn chặn tổn thương. Do nơi nhận thức và trạng thái nội tâm, Ngài kinh nghiệm cực lạc thay vì đau đớn. Điều này tùy thuộc vào năng lực nhận thức thanh tịnh và sự chứng ngộ trí tuệ đại cực lạc của Ngài. Loại kết quả này có thể vượt hơn chúng ta, nhưng tối thiểu chúng ta có thể cố gắng rèn luyện chính mình trong việc thấy mọi người như bạn bè, không phải kẻ thù - không chỉ một hay hai người, mà là mọi người, bằng việc thiền định về lòng bi và các thiền định khác.

Một truyện kể về Ngài *Dodrupchen đệ nhất* theo tự truyện của Ngài *Jigme Gyalwe Nyuku* (1765 - 1843) cung cấp một tấm gương mạnh mẽ khác về việc những vị tổ đã giác ngộ chuyển hóa kinh nghiệm của các Ngài. Có lần, Ngài *Jigme Gyalwe Nyuku* du hành từ miền Đông Tây Tạng đến trung tâm Tây Tạng, ở đó Ngài gặp *Dodrupchen đệ nhất* tại *Samye*. Vị *Dodrupchen đệ nhất* gửi Ngài một bức thư cho *Jigme Lingpa* ở *Tsering Jong*. Ngài đã diện kiến và tiếp nhận giáo lý từ *Jigmed Lingpa* và sau đó trở lại gặp *Dodrupchen* tại *Samye*. Vào lúc đó Ngài *Dodrupchen* đã được rất nhiều người biết đến nhưng vẫn chưa nổi tiếng, và *Jigme Gyalwe Nyuku* chỉ mới khoảng hai mươi tuổi, chưa được mấy người biết đến. Họ cùng nhau bắt đầu hành hương đến miền Tây Tây Tạng để gặp một số vị đại Lama.

Một ngày nọ, *Dodrupchen* nói rằng ngài sẽ trở lại *Lhasa* và sau đó đến *Kham*. *Jigme Gyalwe Nyuku* nói: "Không, Ngài không thể đi một mình, tôi sẽ giúp Ngài đến *Lhasa*." Họ bàn thảo và cuối cùng đồng ý cùng đi với nhau.

Trên đường, Ngài *Dodrupchen* bị bệnh và *Jigme Gyalwe Nyuku* phải mang hành lý của cả hai. Khi họ cố gắng vượt qua một ngọn núi cao, *Dodrupchen* không thể leo lên sườn núi dốc. Họ chỉ còn một ít mỡ động vật, một ít dầu và chẳng còn *tsampa* (bột mì nướng, món ăn chủ yếu ở Tây Tạng). Họ phải nghỉ lấy sức sau mỗi một quãng đường rất ngắn và hầu như chẳng đi được bao xa.

Sau một lúc, *Dodrupchen* thậm chí không thể đứng dậy nổi nên *Jigme Gyalwe Nyuku* phải đỡ ông dậy sau mỗi lần nghỉ. Nhưng dù thân thể

Dodrupchen bị bệnh nặng, tâm ngài vẫn không cảm thấy buồn hay đau khổ. *Dodrupchen* nói: "Hôm nay tôi có một cơ hội nhỏ để kinh nghiệm khổ hạnh trong thực hành Pháp bằng gánh nặng của thân thể và kinh nghiệm gian khổ của tinh thần - chịu hy sinh một chút trong thực hành Giáo Pháp thiêng liêng". Ngài chào đón sự đau khổ và nói: "Qua sự dâng hiến như vậy, tôi đang đạt kết quả của thân người quý báu với mười tám phẩm tánh và sự quang vinh của bốn thuận lợi lớn (sống ở một nơi hòa thuận, có một bậc thầy thiêng liêng, lập nguyện chân chánh và tích lũy công đức). Do vậy, không nghi ngờ gì nữa, loại kinh nghiệm này chính là kết quả sự tích lũy công đức và tịnh hóa các nhiễm ô trong những kiếp trước của tôi."

Rồi Ngài *Jigme Gyalwe Nyuku* tiếp tục: "Và *Dodrupchen* đã có niềm đại hoan hỷ như thế trong tâm, thật tuyệt diệu khi thấy như vậy. Vị *Lama* này thật sự đang làm theo những lời Đức Phật dạy. 'Bằng việc vượt qua lửa dữ và rừng đao kiếm, các ngươi sẽ tìm được Giáo Pháp cho mục tiêu tối thượng."

Do vậy, ở đây có hai vấn đề. Trước hết, nếu bạn có sự hoan hỷ, bất kể hoàn cảnh của bạn có nghiêm trọng đến đâu, bạn đều có thể dễ dàng chuyển hóa chúng thành sự thực hành. Thứ hai, ngay cả nếu bạn không đủ sức chuyển chúng thành sự thực hành, điều này cũng giúp bạn dễ dàng chịu đựng hơn ngay cả những kinh nghiệm khủng khiếp nhất.

Thế nên, mặc dù thân thể Ngài *Dodrupchen Rinpoche* trong tình trạng nguy kịch, Ngài vẫn thật hạnh phúc vì có thể tán thán cơ hội để kinh nghiệm đau khổ cho một mục đích đầy ý nghĩa và cho một tương lai tuyệt diệu.

Với người bình thường chúng ta, điều quan trọng là có một quan điểm đơn giản nhưng tích cực và thực tế, hãy suy nghĩ rằng mỗi một chúng sanh đang sống đều có cha mẹ và bạn bè. Nếu có thể thấy sự vật theo cách này, chúng ta sẽ có tình thương và lòng bi đối với mọi người. Chúng ta sẽ có một tâm an bình và buông xả. Nếu tâm được an bình và hoan hỷ, chúng ta có thể áp dụng nó để chuyển hóa bất cứ hoàn cảnh nào thành tích cực, một nguồn của an bình và hạnh phúc hơn.

Làm thế nào chúng ta đánh giá sự thực hành của mình và xác định chúng ta đang cải thiện hay chưa được cải thiện, đang tiến bộ hay thụt lùi? Vấn đề thứ nhất là nhiều người trong chúng ta không thực sự muốn thấy những khuyết điểm của chính mình. Hoặc, thậm chí nếu thấy chúng, ta cũng không thể thừa nhận vì sự yếu đuối của tâm, thiếu tự tin, và sự nhạy cảm của bản ngã. Chúng ta tránh né vào trong việc trách cứ người khác hay một sự việc nào khác và tìm cảm giác dễ chịu sai lầm bằng cách trốn sau một bức màn che an toàn. Trong văn học Tây Tạng luôn nói rằng điều quan trọng là phải có một tấm gương để thấy khuôn mặt chính mình, không phải chỉ có đôi mắt để thấy các khuyết điểm trên khuôn mặt người khác. Thế nên, thay vì tìm kiếm một người nào khác để chịu trận thay mình, chúng ta nên học cách nhìn vào thái độ tinh thần của chính mình và sau đó là hành động của thân thể. Sự hiện diện của chúng ta hôm nay tại nơi này là một bằng chứng sống của việc ta có tiến bộ hay không.

Ngay cả nếu chỉ tìm thấy các khuyết điểm trong chính mình, chúng ta vẫn nên vui vẻ suy nghĩ: "Giờ đây tôi đã thấy được các vấn đề của mình, tôi có thể chuyển hướng theo con đường đúng. Nếu đã có bất cứ tiến bộ tâm linh nào, bất kể chúng bình thường ra sao, chúng ta nên thừa nhận, hoan hỷ và tán thán. Sau đó, năng lượng của sự hoan hỷ chúng ta sẽ mạnh mẽ và nhân lên nhiều lần năng lực của sự tiến bộ tâm linh chúng ta. Hạnh phúc về những cải thiện giúp chúng ta duy trì sự tiến bộ đã có và tạo năng lượng cho những nỗ lực trong tương lai của ta.

Khi sống ở Ấn Độ, tôi có gặp một học giả và người lãnh đạo quan trọng của Ấn Độ, sinh ra trong một gia đình thuộc đẳng cấp thấp. Ông ta được tiếp nhận một nền giáo dục tốt và trở thành một tiến sĩ, sau đó thành thống đốc của một bang ở miền Bắc Ấn Độ. Trong suốt đời, ông đấu tranh chống lại hệ thống phân biệt đẳng cấp. Nhưng có lần ông nói với tôi: "Mặc dù tôi nói là mình chống lại hệ thống phân biệt đẳng cấp và đã dành cả cuộc đời đấu tranh chống lại nó, tôi vẫn chưa trung thực. Nếu có ai đó thuộc một giai cấp thậm chí còn thấp hơn giai cấp của tôi đến hỏi cưới con gái tôi, tôi sẽ thấy ngần ngại. Điều đó có nghĩa là trong thực tế tôi thù ghét và ganh tị với người thuộc giai cấp cao hơn mình, và tôi không hoàn toàn công bằng khi nói đến toàn bộ hệ thống phân biệt đẳng cấp."

Mỗi khi nhớ lại những lời này, tôi kinh nghiệm một cảm giác tán thán về trí tuệ, sự rộng mở và trung thực của ông. Lẽ dĩ nhiên, tôi không nói về sự phân biệt chính trị là tốt; nhưng khả năng của vị học giả Ấn Độ này đối mặt với khuyết điểm của ông ta một cách trung thực là đáng chú ý. Nếu có thể thấy và chấp nhận sự thất bại của chính chúng ta, việc thay đổi chúng sẽ dễ dàng. Tôi nghĩ tất cả chúng ta đều có điều sai quấy tương tự như vậy. Sự khác biệt là rất nhiều người hoàn toàn không muốn nghĩ đến chúng và không thể chịu nổi việc phải chấp nhận chúng.

Nhiều người trong chúng ta không thích những người giàu có vì nghĩ rằng, "Tôi ghét người giàu vì họ không giúp người nghèo." Tuy vậy, khi chính ta có được điều gì đó, ta cũng hiếm khi chia sẻ với những người kém may mắn. Chúng ta hầu như chẳng bao giờ tình nguyện phục vụ xã hội ngay cả khi có thời gian nhàn rỗi. Vậy tại sao chúng ta lại cho là những người giàu có lỗi? Trong thực tế, [đó là do] chúng ta ganh tị và thù ghét họ. Nhiều người trong chúng ta cũng khó mở lòng rộng rãi với cha mẹ, con cái, họ hàng, hoặc các bạn đạo, trong khi sự quan tâm đến những người này là trách nhiệm hàng đầu của ta. Chỉ khi nào chúng ta cống hiến trọn cuộc đời mình để chia sẻ tất cả những gì mình có, giống như mẹ *Teresa*, ta mới có quyền chỉ trích những người không bố thí như ta. Tất cả chúng ta đều có quan điểm của riêng mình - "Hệ thống này là xấu. Hệ thống đó là tệ" - nhưng cảm giác của chúng ta thường dựa căn bản trên phản ứng cảm xúc của chính mình, hiếm khi dựa căn bản trên sự hiểu biết chân thật về đạo đức hay tâm linh. Hiểu được điều này là rất quan trọng.

Để đánh giá sự tiến bộ tâm linh của chính mình, chúng ta cần kiểm tra xem sự thiền định của ta có được đặt nền tảng đúng trong cuộc sống của chính ta hay không. Chúng ta cần chắc chắn rằng đã sử dụng thực hành để rèn luyện chính tâm mình, và chúng ta không chỉ dựa vào nó như một truyền thống. Chúng ta cần tự hỏi mình có sử dụng sự thực hành như đó là một sự tốt đẹp khôn ngoan hay như một lý do để che giấu một số khiếm khuyết của ta. Nếu như vậy là chúng ta đã không áp dụng sự thực hành cho chính tâm mình. Biết được như vậy thì cần phải thức tỉnh và bắt đầu đi theo con đường đúng.

Nếu thiền định về lòng bi chẳng hạn, chúng ta cảm thấy dễ dàng phát sinh lòng bi với người nào đó ở xa và không giao kết với mình. Nếu chúng ta không biết một ông *Smith* nào đó ở Luân Đôn, đang bị bệnh hay gặp phải điều gì đó, thì việc phát triển lòng bi với ông ta sẽ khá dễ dàng. Nhưng câu hỏi quan trọng là liệu chúng ta có thể thực hành lòng bi và nhận thức thanh tịnh với những người mình thực sự biết - các thành viên trong gia đình, cha, mẹ, con cháu, chồng, vợ, đồng nghiệp, bạn bè, bạn đồng tu và những kẻ thù của ta - là tất cả những người có quan hệ nối kết với chúng ta. Nếu ta không thể có lòng bi với những người thân thiết thì việc nói về lòng bi đối với mọi những chúng sanh sẽ là chuyện hết sức lố bịch và đáng xấu hổ.

Nếu ta đang thiền định về vô thường và thực sự đạt nhiều tiến triển thì một trong những kết quả cuối cùng là ta sẽ không còn giận dữ với người khác. Không một ai là kẻ thù của chúng ta - đó chỉ là sự tạm thời. Bất cứ một người nào hôm nay là kẻ thù của ta, ngày mai sẽ là một người bạn và sẽ đổi khác đi vào những ngày sau nữa. Nếu thực sự hiểu biết về vô thường, chúng ta biết chẳng có lý do nào để cảm thấy bám luyến hay thù hận, vì không thể có những điều như là bạn bè hay kẻ thù mãi mãi. Chúng ta nên trau giồi tính bình đẳng với tất cả chúng sanh đang sống và có lòng bi với tất cả, những người đang tranh đấu lẫn nhau vì sự vô minh của họ. Do vậy, ngay cả việc thực hành về vô thường, nếu làm đúng, sẽ hoàn toàn thay đổi chúng ta. Dĩ nhiên, nếu chúng ta tu tập những giai đoạn cao của sự thực hành một cách đúng đắn thì không còn nghi ngờ gì về năng lực hiệu quả của nó. Tuy nhiên, ngay cả khi ta đã thực hành dù một khía cạnh đơn giản hay thông thường nhất của giáo lý từ tận đáy lòng, điều đó cũng sẽ mang lại lợi ích lớn lao cho ta.

Không cần thiết phải được nghe người khác nói là ta thực hành tốt hay không. Chính bản thân ta là dấu hiệu tốt nhất để chỉ ra điều đó. Chúng ta phải luôn xem lại chính mình để thấy liệu ta đã có được bất cứ sự cải thiện nào trong tâm hay không. Việc chúng ta ghi nhớ và am hiểu được nhiều điều chẳng có gì quan trọng. Nếu tâm ta không được thuần phục và an bình, chúng ta nên nghiêm túc nhìn lại chính mình vì lợi ích và tiến bộ của chính ta.

Vấn đề lớn với chúng ta là cảm xúc. Về mặt trí năng chúng ta có thể dựa vào triết học, các thiền định bậc cao hơn và sự quán sát trí tuệ. Nhưng về mặt thực hành, chúng ta thường bị choáng ngợp bởi những cảm xúc tiêu cực. Chúng ta có thể làm gì với những cảm xúc này? Như đã đề cập ở trên, bước đầu tiên là phải nhận biết được chúng.

Kế tiếp, chúng ta nên sử dụng kinh nghiệm thiền định để an định chúng. Ví dụ, thỉnh thoảng chúng ta nổi giận. Mà sự nóng giận chỉ là một tạo tác của tâm chúng ta. Nóng giận và thù ghét là sản phẩm của sự không thích, điều đó hoàn toàn chỉ là sự tưởng tượng của chúng ta. Sự bám luyến cũng là tạo tác tinh thần của chúng ta. Chúng ta nghĩ: "Cái đó đẹp. Điều đó thật tuyệt vời. Tôi muốn có nó." hoặc: "Điều đó thật thú vị." Chúng ta bị bám luyến theo cách này và bắt đầu bám víu và chấp chặt. Kế đó, tất cả cảm xúc phiền não theo sau. Nóng giận và thù ghét là vấn nạn hàng đầu đối với một số lớn người phương Đông và người Tây Tạng, cũng như sự ganh tị ở người Mỹ. [Đối với người Mỹ], sự ganh tị là điều gì đó chúng ta phát triển từ thuở bé, do những điều kiện trong các môi trường trường học, trò chơi và sự cạnh tranh. Thậm chí nó trở thành một lời khen: "Ồ, y phục bạn thật đẹp, tôi cảm thấy ganh tị."

Chúng ta không được chấp nhận hoặc bào chữa cho cảm xúc của mình bằng suy nghĩ kiểu như: "Tôi nóng giận, nhưng đó là quyền của tôi. Tôi phải được nóng giận, điều đó là tốt." Không, như vậy là sai lầm. Ngọn lửa cảm xúc sẽ đốt cháy chúng ta thành tro. Một số người chúng ta bào chữa sự nóng giận của mình bằng suy nghĩ, "Mọi người đều nóng giận, vậy tại sao tôi lại không được?" Song, chỉ vì người khác ở trong một hầm lửa, điều đó không có nghĩa là chúng ta cũng phải nhảy vào. Nếu muốn cải thiện, chúng ta phải cố gắng không có những cảm xúc này. Đó là lý do tại sao chúng ta chọn việc thực hành Giáo Pháp.

Chúng ta phải thấy cảm xúc tiêu cực là xấu ác. Ví dụ, nếu thù ghét hay bám luyến một ai đó, chúng ta có thể nghĩ: "Tôi có mọi loại cảm xúc này trong tôi. Tôi giống như một cái túi đựng rác dơ bẩn." Đừng nên nghĩ: "Tôi nóng giận; nhưng vì tôi được giáo dục hay giàu có, đó là quyền của tôi." Điều này chỉ làm cảm xúc chúng ta phát triển nhiều hơn.

Việc thấy được cảm xúc của chúng ta là tiêu cực và xấu xa là rất quan trọng. Khi chúng ta trở nên ti tiện qua việc nói xấu người nào đó, hoặc nói ra lời những cay nghiệt, chúng ta nên hình dung mình đang nôn mửa, hoặc ta là con rắn độc đang khè hơi và cắn mổ vào lưỡi mình. Nếu ta đang làm điều gì tổn hại ai đó, ta phải tự nghĩ chính mình như một quái vật khủng khiếp bị lửa thiêu đốt, đang cố ăn thịt mọi người. Ngay cả dù thân thể ta có thể đẹp đẽ, khi bị cảm xúc phiền não ám ảnh, chúng ta sẽ trở thành quái vật. Nếu nhìn thấy chính mình như quái vật, điều gì sẽ xảy ra? Chúng ta sẽ chẳng còn muốn [tiếp tục] sống trong loại tình huống đó chút nào.

Sau khi nhận biết được cảm xúc phiền não của chính mình và thấy chúng là tiêu cực, chúng ta nên sử dụng việc rèn luyện Giáo Pháp để tẩy tịnh và chuyển hóa chúng vào thực hành. Liều thuốc giải độc cho sân hận là phát triển lòng bi với chúng sanh bằng cách nghĩ họ là các bà mẹ của chúng ta. Liều thuốc giải độc cho tính ganh tị là tùy hỷ với hạnh phúc của tất cả bà mẹ chúng sanh. Liều thuốc giải độc cho bám luyến là hiểu được vô thường và bản chất đau khổ của sinh tử. Liều thuốc giải độc cho vô minh là nhận ra thật tánh và lý duyên sinh của mọi hiện tượng hiện hữu.

Một mặt, tâm chúng ta là rất khó thuần phục vì chúng dễ thay đổi và liên tục dao động. Nhưng mặt khác, điều này cũng chính là yếu tố làm cho tâm thật dễ rèn luyện. Để thay đổi hình dạng của một cái bàn cứng chắc, chúng ta phải làm việc rất vất vả. Nhưng thay đổi cách suy nghĩ của chúng ta lại dễ hơn nhiều - hầu như ta có thể thay đổi ngay lập tức. Nếu chúng ta thận trọng đừng để tâm mình rơi vào sự kiểm soát của nóng giận, bám luyến và đố kỵ .v.v... thì tâm ta sẽ tự nhiên ở trong trạng thái rộng mở, buông xả và an ổn.

Có lần, tôi xem một mẩu tin trên truyền hình về một người phát triển kỹ năng tung hứng để điều trị các bệnh nhân tâm thần. Cho dù không được xếp vào loại rối loạn tâm thần, nhưng nhiều người trong chúng ta ít nhất cũng có tâm thức quá rắc rối, phức tạp. Điều quan trọng là phải loại bỏ tất cả những quan điểm và cảm xúc tiêu cực này, để đưa tâm ta trở lại trạng thái tự nhiên (tôi không đề cập đến những trạng thái tự nhiên cao, chỉ là một trạng thái tự nhiên bình thường), giống như trở lại trạng thái tâm thức của trẻ em.

Bạn có thể nghĩ rằng tâm trẻ em chưa được giáo dục, nó không khao khát. Về mặt trí năng là đúng vậy, nhưng mọi việc đều có hai mặt. Tâm của trẻ em ít cảm xúc hơn. Có thể trẻ em sẽ khóc khi đói hay lạnh, nhưng chúng không phân tích: "Đây là kẻ thù của tôi bởi vì thế này, thế kia" hoặc "Đây là bạn của tôi vì điều này, điều nọ." Chúng ít giả tạo. Thậm chí nếu khi chúng ta già, chơi trò chơi của trẻ em, như chơi tung hứng, có thể đem chúng ta trở lại trạng thái tâm ngây thơ, rộng mở của thời thơ ấu.

Do vậy, nếu chúng ta có thể có một tâm đơn giản, rộng mở và buông xả, giống như trẻ em, và nếu có thể áp dụng trí tuệ và kinh nghiệm của một thiền giả khéo léo, chúng ta ở trên con đường đúng cho cả sự tỉnh giác và an bình. Ngoài ra, nếu tâm chúng ta buông xả trong rộng mở, sự ràng buộc của cảm xúc và khái niệm sẽ tự nhiên nới lỏng, và kinh nghiệm của an bình và trí tuệ giác ngộ sẽ khởi lên một cách tự nhiên qua một ít công phu thiền định. Do đó, điểm quan trọng đầu tiên là mở rộng cánh cửa của tâm để chào đón ánh sáng bình minh của tinh thần trong lòng chúng ta. Nếu đã đi được bất cứ bước nào trong hướng này, thì chúng ta đang tạo tiến bộ. Hãy hoan hỷ với điều đó.

15. BÀI CA CẦU NGUYỆN ĐẾN VỊ LAMA TUYỆT ĐỐI[114]

Giữa cung điện của lãnh vực thanh tịnh bổn nguyên tuyệt đối,

Nơi an trụ của vị Lama hiện diện tự nhiên, hiện thân của tất cả chư Phật.

Chúng con cầu nguyện đến Ngài với lòng tin bất biến.

Chúng con sẽ đạt được thành tựu, sự ban phước của lòng từ ái vô tận của Ngài.

Trong bản tánh tuyệt đối của tâm chân thật không gắng sức, trong đó mọi sự xuất hiện một cách tự nhiên,

An trụ vị Lama tuyệt đối tự hiện, thoát khỏi sự tạo tác.

Chúng con cầu nguyện đến Ngài qua năng lực của giác tánh bất nhị.

Chúng con sẽ đạt cơ may nhận ra Pháp Thân giác tánh nội tại (thân tối thượng).

Trong bản tánh tuyệt đối của nhiều hình tướng khác nhau, năng lực biểu hiện của giác tánh nội tại

Vị Lama của tánh giác nội tại bất biến, an trụ từ khởi thủy.

Chúng con cầu nguyện đến Ngài bằng việc nhận sáu thức như con đường.

Chúng con sẽ bắt đầu trên con đường giải thoát mọi hiện hữu như Pháp Thân.

Trong bản tánh tuyệt đối của phạm vi hoạt động huyễn ảo của nhiều người chơi và trò chơi khác nhau

An trụ vị Lama của Pháp Tánh (trạng thái tuyệt đối), bất động từ khởi thủy.

Chúng con cầu nguyện đến Ngài bằng việc hiểu biết bất cứ những gì xuất hiện.

Chúng con sẽ đạt kết quả giải thoát trong trạng thái tự nhiên của bất cứ những gì khởi lên.

Trong bản tánh tuyệt đối của vô số biểu hiện như huyễn của các Bổn tôn hiền minh và phẫn nộ

An trụ vị Lama toàn giác, trí tuệ linh thánh tuyệt đối.

Chúng con cầu nguyện đến Ngài bằng việc cô dọng một trăm vị Bổn tôn thành một.

Chúng con sẽ đạt được nhiều thành tựu khác nhau cùng lúc, không cần nỗ lực.

Trong bản tánh tuyệt đối của rất nhiều niệm tưởng, nhiều kinh nghiệm khác nhau của hạnh phúc và đau khổ,

An trụ vị Lama vajra cực lạc và thanh tịnh.

Chúng con cầu nguyện đến Ngài qua (sự hợp nhất của) cực lạc và tánh không, thoát khỏi sự tụ, tán.

Chúng con sẽ giải thoát nhân quả của cảm xúc và đau khổ vào sự rộng mở tự nhiên của đại cực lạc.

Trong lãnh vực con đường hiện hữu của phương thức chân thật, bản tánh tối thượng,

An trụ vị Lama Pháp Thân, thanh tịnh bổn nguyên và thoát khỏi sự tạo tác.

Chúng con cầu nguyện đến Ngài bằng việc nhận ra bản tánh tuyệt đối.

Chúng con sẽ hóa tán tất cả hiện tượng xuất hiện của chân lý tương đối vào bản tánh tối thượng.

Trong bản tánh tuyệt đối của bài ca hồi tưởng về vị Lama tuyệt đối

An trụ sự ban phước của vị Lama, năng lực của niềm tin chúng con.

Với các công đức này, chúng con lập nguyện khao khát vì hạnh phúc vĩnh cửu của tất cả chúng sanh.

Chúng con sẽ hợp nhất bất khả phân trong bản tánh của Samantabhadra (Phổ Hiền, Toàn Thiện, Thiện Phổ Quát).

---

[1]EL 124

[2]BP 33a/5

[3]Về truyền thống Longchen Nyingthig còn có nhiều ấn bản Anh ngữ khác như The Wish-Fulfilling Jewel của Ngài Dilgo Khyentse (Boston & London: Shambhala Publications, 1988); Kn-zang La-may Zhal-lung, 2 quyển, Sonam T. Kazi dịch (Upper Montclair, N.J.: Diamond-Lotus Publishing, 1989 & 1992); The Dzogchen Innermost Essence Preliminary Practice của Ngài Jigme Lingpa, ngài Tulku Thondup dịch và chú giải (Dharamsala: Library of Tibetan Works and Archives, 1989); The Short Preliminary Practice of Longchen Nyingthig của ngài Kunkhyen Jigme Lingpa, do ngài Dodrupchen Rinpoche Đệ tử soạn lại (Hawley, Mass.: Mahasiddha Nyingmapa Center, 1992); The Words of My Perfect Teacher của ngài Paltul Rinpoche, do nhóm dịch thuật Padmakara dịch sang Anh ngữ (New York: Harper Collins, 1994); Tantric Practice in Nyingma của ngài Khetsun Sangpo Rinbochay, do Giáo sư Tiến sĩ Jeffrey Hopkins và Anne Klein biên dịch (Ithaca, N.Y., Snow Lion).

[4]Bài báo này đã được xuất bản trong *Bản Tin Của Trung Tâm Nghiên Cứu Tôn Giáo Thế Giới*, Đại Học Harvard, mùa Thu năm 1980.

[5]Dharma: chân lý vĩnh cửu của vũ trụ, đã được trình bày trong giáo lý của Đức Phật.

[6]Saṃ sāra - chu trình liên tục của hiện hữu thế gian, tức sinh tử luân hồi.

[7]KD 22a/2.

[8]Karma: nghiệp, luật trình bày rằng mọi việc làm mà người ta thực hiện đều có một kết quả tương xứng trong đời này và các đời sau.

[9]Bodhisattva: Bồ Tát, một vị sắp thành Phật, bậc trì hoãn việc giác ngộ cuối cùng vì quan tâm giúp đỡ người khác đạt giác ngộ.

[10]BP 47a/ 5.

[11]YD 4b/ 2.

[12]BP 3b/ 2

[13]KZ 273/ 15

[14]Bản ghi lại buổi nói chuyện ở Marion, Mass., vào ngày 29 tháng 12 năm 1992

[15]DC 5a/ 2

[16]BP 97b/ 2

[17]GN 32/4

[18]Buổi nói chuyện tại Học Viện Tabor, Marion, Mass., ngày 24 tháng 5 năm 1990

[19]BP 96a/ 4.

[20]BP 52a/ 5

[21]Buổi nói chuyện về Nghệ Thuật Buổi Tối của Tây Tạng tại Viện Bảo Tàng Nghệ Thuật Tinh Tế, Boston vào ngày 01 tháng 03 năm 1990

[22]Buổi nói chuyện lúc khai trương triển lãm Nghệ thuật Linh thiêng Himalaya tại Danco Gallery, Northampton, Mass., vào ngày 29 tháng 10 năm 1981, chương này dựa căn bản trên KNR 998/17-1006/4; SG quyển 1, 568/ 21-580/14, & quyển 2, 247/11; và TRA 36.

[23]Niên hiệu của Vua Srongtsen dựa theo DPM 18b/ 5 và DPM 69a/ 3

[24]Niên hiệu của Vua Thrisong Detsen dựa theo DPM 79b/ 4 và DPM 155a/ 3.

[25]Buổi nói chuyện tại Điện Maha Siddha Nyingmapa, Hawley, Mass., vào ngày 22 tháng 3 năm 1992. Chương này dựa căn bản trên DM, NS (192a/ 1-195b/3 & 387b/3-396a/3), TRD (quyển Vam, 200a/4-264b/6), GG, BN, KZM, và PM.

[26]Bardo của cuộc sống (sinh ra), giấc mộng, thâm nhập, cận tử, bản tánh tối thượng, và trở thành.

[27]Xin tìm đọc các phần giáo pháp mạnh mẽ và chi tiết nhất trong các kinh điển mật truyền của Phật giáo Tây Tạng.

[28]GG 1a/6

[29]Đi kèm-cuộc sống, di chuyển-lên trên, tỏa khắp, đi kèm-lửa, và năng lượng dọn dẹp-xuống dưới (khí/ gió).

[30]Đây là giải thích chung, nhưng theo TRD 224b/ 1 và GG 1b/ 5, sự hòa tan được giải thích trên nhiều trình độ của năm yếu tố (như bên ngoài, bên trong, bí mật, và những phẩm tánh hoàn thiện của mỗi yếu tố trong năm yếu tố), và cũng mỗi sự hòa tan vào yếu tố chính nó, ví dụ, năng lượng (Nus-Pa) của đất bên ngoài tan vào đất bên trong v.v...

[31]Theo NS 389b/ 4 (dựa căn bản trên Thal 'Gyur tantra), ý thức tan vào hư không, và hư không tan vào tánh sáng.

[32]Trong DM 10b/ 6 và KZM 2a/ 4, trong kinh nghiệm thứ nhất và thứ hai, trật tự của cái thấy trắng và đỏ bị đảo ngược. Trong một số bản văn, sự chấm dứt của cảm xúc được thay đổi.

[33]Xem NS 192b/ 2

[34]Sự hòa tan của đạt được vào tánh sáng được dựa căn bản trên KZM 2b/1 và GG 2b/1

[35]BN 2/9

[36]PM 1b/ 1

[37]Xem SGG: 403a/ 2

[38]GG 2b/ 1 và NS 192b/ 2

[39]Một loại gương nghi lễ cầm tay của phương Đông

[40]BN 3/ 4

[41]GG 4a/2

[42]SR 10a/6 (bản dịch: BM 333/23)

[43]Đây chính là lý do vì sao sur (gSur - thực phẩm đốt cháy) thường được hiến cúng cho người quá cố trong nhiều tuần lễ sau khi người ấy qua đời.

[44]Dựa theo các ghi chép trong Tibetan Delogs ('Das Log, "Những người trở về từ cõi chết").

[45]Thos Grol ("Giải thoát qua lắng nghe") là một loại các bản văn (Bar Do Thos Grol, Tạng Thư Sống Chết, được trở thành một với chúng) được phát hiện như Ter bởi Karma Lingpa. Xem DM 32b/ 6

[46]Theo Phật giáo, mỗi chúng sanh đi qua sự đầu thai của vô số kiếp sống liên tiếp. Do đó, trong tiến trình vô số kiếp trước của chúng ta, mỗi một chúng sanh đã từng là cha mẹ, vợ chồng cũng như kẻ thù của chúng ta rất nhiều lần. Do vậy, vì người mẹ là biểu tượng của tình thương và chăm sóc, giáo lý đạo Phật thấy và giải thích mỗi chúng sanh như một "bà mẹ chúng sanh" để đem tinh thần rộng mở của lòng biết ơn và tình thương trong chúng ta hướng đến tất cả chúng sanh không phân biệt.

[47]Chương này dựa căn bản trên KZ, KZZ, SG, DD, KNR, và các nguồn khác

[48]Xem chi tiết ở chương 8 và HTT

[49]DC 7b/ 5

[50]Bài báo này đã được xuất bản trong Nhật báo Tây Tạng, Dharamsala, Ấn Độ, mùa Đông năm 1990

[51]CD 84b

[52]KD 22a/ 2

[53]NG và HTT

[54]NG 4b/ 2

[55]NG 30b/ 4

[56]gSol 'Debs Le'u bDun Ma được phát hiện bởi Rigdin Gưdem.

[57]Buổi nói chuyện tại Điện Mahasiddha, Hawley, Mass., vào ngày 20 tháng 9, năm 1987. Chương này dựa căn bản trên NS, LST, DD, DN, SGG, KZZ, TRD II 200a/4-264b/6, và NCC, và tất cả những văn bản, luận giảng này đều dựa căn bản trên các tantra nguyên thủy.

[58]NS 80b/ 4

[59]Dựa căn bản trên NS và những nguồn khác, được dựa căn bản trên bản văn về các vi phạm gốc của Ashvaghoṣha.

[60]Dựa căn bản chủ yếu trên DN, NS và các bản khác

[61]NCC 11B - 12B

[62]DN 13a/ 6

[63]Một bản ghi lại buổi nói chuyện tại Điện Maha Siddha Nyingmapa, Hawley, Mass., vào ngày 04 tháng chín năm 1989. Đây là một giải thích về bài dịch Ngondro ngắn của Longchen Nyingthing bởi Ngài JigmeLingpa, sắp xếp lại bởi Ngài Kyabje Dodrupchen Rinpoche đệ tứ như sự thực hành hằng ngày cho các đệ tử của Trung Tâm Maha Siddha Nyingmapa. Bài báo này chủ yếu dựa căn bản trên NL, KDN, KZ, TS, và KT.

[64]Xem chương 7 sách này.

[65]Xem chương 11 của sách này

[66]Xem chương 9 của sách này

[67]BP 2b/ 3

[68]GR 88a/ 2

[69]Xem chương 6 của sách này

[70]GR 88a/2

[71]Xem chương 4 và 5 về ý nghĩa của các đối tượng tâm linh

[72]Theo dòng truyền Dodrupchen, KZ 283/11, và TS 85a/ 1, *Guru Rinpoche* hay Orgyen Dorje Chang (Guru Vajradhara) trong thân tướng thường lệ của *Guru Rinpoche* (xem chi tiết trong chương 13 của sách này), ngoại trừ Ngài trong hợp nhất với Yeshe Tsogyal, màu trắng cầm một lưỡi dao cong và sọ người. Theo NLS 8a/ 6 và KT 87/ 1, *Guru Rinpoche* màu xanh dương trong sự hợp nhất với Yeshe Tsogyal màu trắng, và cả hai đều trong trang phục Báo Thân

[73]Theo KDN 4a/ 2

[74]Xem chương 2 của sách này

[75]KZ 409/ 15

[76]Theo KDN 7a/ 4

[77]Xem chương 9 của sách này

[78]Trong rèn luyện này, Vajrasattva có nghĩa cả hai nam và nữ Vajrasattva, nhưng vì các Ngài là bất khả phân, phần lớn ở các chỗ nhắc đến dạng đơn.

[79]Theo KT 102/ 14, Khyentse Wangpo hướng dẫn Nyagla Sơgyal rằng hành giả cũng có thể quán tưởng những chữ và ánh sáng của chúng trong màu trắng.

[80]Theo dòng truyền Dodrupchen, KZ 507/ 13, và TS 141b/ 1: bà màu đỏ, không che đậy, với một trống tay trong tay phải và một dao cong trong tay trái. Theo NLS 15a/ 5 và KT 122/ 4: giống như Vajrayoginy, bà trần trụi trong màu đỏ, đứng trên một hoa sen, mặt trời, và ngai tử thi, với trang sức bằng xương, cầm một lưỡi dao cong trong tay phải, chén sọ đầy máu trong tay trái, và một chĩa ba tại khuỷu tay trái.

[81]Về chi tiết, đọc chương 13 của sách này

[82]Xem chương 11 của sách này về ý nghĩa của bài nguyện này.

[83]Xem chương 13 của sách này về ý nghĩa của mantra này.

[84]Xem chương 12 của sách này về sự giải thích việc tiếp nhận bốn quán đảnh.

[85]Xem KZZ 189a/ 5 và chương 12 của sách này.

[86]Buddhayana, xuất bản, lần đầu tiên, năm 1979; lần thứ hai năm 1989.

[87]Tập hội (Tshogs 'Khor) bao gồm Rigdzins (Sanskrit:, Vidyādhara) , Siddhas, Pawos (Sanskrit:, Ḍākas, Anh hùng), và Khadromas (Sanskrit:, Ḍākinī)

[88]AH KA SA MA RA TSA SHA TA RA SA MA RA YA PHAṬ.

[89]Xem chi tiết ở chương 8 của sách này hoặc HTT.

[90]Tạng, dPa' Bo, Sanskrit:, Ḍāka (nam) và Tạng, mKha' 'Gro, Sanskrit:, Ḍākinī (nữ) các hiền triết và bổn tôn.

[91]Những xác quyết tuyệt đối của nơi chốn, vị thầy, đệ tử, giáo lý, và thời gian

[92]Dang Ba'i Dad Pa: niềm tin tẩy sạch tâm. 'Dod Pa'i Dad Pa: niềm tin gợi cảm hứng sùng kính để hoàn tất thành tựu như đối tượng niềm tin của họ. Yid Ch'es Kyi Dad Pa: niềm tin phát sinh hoàn toàn tự tin nơi đối tượng của niềm tin.

[93]Sems Nyid: baûn taùnh toái thöôïng vaø baûn taùnh coát tuûy cuûa taâm, veà Sems (taâm thöùc) laø caùch löøa gaït. Trong baûn vaên naøy, Taâm vôùi chöõ T hoa bieåu hieän cho Sems Nyid.

[94]Trí tuệ bổn nguyên của lãnh vực tối thượng, trí tuệ bổn nguyên như gương, trí tuệ bổn nguyên của bình đẳng, trí tuệ bổn nguyên của phân biệt, và trí tuệ bổn nguyên hoàn toàn thành tựu.

[95]Ngo Bo được phiên dịch ở đây như "tinh chất". Nói chung, Ngo Bo, Thig Le của ánh sáng, và Thig Le (tinh dịch) của thân vật chất, tất cả có thể phiên dịch là "tinh chất" và do đó nó là sự nhầm lẫn. Nên trong bản văn này tôi phiên dịch Ngo Bo như "tinh chất", Thig Le của thân vật chất trong giai đoạn hoàn thiện là "tinh túy", và Thig Le của ánh sáng của Thưgal là "thig-le"

[96]"Cầu mong con nhận ra" là ý nghĩa của "Xin đến đây" trong bài nguyện. Một trích dẫn hiện nay từ Pramṇavrttika trong bản văn của Ngài Mipam Rinpoche, Shegs ("đến") có ý nghĩa của "sự nhận biết" (rTogs)

[97]Sự bất khả phân của Ngo Bo và Rang bZhin, sTong Pa và gSal Ba, Ch'os sKu và Longs sKu, Guru và Padma

[98]Thân, khẩu, ý, và trí tuệ *vajra* bổn nguyên của chư Phật.

[99]Bản viết lại buổi nói chyện tại Điện Maha Siddha Nyingmapa, Hawley, Mass., vào ngày 15 tháng 12 năm 1991. Bài này dựa căn bản chủ yếu trên SC, NS, DD, KZ, KZZ, TS, TY, YG, và BG

[100]KZZ 199a/ 4

[101]Chủ yếu dựa căn bản trên SCI: 85a/ 6 và 83a/ 5

[102]KZZ 199b/ 3

[103]Dựa căn bản trên NS và DD

[104]Dựa trên DD 58a

[105]KZZ 199a/ 5

[106]KZZ 199b/ 1

[107]KZZ 199b/ 2

[108]KZZ 199b/ 4

[109]TS 152b/ 5 và KT 140/ 2

[110]Theo KZ và TS. Không luôn chắc rằng tất cả hình ảnh của *Guru Rinpoche* có cùng trang phục như đã nhắc đến ở đây, với một số bản văn không có áo choàng đỏ

[111]RD 244a/ 6

[112]KDD 27b/ 4

[113]KDD 27b/4

[114]Bản dịch từ bài nguyện viết bằng tiếng Tây Tạng. Lama có nghĩa vị thầy tâm linh xuất sắc và cao nhất. Vị Lama tuyệt đối chỉ cho thật tánh của tâm hay thực tại tuyệt đối của vũ trụ. Lama Tuyệt đối trong ý nghĩa của vị thầy tâm linh ám chỉ người dẫn dắt hành giả đến sự nhận biết của Phật tánh.